காலத்தைச் செதுக்குபவர்கள்

1

உலகத் திரைப்பட மேதைகள் பற்றிய
கட்டுரைகள் மற்றும் நேர்காணல்கள்

ராம் முரளி

யாவரும்
பப்ளிஷர்ஸ்

The views and opinions expressed in this book are the author's own. The facts contained herein were reported to be true as on the date of publication by the author to the publishers of the book, and the publishers are not in any way liable for their accuracy or veracity.

- காலத்தை செதுக்குபவர்கள் – 1 ● கட்டுரைகள் & நேர்காணல்கள் ● ராம் முரளி ©
- முதல் பதிப்பு : ஜூலை 2018 ● இரண்டாம் பதிப்பு : ஜனவரி 2023
- Kālattai cetukkupavarkaḷ - 1 ● Essays & Interviews ● Ram Murali ©
- First Edition : July 2018 ● Second Edition : January 2023
- Pages : 176 ● Price : ₹ 220/-
- ISBN : 978-93-88133-03-6

Released by :

M/s. Yaavarum Publishers
24, Shop no - B, S.G.P Naidu Complex,
Dhandeeswaram Bus Stop
Opp: Bharathiar Park
Velachery Main Road
Velachery, Chennai - 600 042

90424 61472
yaavarum1@gmail.com
Url : www.yaavarum.com; www.be4books.com

Designed by :
Y Creations

All rights, including professional, amateur, motion pictures, recitation, public reading, broadcasting and the rights of translation into foreign languages are strictly reserved. No part of this book may be reproduced in whole or in part or utilized in any form or by any means electronic or mechanical, including photocopying, recording or by any information storage and retrieval system now known or hereafter invented, without the prior written permission of the author/publisher.

நன்றி : அம்ருதா, கல்குதிரை, அடவி, அயல் சினிமா, படச்சுருள், நடிப்பு, சஞ்சிகை, லஷ்மி மணிவண்ணன்.

உள்ளே...

தத்துவார்த்த திரைப் படைப்பாளிகள் (Philospical Filmmakers)

Andrei Tarkovsky	(Russia)
Alexander Sokurov	(Russia)
Jean-Pierre Melville	(French)
Victor Erice	(Spain)
Alejandro Gonzalez Inarritu	(Mexico)

அரசியல் திரைப் படைப்பாளிகள் (Political Filmmakers)

Pier Paolo Pasolini	(Italy)
Krzysztof Kieslowski	(Poland)
Mrinal Sen	(India)
Ai Weiwei	(China/Germany)

நவயுக திரைப் படைப்பாளிகள் (Contemperory Filmmakers)

Andrey Zvyagintsev	(Russia)
Jim Jarmusch	(America)
Quentin Tarantino	(America)
Darren Aronofsky	(America)
Kim Jee-Woon	(Korea)

முன்னுரை

உலகத் திரைப்பட வரலாறு தொடர்பான புத்தகம் ஒன்றை சமீபத்தில் புரட்டிக் கொண்டிருந்தேன். பத்தொன்பதாம் நூற்றாண்டின் இறுதி வருடங்களில் இருந்து அதன் வரலாறு துவங்கப் பெறுகிறது என்று அந்த புத்தகத்தில் குறிப்பிடப்பட்டிருந்தது. திரைக் கலைக்கு மூலமாக விளங்கும் புடைப்பட கலைக்கும் திரைக் கலைக்குமான வேறுபாடு காலத்தை பதிவு செய்யும் திரைக் கலையின் அபரிவிதமான ஆற்றலில் நிலைத்திருக்கிறது. புகைப்பட கலையில் குறிப்பிட்ட ஒரு தருணம் நிழற்படமாக பதிவு செய்யப்படுகிறது என்றால், திரைக் கலையில் காலம் அசைவுக் கொள்கிறது. நூறு ஆண்டுகளுக்கு முன்னதாக அசைவுறும் தருணங்களை முதல்முதலாக திரையில் காணும் சந்தர்ப்பம் பெற்ற மனிதர்களிடம் அது எத்தகைய கிளர்ச்சியை உண்டாக்கியிருக்கும் என்பதை நினைக்கையில் பரவசம் உண்டாகிறது. நம் நூற்றாண்டின் மகத்தான கலை வடிவமாக திரைக்கலை போற்றப்பட காரணம், காலத்தின் இயக்கத்தை பதிவு செய்வது எனும் அற்புதத்தை அது உண்டாக்குகிறது என்பதால்தான்.

திரைப்பட கலை என்பது பெரிதும் தொழிற் நுட்ப வல்லுநர்களின் பங்களிப்பால் காலந்தோறும் முன்னேற்றமடைந்துக் கொண்டிருக்கிறது. பல கலை வடிவங்களின் கூட்டிணைவாக விளங்கும் திரைப்படங்களில் இயக்குனர் என்பவர் மையமாக, திரைப்படங்களின் மூல படைப்பாளியாக முன்னிறுத்தப்படுகிறார். திரைப்பட இயக்குனரின் ஆளுமை பல்வேறு கலைஞர்களை ஒன்றிணைப்பதோடு, குறிப்பிட்ட அந்த திரைப்படத்தின் துவக்க நிலையிலிருந்து, முழு வடிவத்தை அது நிறைவுக் கொள்ளும் வரையிலும் இயக்கம் கொள்கிறது.

உலகத் திரைப்பட வரலாறு என்பது, தொழிற்நுட்ப வளர்ச்சியின் வரலாறாக மட்டுமே அல்லாமல் இயக்குனர்கள் மற்றும் நடிகர்கள் உள்ளிட்ட அதன் தொழிற்நுட்ப வல்லுனர்களின் பெயர்களாலும் அது நிறுவப்பட்டிருக்கிறது. சமீபத்தில் பார்த்த Score என்ற ஆவணப்படம் திரைப்பட வரலாற்றினை பிண்ணனி இசையின் மூலமாக விவரிக்கிறது. இன்றைய நவீன திரைப்பட கலையின் வளர்ச்சி என்பது முந்தைய காலங்களில் அதனை சிறப்புற பிரயோகித்த எண்ணற்ற படைப்பாளிகளின் தீவிர உழைப்பாலும், சிந்தனைகளாலுமே சாத்தியமாகி இருக்கிறது.

பொழுதுபோக்கு மட்டுமே திரைப்பட கலையின் நோக்கம் என்கின்ற எண்ணத்தை உடைத்து, திரைப்பட கலையை ஆழமான கருத்தியல் வெளிப்பாட்டு சாதனமாகவும், அரசியல் செயல்பாடாகவும் கையாண்ட இயக்குனர்கள் வரலாறு நெடுகிலும் இருந்துக் கொண்டிருக்கிறார்கள். அதனால் திரைக் கலையை வெறும் கதைச் சொல்லும் ஊடகமாக மட்டுமே அல்லாமல், பல்வேறு பரிசோதனைகளையும், மாற்று பாதைகளையும் வகுத்தளித்த இயக்குனர்களை அறிந்துக்கொள்வது அவசியமாகிறது.

“காலத்தை செதுக்குபவர்கள்” எனது இரண்டாவது மொழிபெயர்ப்பு புத்தகம். முதல் புத்தகத்தில் திரைப்படங்களின் வழியாக அதன் இயக்குனர்களை அறிய முற்பட்ட கட்டுரைகள் தொகுக்கப்பட்டிருந்தன என்றால், இத்தொகுப்பில் உள்ள கட்டுரைகள் திரைப்படத் துறையில் மிகத் தீவிரமாக இயங்கிய இயக்குனர்களின் வாழ்வை அறிவதன் மூலமாக, அவர்களது படைப்புகளை புரிந்துகொள்ளும் நோக்கில் மேற்கொள்ளப்பட்டிருந்த நேர்காணல்களும், கட்டுரைகளும் தொகுக்கப்பட்டிருக்கின்றன.

’திரைப்பட இயக்குனர் என்பவர், தன்னை சுற்றிலும் நிகழ்ந்துக் கொண்டிருக்கும் அனைத்தை குறித்தும் எதிர்வினை ஆற்றுகிறவரே’ என பிரெஞ்சு புதிய அலை முன்னோடி இயக்குனர்களில் ஒருவரான த்ரூபா குறிப்பிடுகிறார். திரைப்படத் துறையின் நெடிய வரலாற்றில் ஆளுமைமிக்க படைப்பாளிகளாக அறியப்படுகின்ற இயக்குனர்கள் அனைவரும் தமக்கே உரித்தான பிரத்யேக நோக்கங்களையும், திரைமொழியையும் கொண்டவர்களாகவே இருந்திருக்கிறார்கள்.

திரைப்பட கலைக்கு அதன் துவக்க காலங்களில் நான் அறிந்த வரையில் மிகப்பெரிய விசேஷத்தனமையை பெற்றுக் கொடுத்தவர் ரஷ்ய மேதை ஆந்த்ரேய் தார்கோவஸ்கி. திரைப்படங்களை இவர் அணுகிய விதமே தனித்துவமானது. கதை சொல்வதே திரைப்படங்களின் நோக்கம் என்றிருந்த முறைமையை மாற்றி, மனிதன் உலகத்தில் படைக்கப்பட்டதன் நோக்கத்தை ஆராய்வதற்காகவே தனது திரைப்படங்கள் உருவாக்கப்படுகின்றன என்று புதிய பாணியிலான திரைமொழியை இவர் சாத்தியப்படுத்தியிருந்தார். ஓவியம், சிற்பம், இசை போன்ற புராதன கலைகளின் வரிசையில் திரைப்பட கலையும் சேர்க்கப்பட வேண்டுமென்பதே இவரது எண்ணமாக இருந்ததை அறிந்துகொள்ள முடிகிறது.

‘மற்றைய கலைகளில் காலமென்பது கருப்பொருளாக இருந்திருக்கிறது என்றாலும், காலத்தின் அசைவுகளை திரைப்பட கலையைப் போல வேறெந்த கலை வடிவத்திலும் தேக்கி வைக்க முடியாது’ என்பது இவரது கூற்றுகளில் ஒன்றாகும். சம கால வாழ்வு நிலையில் மனிதன் புறக்கணித்துவிடுகின்ற ஒழுக்க நியதிகளை நினைவூட்டுவதோடு மனிதர்களிடத்தில் தூய்மையான எண்ணங்களை விதைக்க வேண்டுமென்பதும் அவரது நோக்கமாக இருந்தது.

தியான நிலைக்கு ஒப்பானதாக கருதப்படும் தார்கோவஸ்கியின்

திரைப்படங்கள் இயற்கையின் பேரியக்கத்தை தொழுதிடும் எண்ணத்தை நமக்குள் ஆழமாக விதைக்கின்றன. செடிக்கொடிகளின் அசைவுகளும், தீப்பற்றி எரிகின்ற மரங்களும், மௌனத்தில் உறைந்திருக்கும் நிலவெளிகளும் நமது ஆழ்மன உணர்வுகளை தீண்டி மேலெழுப்புகின்றன. இயற்கை மனிதனுடன் உரையாட எத்தனிப்பதைப்போல, இயற்கையின் தீரா பேரிரைச்சலை அவரது படங்களில் மீண்டும் மீண்டும் நம்மால் எதிர்கொள்ள முடிகிறது. இயேசு கிருஸ்துவின் வருகைக்கு முன்னதாகவே, அவரது வருகைக்காக மக்களை தயார்படுத்திய புனித ஜானின் செயல்பாட்டோடு நான் தார்கோவஸ்கியின் திரைப்பட பங்களிப்பினை ஒப்பிடுகின்றேன். தார்கோவஸ்கி அற்புதத்திற்காக காத்திருந்தார். இயற்கையின் மீதான ஆழமான நேசத்தின் வெளிப்பாடாகவே இதனை நாம் கருத முடியும். தார்கோவஸ்கியின் புத்தகமான “காலத்தை செதுக்குதல்” என்பதிலிருந்தே எனது புத்தகத்திற்கான தலைப்பை தருவித்துக்கொண்டேன்.

காலம் என்பது எப்போதும் உணர்ச்சியை தீண்டுகின்ற சொல்லாவே இருக்கிறது. திரைப்படக் கலை காலத்தின் சிறு சிறு பகுதிகளை தன்னுள் தேக்கி வைத்துக்கொள்கிறது. சமகாலத்தில் உயிர்ப்பு கொண்டிருக்கும் பல்வேறு சமூக குழுக்களின் வாழ்வியல் சிக்கல்களை ஆராய்கிறது. நமக்கு முன்னால் இருந்த உலகத்தின் இயக்கத்தை மீள் உருவாக்கம் செய்துக் கொடுக்கிறது. எதிர்கால உலகத்தின் இயக்கத்தை அறிந்துக்கொள்ள பிரயத்தனப்படுகிறது. “பாத்திரத்தில் சேகரிக்கப்படுகின்ற தண்ணீரைப் போல திரைப்படம் காலத்தை தன்னுள் தேக்கி வைத்துக்கொள்கிறது” என்கிறார் விக்டர் எரைஸ்.

வணிகத்தை முதன்மையாக கொண்டு இயக்கப்படுகின்ற திரைப்படங்கள், பகட்டான வாழ்க்கையை கனவுத்தன்மையில் உருவாக்கி மக்களை கிளர்ச்சிக்குள்ளாக்குவதையே தனது நோக்கமாக கொண்டிருக்கிறது என்றால், திரைப்படங்களை தீவிர கலை வடிவமாக அடையாளப்படுத்துவர்கள் யதார்த்த வாழ்வில் நிலவுகின்ற சிக்கல்களையும், குழப்பங்களையும் முக்கியப்படுத்துவதோடு, மக்களின் மீது திணிக்கப்படுகின்ற அடக்குமுறைகளுக்கு எதிராக குரல் எழுப்புவர்களாகவும் இருக்கிறார்கள்.

அவ்வாறாக, சமூக கண்ணோட்டத்தோடு திரைப்படங்களை இயக்குபவர்கள் பலதரப்பட்ட அழுத்தங்களை வரலாறு நெடுக அனுபவிக்க நேர்ந்திருக்கிறது. தார்கோவஸ்கியின் திரைப்படங்களுக்கு ரஷ்யாவில் தடை விதிக்கப்படுகிறது. பசோலினி மர்மமான முறையில் படுகொலை செய்யப்படுகிறார். வெகு சமீபத்திய உதாரணம் ஜாபர் பனாஹி.

திரைப்பட உதவி இயக்குனர் என்பதோடு, திரைப்படங்களின் மீது தீரா மோகம் கொண்டவன் என்கின்ற முறையில் திரைப்பட வரலாற்றின் தீவிர படைப்பாளிகளை அறிந்துகொள்வது எனக்கு அளப்பரிய மகிழ்வை அளிக்கிறது. உலகின் பல்வேறு தேசங்களில் தமக்கே உரித்தான பிரத்யேக

பாணியை கொண்டிருக்கும் அப்படைப்பாளிகளின் வாழ்க்கையையும், அவர்களது ஆளுமை இயங்கிய விதத்தையும் புரிந்துகொள்ள மேற்கொள்ளப்பட்ட எனது சிறு முயற்சியே இம்மொழிபெயர்ப்பு கட்டுரைகள்.

மூன்று பகுதிகளாக பகுக்கப்பட்டுள்ள இப்புத்தகத்தில் திரைப்படங்களை ஆன்மிக மற்றும் தத்துவார்த்த ரீதியிலான கண்ணோட்டம் கொண்ட இயக்குனர் முதல் பகுதியிலும், அரசியல் ரீதியிலாக தங்களது திரைப்படங்களை இயக்கியவர்கள் இரண்டாவது பகுதியிலும், சமகாலத்தில் அதிக கவனிக்கப்படுகின்ற அதே தருணத்தில் வழக்கமான திரைப்பாணியை கையாளாத நவயுக திரைப்பட இயக்குனர்கள் மூன்றாவது பகுதியிலும் இடம்பெற்றிருக்கிறார்கள்.

திரைப்படங்களின் மீதான எனது ஆர்வத்திற்கு முழுமுதற் காரணம் எனது பெற்றோர்களே. தமிழ் திரைப்படங்களை குறித்த அவர்களது அறிவு அபாரமானது. தொலைக்காட்சியில் எந்தவொரு காட்சி ஒளிப்பரப்பாகிக் கொண்டிருந்தாலும், அதன் நடிகர், நடிகையர், இயக்குனர், இசையமைப்பாளர், அப்படத்தில் இடம் பெற்றிருக்கும் புகழ்பெற்ற பாடல் குறித்தெல்லாம் வெகு இயல்பாக இருவரும் உரையாடிக் கொண்டிருப்பார்கள். திரைப்படங்களின் உருவாக்க பின்னணிகளை குறித்தும் அவர்கள் அறிந்து வைத்திருப்பது எப்போதும் எனக்கு மிகப்பெரிய ஆச்சர்யத்தை அளிக்கும் விஷயம்.

கடந்த தலைமுறையினரின் வாழ்க்கையில் விலக்க முடியாத வகையில் திரைப்படங்கள் பிணைந்திருந்தது. தந்தையின் நெய்வேலி நகர வாழ்க்கையை அவர் ”நினைவெல்லாம் நித்யா வெளியான காலத்தில் இருந்து துவங்குகிறது” என்றே குறிப்பிடுவார். வௌவால்கள் மிதந்தலையும் இருண்ட திரையரங்கம் ஒன்றை எனது சிறுவயது நினைவுகளில் நிரப்பிய, என் முதல் திரையரங்க சகாக்களான தந்தை மணிகண்ணன், தாய் மேரி மற்றும் தங்கை அபிநயா மூவருக்கும் எனது அன்பையும், நன்றிகளையும் இந்த புத்தகத்தின் மூலமாக தெரிவித்துகொள்கிறேன்.

எந்தவொரு செயல்பாட்டினையும் ஊக்கப்படுத்துவதோடு, புதிய புதிய படைப்புகளை நோக்கி நம்மை நகர்த்தி செல்வதற்கு தேர்ந்த ரசனையாளர்கள் நமக்கு அவசியப்படுகிறார்கள். அவ்வகையில், இத்தொகுப்பில் இடம்பெற்றிருக்கும் சில இயக்குனர்களை நான் அறிந்துக்கொள்ள காரணமாக இருந்தவர் எழுத்தாளர் உமா பார்வதி. அவருக்கு எனது நன்றியும், பிரியங்களும்.

எனது மொழிபெயர்ப்புகள் தொடர்ச்சியாக அம்ருதா இதழில் வெளியாக காரணமாக இருப்பர் எழுத்தாளர் தளவாய் சுந்தரம். பல தருணங்களில் அவரது மின்னஞ்சல் வழி கடிதங்கள் எனக்கு நம்பிக்கை அளித்திருக்கிறது. அவருக்கும் எனது நன்றியை தெரிவித்துக்கொள்கின்றேன்.

உலகத் திரைப்பட விழாக்கள் குறித்த புரிதல் ஓரளவுக்கு இன்றைய

இளைய தமிழ் திரைப்பட இயக்குனர்களுக்கு ஏற்ப்பட்டிருப்பது மிகுந்த மகிழ்வையும், நம்பிக்கையையும் அளிக்கிறது. திரைப்படங்கள் குறித்தான பார்வையில் கணிசமான மாற்றம் ஏற்ப்பட்டிருக்கிறது. கடந்த காலங்களில் உருவாக்கப்பட்ட திரைப்படங்களின் வழமையான வடிவத்திலிருந்து சில அடிகள் முன்னகர்ந்து இன்றைய திரைப்படங்கள் யதார்த்தத்தை பிரதிபலிக்க துவங்கியிருப்பதும், சமகாலத்தின் அசலான சமூக சிக்கல்களை பேச துவங்கியிருப்பதும், மக்களின் மத்தியில் அப்படங்களுக்கு வரவேற்பு தொடர்ச்சியாக கிடைத்து வருவதும் மகிழ்ச்சி கொள்ளச் செய்கிறது.

உலகத் திரைப்படங்கள் எளிதாக தரவிறக்கம் செய்யப்படுவதும், திரைப்படங்கள் சார்ந்து பல புத்தகங்கள் தமிழில் அதிகளவில் வெளியாகி வருவதும் இத்தகைய போக்கினை மேலும் மேலும் உறுதியுடன் முன்னகர்த்துகின்றன. இன்றைய பெரும்பாலான உதவி இயக்குனர்களுக்கு வாசிப்பு பழக்கம் இருக்கிறது. வரும் காலங்களில் இன்னும் விரிவான தளங்களில் மேலும் காத்திரமாக தமிழில் திரைப்படங்கள் இயக்கப்படும் என திடமாக நம்புகின்றேன். திரைத்துறையில் தீவிரமாக இயங்கிய படைப்பாளிகளை பற்றிய இப்புத்தகம், திரைப்பட ஆர்வலர்களுக்கு பயனுள்ளதாக இருக்குமென்று உறுதியாக நம்புகின்றேன்.

கடந்த இரண்டாண்டுகளில் வெளியான இக்கட்டுரைகளை தொகுத்து புத்தகமாக கொண்டுவரும் யாவரும் பதிப்பகத்திற்கும், பதிப்பாளர் ஜீவகரிகாலன் அவர்களுக்கும் எனது மனமார்ந்த நன்றிகள்.

— ராம் முரளி
raammurali@gmail.com

மனிதன் தெய்வீக ஆன்மா: ஆந்த்ரேய் தார்கோவஸ்கி

நாம் இங்கு வாயிற்படியில் நிற்கின்றோம்.
இதுதான் உங்கள் வாழ்க்கையின் மிக முக்கியமான தருணம்.
இப்போது உங்களுக்கு அது தெரிந்திருக்க வேண்டும்
உங்களது மிக நேசத்திற்குரிய ஆசை நிறைவேறும்
ரொம்பவும் நேர்மையான ஆசை.
நீங்கள் துயரங்களின் மூலமாக அடைந்த ஆசை.
(STALKAR திரைப்படத்திலிருந்து...)

ஒட்டுமொத்த திரைப்பட வரலாற்றிலும், தார்கோவஸ்கியை போல மனித ஆன்மா குறித்த வியக்கத்தக்க நிலைப்பாட்டை தங்களின் திரைப்படங்களில் வெளிக்கொணர்ந்த இயக்குனர்கள் எவருமில்லை. இன்றைய திரைப்படங்கள், பாலியல் சூழ்ச்சியையும், அற்பத்தனமான கவர்ச்சியையும், மனித உணர்வுகளை மிகைப்படுத்தி காண்பிப்பதன் மூலமாகவும் சீர்குலைந்து குறுகிய எல்லைக்குள்ளாக தேங்கி நின்றிருக்கும்போது, தார்கோவஸ்கி தனித்த ஒருவராக, அதற்கு முற்றிலும் நேர்மாறான பாதையில் மனித ஆன்மாவின் தெய்வீக நிலையினை தனது திரைப்படங்களில் வெளிக்காட்டினார்.

எது தார்கோவஸ்கியை, ஏனைய இயக்குனர்கள் நெருங்கி செல்ல இயலாதபடி தனித்துக் காட்டுகிறதென்றால், மனிதன் ஒரு தெய்வீக ஆன்மா என்று அவரது அசைக்க முடியாத எண்ணம்தான். இது தார்கோவஸ்கியின் சுய நிலைப்பாடு என்று பலரும் நினைக்கக்கூடும். அத்தகைய நினைப்புதான் அவர்களின் சினிமா தோல்வியுறுவதற்கான 99% காரணம். மனிதனின் பாலியல், மனிதனின் பைசாசத்தன்மை மற்றும் மனிதனின் சமூக பங்களிப்பு போன்றவைகளை தங்களின் திரைப்படங்களில் கையாளும் இயக்குனர்கள், திரைப்படங்களில் மனித ஆன்மாவை விசாரணைக்குள்ளாக்குவதை எளிதாகவும், வசதியாகவும் புறக்கணித்துவிடுகிறார்கள். இன்றைய சினிமாக்களில் யாரேனும் எப்போதாவது மனிதனின் தெய்வீக ஆற்றலை

தொடுகிறார்கள் என்றால், அது அவர்களின் படங்களில் சிறிய பங்களிப்பாக மட்டுமே பிரயோகப்படுத்தப்படுகிறது. மனிதனின் தோற்றத்திற்கான ஆதார கேள்வியினை அவர்கள் மறந்தும் தங்களது படங்களில் தொடுவதில்லை. ஆனால், தார்கோவஸ்கியின் அனைத்து திரைப்படங்களும் இதே கேள்வியினையே மீண்டும்மீண்டும் ஆராய்கின்றன. இன்னும் சொல்வதென்றால், அவரது மனதின் தூய்மை, அவரது திரைப்படங்களிலும் படிந்திருக்கிறது. அவரே சொல்வதைப்போல, அவரது கதாப்பாத்திரங்கள் அனைவருமே சுய விசாரணைக்கு ஆளாகிறார்கள்.

அவருடைய ஸ்டால்கர் (STALKER) திரைப்படத்தில், இப்பிரச்சனை மிகவும் தீவிரமாக அலசப்பட்டிருக்கிறது. அப்படத்தில் அனைத்து கதாப்பாத்திரங்களுமே அறம் சார்ந்த சுய ஆய்வுக்கு உள்ளாகிறார்கள். ஒவ்வொரு கதாப்பாத்திரமும், அவர்களுக்கே உரித்தான சிக்கல்களை ஆராய்ந்தாலும், அவர்கள் அனைவருக்கும் மனிதத்தன்மையை தங்களுள் உயிர்ப்புடன் வைத்திருக்க வேண்டுமென்பதே பொது விதியாக இருக்கிறது. ஸ்டால்கர் படத்தில் வரும் கதாப்பாத்திரம் தனக்குள்ளாக ஒலிக்கும் குரலை பின்தொடர்வதன் மூலமாக சரியான முடிவை நோக்கி நகர முடியாமல் குழப்பமுறும் அனைத்து மனிதர்களின் பொதுத்தன்மையையும், உள் பேச்சுக்களை கேளாது தம் உலக ஆசைகளை பின் தொடர்ந்து செல்லும் மனிதர்கள் எவ்வாறு தமது வாழ்க்கையை அழகுற செதுக்கிக்கொள்கிறார்கள் என்பதையும் சொல்கிறது. ஸ்டால்கரின் செய்கைகள் அப்படத்தின் ஏனைய கதாப்பாத்திரங்களுக்கு மட்டுமில்லாது, பார்வையாளர்களிடமும் மிகுந்த குழப்பத்தை ஏற்படுத்துகின்றது. அவனிடம் வாழ்தலுக்கான எவ்வித அவசரமும் இல்லை. தன்னையே வாட்டிக்கொள்ளும்போதும், கொள்ளையில் ஈடுபடும்போதும் அவன் சுய எச்சரிக்கையுடன், தனது ஒவ்வொரு செய்கைகளுக்கும் சரியான அறிகுறிகளை ஆராய்ந்த பிறகே அச்செயல்களில் ஈடுபட துவங்குகிறான். அதோடு, புறவய உலகை எவ்விதத்திலும் தொந்தரவுக்குள்ளாக்க விரும்பாத அவன், தனக்குள்ளாக ஒலிக்கும் குரலை அதிகம் நம்புகிறான். எது அவனை தொடர்ச்சியாக அலைக்கழிக்கிறது? ஏன் அவன் எதனையும் கூர்மையாக அலசியபின் அவ்விஷயத்தை புரிந்துக்கொள்கிறான்? இதுதான் ஒரு படைப்பாளி நம்முடன் வாழ்க்கை குறித்து உரையாடும் பகுதி. இதுதான் தார்கோவஸ்கியின் தனித்துவமான திரைமொழி. வாழ்க்கையை துல்லியமாக கவனிப்பதன் மூலமாக கடவுளின் குரலை கேட்கவியலும் என்பதை தார்கோவஸ்கி முழுமையாக நம்புகிறார்.

தார்கோவஸ்கியிடம் மேலும் சில தனித்தன்மையிலான பண்புகள் இருக்கின்றன. ஒரு திரைப்பட இயக்குனராக மட்டுமல்லாது, உயரிய

மனிதராகவும் அவரை அடையாளம் காட்டும் பண்புகள் மற்றும், ஏனைய திரைப்பட இயக்குனர்கள் அவரிடமிருந்து கற்றுக்கொள்ள வேண்டிய விடயங்கள், "நாம் பங்குகொள்கின்ற கலை வடிவமானது, நம்மிடம் அதீத பொறுப்புணர்ச்சியை கோருகின்றது. ஏனைய கலைகளை விடவும் சினிமா மக்கள் கொண்டுள்ள ஒழுக்க நெறிகளையும், அவனது ஆன்மிக அனுசரணையையும் நேரிடையாக சிதைக்கிறது". (தார்கோவஸ்கி தனது "Sculpting in Time" புத்தகத்தில்). ஆனால், துரதிர்ஷ்டவசமாக அவரது சொற்கள், கேட்கும் திறனிழந்த செவிடனின் காதில் சொல்லப்பட்டதைப் போலாகிவிட்டது. ஆனால், அவர் அதற்காக மற்ற எவர் மீதும் வேதனைப்படாது, தானே முழுப்பொறுப்பையும் ஏற்றுக்கொண்டு எழுதுகிறார்,

"நாம் நம் நிலையிலிருந்து வழுவி விலகி செல்வது மிகவும் எளிதானது. ஆனால், சந்தர்ப்பவாத நோக்கங்களை மனதில் ஏந்திக்கொண்டு அவற்றை நமது படைப்புகளில் உயர்த்திப் பிடிப்பது முற்றிலும் எளிதானதன்று. தூய்மையான தெய்வீக அம்சங்களை பிறப்பிக்க வைப்பது மிகமிக கடினமானது."

"தன்னையே சுய ஆய்வுக்கு உட்படுத்திதான் தனது உடலுக்கும் ஆன்மாவுக்கும் உண்மையாக இருக்க வேண்டுமென்பதை ஒருவரும் விரும்புவதோ, ஏற்பதோ இல்லை"

"மனிதனின் செயல்பாடுகளையும், அவனது லட்சியங்களையும் இணைக்கும் சங்கிலி சிதைந்துவிட்டது. இத்தகைய துயரமான சிதைவால், மனிதன் இன்றைய நவீன உலகில் தனது சுய கட்டுப்பாடுகளை முற்றிலுமாக இழந்து வருகிறான். இதனால் தனது விதியினை திருத்தி எழுதும் உரிமை தனக்கில்லை என்று நம்பிக்கையற்று தவறாக எண்ணுகிறான்"

"இந்த உலகத்தின் சம நிலையற்றத்தன்மையை, சீர் தூக்கும் காரணிகள் எதுவும் உண்டு என்றால், அது மனிதனின் சுய பொறுப்புணர்ச்சி மட்டுமே என்று தீர்மானமாக நம்புகிறேன்"

தார்கோவஸ்கியின் திரைப்படங்கள் பற்றி, மிகச் சிறிய அளவிலேயே ஆராய்ந்து கட்டுரைகள் எழுதப்பட்டிருந்தாலும், அவரால் எழுதப்பட்ட "Sculpting in Time" புத்தகம்தான், அவரது திரைப்படங்களை மிகச் சிறப்பாக ஆராயும் புத்தகம். நமது ஆன்மாவின் புனிதத்தை மீட்டு கொண்டு வரும் அவரது திரைப்படங்கள், ஒவ்வொரு பார்வையாளருக்கும் பிரத்யேக தனித்துவமான அனுபவத்தை வழங்குகின்றன. சமயங்களில் உணர்ச்சிகளுக்கு முக்கியத்துவமளிக்காது, எல்லையற்ற ஆன்மிகத்தன்மைக்குள் நம்மை அழைத்துச் சென்றிருக்கின்றன. கிட்டத்தட்ட நமது குடும்ப உறவுகளை நினைத்து

துயருறும் நாஸ்டால்ஜிக் நிலைக்கு, அவரது திரைப்படங்கள் நமக்களிக்கும் அனுபவத்தை ஒப்பிடலாம். தார்கோவஸ்கியின் திரைப்படமான நாஸ்டால்ஜியா ஆங்கில மொழி அர்த்தத்தில் பொருள் கொள்ளப்படவில்லை. சொந்த நிலத்திலிருந்து பிரிந்து வாடும் சோகத்தை பொருள்படுத்தும் ரஷ்ய மொழி அர்த்தத்திலேயே அதனை தார்கோவஸ்கி வைத்துள்ளார்.

இத்தைகைய நாஸ்டால்ஜியா நிலையை தார்கோவஸ்கியின் தந்தையான கவிஞர் அர்சென்னி தார்கோவஸ்கி (ArseniyTarkovsky) ஒரு கவிதையில் பதிவு செய்துள்ளார்.

இப்போது கோடை கடந்துவிட்டது,
முன்பொருபோதும் அது இல்லாததுப்போலவே.
இப்போது சூரியனில் வெப்பம் சூழ்ந்துள்ளது.
ஆனால், இது போதாது.
இருந்திருக்க வேண்டியவை அனைத்தும்,
ஒரு ஐந்து முனை இலைப்போல
என் கைகளில் விழுந்தது,
ஆனால், இது போதாது.
தீமையும் நன்மையும்
முழுமையும் மறைந்துவிட்டது,
வெண்ணிற ஒளி அனைத்தையும் எரித்துவிட்டது.
ஆனால், இது போதாது.
வாழ்க்கை தனது சிறகினுள் எனக்கு அடைக்கலம் தந்தது,
அரவணைத்து பாதுகாத்தது,
நிச்சயமாக நானொரு அதிர்ஷ்டசாலி
ஆனால், இது போதாது.
ஒரு சிறிய இலைக்கூட உதிர்ந்துவிடவில்லை,
ஒரு கிளையும் முறிந்துவிடவில்லை.
கண்ணாடியின் தூய்மையைப்போல நாள் சுத்தமாக இருந்தது,
ஆனால், இது போதாது.

மக்கள் தொகையின் பெருக்கத்தால், மனிதர்கள் தமக்குள் ஒளிரும் தூய்மையான வெளிச்சத்தை தொழுதிடும் எண்ணத்தை முற்றாக துறந்துவிட்டார்கள் என்பது மிகவும் வேதனை அளிக்கக்கூடியதாக உள்ளது. தார்கோவஸ்கி இதனை மிகத் தெளிவாக குறிப்பிடுகிறார், “திரையரங்கில் கூடுகின்ற எண்பது சதவீத மக்கள், தாங்கள் அங்கு குழுமியிருப்பது வெற்று கேளிக்கை அனுபவத்திற்காக மட்டுமே

என்று எப்படி நினைக்கத் துவங்கி விட்டார்கள் என்று புரியவில்லை. இந்த எண்பது சதவீத பார்வையாளர்களை முற்றாக புறக்கணித்தால் மட்டுமே நம்மால் நம் திரைப்படங்களின் மூலமாக பார்வையாளர்களிடம் நமது உரையாடலை துவங்க முடியும்". எனினும், தார்கோவஸ்கி தனது ஒவ்வொரு திரைப்படத்திலும், பார்வையாளர்களை தமது சுயம் சார்ந்த ஆராய்வுக்கு உட்படுத்த தொடர்ந்து முயற்சித்துக்கொண்டே இருந்தார். இச் செயல்பாட்டை தமது கடமையாகவே நினைத்திருந்த தார்கோவஸ்கி தமது பார்வையாளர்களிடத்தில், அவர்களது மனதின் அடிநிலையில் தோற்றுவிக்கும் தூய்மையை அவர்களே அதனை அறிந்திராதபோதும் தூண்டிவிடுவது தமது நோக்கமென்றே நினைத்திருந்தார்.

தார்கோவஸ்கியின் திரைப்படங்களால், தமது ஆன்மாவின் புனிதத்தை உணர்ந்த சிலர் இவ்வாறு குறிப்பிடுகின்றனர்:

"இவானின் குழந்தைப் பருவம் (Ivan's Childhood) திரைப்படத்தில், இரு சிறுவர்களை சுமந்துக்கொண்டு வருகின்ற ஆப்பிள் வண்டிக்கூட நாங்கள் இழந்துவிட்ட சிறு பிராயயத்தின் வெகுளித்தன்மையை மீண்டும் நினைக்கச் செய்கிறது"

"MIRROR திரைப்படத்தில் தார்கோவஸ்கி தனது பெற்றோரின் இளம் பருவத்தை சித்தரித்து, அவர்கள் இருவரும் புல்வெளியில் சாய்ந்தவாறு தங்களுக்கு பிறக்கப்போகும் குழந்தையை பற்றி உரையாடும் காட்சி ஒன்றை வைத்திருப்பார். அதில், கணவன் தனது மனைவியிடம் கேட்பான், "உனக்கு ஆண் குழந்தை வேண்டுமா? அல்லது பெண் குழந்தை வேண்டுமா?" என்று. அதற்கு அவள் பதிலேதும் கூறாமல் சில நொடிகள் மௌனமாக இருந்துவிட்டு, கேமராவிடமிருந்து விலகி புற உலகை பார்த்தபடி நிற்பாள். படைப்பியக்கத்தின் மர்மத்தை உணர்ந்தவளாக அவளது கண்கள் மேய்ந்தபடி இருக்கும். தார்கோவஸ்கி உடனடியாக காட்சியை மாற்றி மரமொன்றின் இலைகளை காற்று உரசிச் செல்லும் காட்சியை வைத்திருப்பார். பின்னணியில் ஜே.எஸ். பேச்சின் புகழ்பெற்ற "புனித ஜானின் பேரார்வம்" இசைத் துணுக்கு ஒலித்தபடியே இருக்கும். "இறைவா! இறைவா! நிகரற்றவனே! உமது ஆசியும் மகிமையும் என்றென்றைக்கும் நிலைத்திருக்குமாக..." என்று வரிகள் அதீத உணர்ச்சி பெருக்குடன் கோரஸாக பாடப்படும். மனிதனின் உலக வருகையை இத்தனை வீரியமாகவும் புனிதத்துவமாக வேறு எங்கும் எவரும் சித்தரித்தது கிடையாது"

"அல்லது SOLARIS திரைப்படத்தில், நாயகனும் நாயகியும் மிதக்கும்போது, பின்னணியில் ஜீரோ கிராவிட்டி குறித்த விவரணைகள்

ஆகட்டும் (தார்கோவஸ்கி இத்தகைய இலகுத்தன்மைதான் காதலை திரைப்படங்களில் சித்தரிப்பதற்கான மிகச்சரியான முறை என்று குறிப்பிடுகிறார்)''

தார்கோவஸ்கி சமயங்களில் சில தவறான முடிவுகளையும் எடுத்திருக்கிறார். தன் சுய வாழ்வில் பல்வேறு அனுபவங்களை பெருக்கிக் கொள்வதன் மூலமாக, அத்தகைய அனுபவங்களை தனது திரைப்படங்களில் பிரதிபலிப்பது குறித்து தார்கோவஸ்கி இவ்வாறு குறிப்பிடுகிறார், ''இறுதியில், பார்வையாளர்கள்தான் வெற்றிக்கொள்கிறார்கள், ஒவ்வொருகலைஞனும்தோல்வியுறும்போது'' என்கிறார். பெரும் கலைஞர்கள் அனைவரும் தமது வாழ்வில் எண்ணற்றவைகளை இழக்க வேண்டியுள்ளது என்பது ஒரு வழக்கமாகவே ஆகியிருக்கிறது. இந்த இழப்பு நிலை ஒருவித புதிரான வழிமுறையில் பல கலைஞர்களையும் வந்தடைந்து விடுகிறது. தார்கோவஸ்கி, பிரஸனன் போன்ற மிகப்பெரும் கலைஞர்கள்கூட இத்தகைய இழப்புகளை தோற்றுவிக்கின்ற மாய சுழலை எதிர்க்க முடிந்ததில்லை. ஆனால், யதார்த்தம் தார்கோவஸ்கி மேற்குறிப்பிட்டுள்ள கூற்றுக்கு மிகவும் எதிரிடையானது. எப்போதும் கலைஞனே அதிகம் வரம் பெற்றவனும், அதிக பயனடைந்தவனும் ஆவான். ஏனெனில், தனது திரைப்படங்களில் அவன் வெளிக்கொண்டு வருகின்ற ஆன்ம சுத்திகரிப்பு முழுவதும் அவனிலிருந்தே பிறக்கின்றது. பார்வையாளர்கள் அவர்களுக்குடைய சுய அனுபவத்தின் மூலமாகவே திரைப்படங்களில் நுகரவும், அதன்மூலமாக தனது சுயத்தை விசாரணைக்கு உட்படுத்துவதன் மூலமாகவும் மட்டுமே பயனடைகிறார்கள். ஆனால், கலைஞன் அத்தகைய அனுபவங்களை உருவாக்குகின்றவன். அத்தனைக்கும் உரியவன். ஒருபோதும் கடவுள் தன்னை சிதைத்துக்கொண்டு கலைக்கென செயல்படுகின்றவனை கை விட்டுவிட்டு, பார்வையாளனாக திரையரங்களில் கூடி கலைஞனின் உருவாக்கத்தினால் நுகரப்பட்டு, தம் சுயத்தை மதிப்பிட்டு பார்க்கிறவனை உயர்த்தி விடுவதில்லை. கடவுளின் இத்தகைய நேர்மையான தீர்ப்பு, மற்றவர் செய்த பாவங்களுக்காக தன்னை மாய்த்துக்கொள்ள எந்த அப்பாவிகளையும் அனுமதிப்பதில்லை என்பதற்கு நிகரானது. கடவுளிடம் சென்று, 'நீ இதைத்தான் செய்ய வேண்டும், இப்படித்தான் நடந்துக்கொள்ள வேண்டுமென்று' அலெக்சாண்டர் SACRIFICE திரைப்படத்தில் விவாதம் செய்வதைப்போல ஒருவரும் செயல்பட முடியாது. மனிதத்துவம் குறித்து இப்போது வைக்கப்படுகின்ற கோரிக்கைகளை விடவும், மிகவும் வலிமையான பல கேள்விகள் இன்னும் எழுப்பப்படாமலேயே உள்ளது. அவசரமான தெளிவில்லாத ஒரேயொரு செயல் மட்டும் போதாது. முழுமையான புதுமையான வாழும் முறை நமக்கு

தேவையாய் இருக்கிறது. சராசரியான மனிதனிலிருந்து, தெய்வீக நிலையை நோக்கி நகரும் ஒரு முழுமையான மாற்றம் தேவைபடுகிறது.

தார்கோவஸ்கி தமது மரணப் படுக்கையில் குறிப்பிட்ட (அவரது மனைவியின் கூற்றின்படி) இறுதி சொற்களில் ஒன்று "ஒரு புதிய பாதையில் பயணிப்பதற்கான நேரம் வந்துவிட்டது". தார்கோவஸ்கியின் இந்த கூற்று லெவ் தல்ஸ்தோயின் "தேடுங்கள்.. எப்போதும் தேடிச் செல்லுங்கள்.." என்ற சொற்றொடரை நினைவுப்படுத்துகிறது. இத்தகைய அணுகுமுறை, எதனையும் விரைந்து முன்னெடுத்து செல்ல வழிவகை செய்துவிடுகிறது. இத்தகைய உண்மையின் மீதான புனிதத்தை நாட, எது ஒரு மனிதனை உந்தி தள்ளுகிறது என்றால், அவனுள் எப்போதும் அணையாமல் கனன்றுக்கொண்டிருக்கும் ஏக்க உணர்வே. ஸ்டாலின் தொழில் கூடத்தில் உயிர்விட்ட ரஷ்ய தத்துவாசிரியர் பவெல் ஃப்ளோரன்ஸ்கி இந்த ஏக்க நிலையை இவ்வாறு குறிப்பிடுகிறார், "உண்மை என்று ஒன்று இருக்கிறதா என்பது பற்றி எனக்கு எதுவும் தெரியாது. ஆனால், உண்மை என்று ஒன்றில்லாமல் என்னால் உயிர் வாழவே முடியாது என்று என் உள்ளுணர்வு தொடர்ந்து எனக்கு உணர்த்தியபடியே இருக்கிறது. அதோடு, உண்மை இருக்குமெனில், அதுவே எனது எல்லாமும். நான் வாழ்வதன் நோக்கம். எனது பலம். எனது நன்மை. எனது வாழ்க்கை மற்றும் என் பிரியங்களும். ஒருவேளை உலகில் உண்மை நிலைத்திருக்கவில்லை என்றாலும், நான் அதனை நேசிக்கிறேன். நேசித்தாலே உலகில் நிலைத்திருக்கும் அனைத்திலும் மிகச்சிறந்த உணர்வு. அதனால், உண்மையும் உலகில் நிறைந்திருப்பதாக நினைத்தே அதனை நேசித்து வருகிறேன். ஒருவேளை, உண்மை இல்லாவிட்டாலும், எனது ஆன்மா, எனது எண்ணங்கள், எனது கனவுகள் யாவற்றின் மூலமாகவும் உண்மையை நிலைத்திருக்க செய்வேன். தூய பரிசுத்தமான மெய்மையை தக்கவைத்துக்கொள்ள எதையும் துறக்கவும் நான் தயாராக இருக்கிறேன். எனது கேள்விகளும், குழப்பங்களும் மெய்மையை சுற்றியே இருக்கும்"

நாம் அனைத்தையும் அலசிவிட்டதாகவே கருதுகிறேன். எனினும், இன்னும் ஒன்று மீதமிருக்கிறது. அதுவொரு காட்சி துண்டுக்கூட இல்லை. அது சப்தத்தை பற்றியது. Stalker திரைப்படத்தில் வெகு தொலைவிலிருந்து கேட்கும், ரயிலின் ஹாரன் சத்தமே அது. நாம் நமது பழக்கப்பட்ட மதிப்பில்லாத வாழ்க்கையை கைவிட்டு, புதிய பாதை ஒன்றில் பயணிப்பதன் மூலமாக நமக்குள் இருக்கும் புனிதத்துவத்தை மீட்டெடுக்க அழைக்கும் அந்த ரயில் சத்தம். "மனிதன் நடைமுறைப்படுத்தப்பட்ட மிக சராசரியான வாழ்க்கையை நகர்த்தி சென்றிட படைக்கப்படவில்லை. அவன் தனது

உள்ளுணர்வுகளுக்கு செவி சாய்க்க வேண்டும். உள்ளுணர்வை பகுத்தறிய வேண்டும். இதன் மூலம் படைப்பியக்கத்தின் முக்கிய அங்கமாக, அர்த்தமுள்ள பிணைப்பை மனிதன் ஏற்படுத்த முடியும்"

ஏனெனில், தார்கோவஸ்கியால் ஐம்புலன்களையும், உலகின் மொத்த நுகர்வு பொருளையும் பிணைந்து தனக்குள் தேக்கிக்கொள்வதோடு மட்டுமில்லாமல், அவற்றை தொடர்ந்து தனக்குள் தக்க வைத்துக்கொள்ளவும், அதனை அனுபவிக்கவும் முடிகிறது. கூடுதலாக, அவர் தனக்குள் தேக்கி வைத்துள்ள மொத்த அறிவாற்றலையும் ஒரு கருவியாக பயன்படுத்தி, நம்மை வழி நடத்திச் செல்கிறார்.

அறிவாற்றல்தான் உலகத்தின் மிகப்பெரிய செல்வமாகும். உலகில் நமது வாழ்க்கையை திசைமாற்றி நெறிப்படுத்த அறிவாற்றலால் மட்டும் முடியும். மனித மனதின் அடியாழத்தில் புதைந்துள்ள புனிதத்தன்மையிலிருந்து மேலெழும் உணர்வெழுச்சியே அறிவாற்றலை பக்குவமாக கையாளும் கருவியாகும். அறிவாற்றல் என்பது நமது புற உடலமைப்பின் மூலமாக வெளிப்படுத்தக்கூடியது என்றால் உள்ளுணர்வில் தோற்றுவிக்கும் கருத்து சிதறல்கள் நமது ஆன்மாவிலிருந்தே பிறக்கின்றன.

அறிவாற்றல் என்பது மூளையில் தேக்கி வைத்துக்கொள்ளக்கூடிய ஒன்றுதான் எனும் போதிலும், அதன் ஆற்றலை முழுமையாக வெளிப்படுத்துவது நமது உடல்தான் என்றாலும், அனைத்துமே உலகினையே சாரும். இந்த கருத்துருவானது காலம் மற்றும் வெளி சார்ந்தே உருவாக்கப்படுகிறது. அறிவாற்றல் நமது உடலை விட மிகவும் நுட்பமானதுதான் என்றாலும், அதனால் ஒருபோதும் காலம் மற்றும் வெளிக்கு அப்பாற்பட்டு இயங்க முடியாது. அதனால் அறிவாற்றல் முழுவதும் உலகவயப்பட்டதே.

ஆனால், நமது உள்ளுணர்வின் கருத்துக்கள் எவற்றின் மூலமாகவும் கட்டுப்படுத்த இயலாதது. உள்ளுணர்வு காலம் மற்றும் வெளிகளுக்கு அப்பாற்பட்டது. ஏனெனில், உள்ளுணர்வு மனித மனங்களில் தோற்றுவிக்கும் புனிதத்திலிருந்து மேலெழுகிறது.

இதனால், மனிதனால் வெகு எளிதாகவே ஐம்புலன்களோடு தமது உள்ளுணர்வின் வழியாகவே தொடர்படுத்திக்கொண்டு ஆன்மிக பாதையில் நெருக்கமாக பயணிக்க முடியும். அதோடு, மனிதன் தனது வாழ்வையும் அன்றாட பணிகளையும் உலகில் நிரம்பியுள்ள திடப் பொருள்களின் மத்தியிலேயே வாழவும் முடியும். மனிதன் இவ்வழியில்தான் வாழவும் உணரவும் விதிக்கப்பட்டுள்ளான்.

மனிதன் மட்டுமே தூய்மையான வெளிச்சம் பெருகிய புனித பாதைக்கும், உலகில் நெறிப்படுத்தப்பட்ட வாழ்க்கைக்கும் இடையில் வலிமையான புதிதான தொடர்பினை ஏற்படுத்த முடியும். மனிதனிடம் உள்ள பேராற்றலின் மூலமாக மட்டுமே இவ்விருவேறு உலகினையும் உருக்கி ஒன்றாக உருமாற்ற முடியும். தூய்மையான ஒளி பெருகும் வாழ்க்கைக்கும், உலகில் வழக்கமாகக் கொள்ளப்பட்டுள்ள வாழ்வுக்குமான இணைப்பாக மனிதனே இருக்கிறான். ஆனால், மனிதன் இதனை உணர்வதில்லை. அவன் இவ்விரு வாழ்க்கை முறைக்கும் இடையில் நிலவும் இடைவெளியை மேலும்மேலும் பெருக்குவதிலேயே முனைப்பாக செயல்படுகின்றான். இத்தகைய செயல்பாடே மனிதனை வீழ்ச்சிக்கு இட்டுச்செல்கிறது!

மனிதனின் இத்தகைய பேராற்றல், அவனை இந்த உலகத்தின் அரசனாக வாழ விதிக்கப்பட்டுள்ளது. ஏனெனில், இந்த முழு உலகமும் முழுக்க முழுக்க அவனை சார்ந்தே இயங்குகின்றது. அதன் வீழ்ச்சியையும், எழுச்சியையும் மனிதனே நிர்ணயம் செய்கின்றான். இயற்கையின் பேரொளியும் மனித வாழ்வும் எவ்வாறு பிணைந்து தூய்மையை கடைப்பிடிக்கின்றன என்பதைப் பொறுத்தது அது.

ஆனால், மனிதன் எளிதாக, இவ்விரண்டுக்கும் இடையிலான தொடர்பை அறுத்து விடுகிறான். உயிர் தொடர்ந்து செயல்பட இரத்த ஓட்டம் எத்தனை முக்கியத்துவம் வாய்ந்ததோ அதுப்போலத்தான், இயற்கையின் கூறுகள் மனித வாழ்வினில் ஆதிக்கம் செலுத்துவது. இதனை மனிதன் புறக்கணிக்கும்போது, குழப்பமும், துயரமும் பெருகி இறுதியில் மனிதன் சிதைவுக்குள்ளாகிறான்.

இத்தகைய சிதைவுக்கு முழுமுதற் காரணம், மனிதன் தனக்குள் பெருக்கி வைத்துள்ள அறிவாற்றலை ஒரு கருவியாக பயன்படுத்தாமல், தன்னை முழுமையாக அறிவாற்றலுக்கு ஒப்புவித்துவிட்டு, அனைத்தின் மீதும் அதனை செலுத்திப் பார்ப்பதால்தான். இதன்மூலம், மனிதன் அறிவாற்றலுக்கு அடிமையாகிவிடுகிறான். நுகர்வின் மூலமாக பெற்ற ஜடத்தன்மையிலான அறிவை மட்டுமே நம்பிக்கொண்டு, தன்னை அறிவில் சிறந்தவன் என்று பிதற்றி பெருமைப்பட்டுக்கொள்கிறான்.

இப்படி, தன்னை அறிவாற்றலுக்கு முழுமையாக ஒப்புவித்துவிடுகிற மனிதன், அவன் சேகரித்து வைத்துள்ள செய்தித் துணுக்குகளுடனேயே பிணைந்துவிடுவதன் மூலமாக, காலம் மற்றும் வெளி சார்ந்த கருத்துருக்களை மீறி அவனால், எதையுமே தெளிவுற சிந்திக்க இயலாது. இது அறிவாற்றல் என்றும் நம்பும் ஒன்றினுள் தன்னை அடைத்துக்கொண்டு சுருங்கி போவதான செயல் மட்டுமே.

இதனால், புற உலகோடு தொடர்பேற்படுத்திக்கொள்வது மிகமிக

அவசியமாகிறது. வாழ்க்கைக்கான ஆதாரமான கடவுள் காலம் மற்றும் வெளி சார்ந்து மட்டுமல்ல, அதற்கும் உயரமான இடத்தில் இருக்கிறார். ஐம்புலன்களையும் கடந்து புனிதமான இடத்தில் வசிக்கிறார். ஐம்புலன்கள் அனைத்தும் இணைந்து பூமியிலிருந்து நாளும் வளர்ந்துக்கொண்டேயிருக்கும் சுவறொன்றை கட்டி எழுப்பிக்கொண்டே இருக்கின்றன. அறிவாற்றல் என்று நாம் நம்பும் ஒன்று, இந்த தொடர்பினை எளிதாக புறகணித்து அதனை உடைத்து, பரிசுத்த தெய்வீக நிலையை அடைய முரண்பட்டு மறுக்கிறது.

அறிவு நிரம்பிய மரத்திலிருந்து, எடுத்துண்பது அறிவாற்றலை விளைவிப்பதன்றி வேறில்லை. ஆனால், தம்மை பெரும் அறிவாளி என்று நினைத்துக்கொண்டு இயற்கையாய் பிணைந்துள்ள தொடர்பை அறுத்தெறிவது மனிதனை சிதைவுக்கு மட்டுமே இழுத்துச் செல்லும்.

இவையெல்லாம் நம்மை எங்கு இழுத்துச் செல்லும்? இவ்வாறு செய்திகளை நுகர்ந்து, அறிவை தட்டையாக மூளையில் தேக்கிவைத்துக்கொண்டு வெளிப்படுத்தும் உணர்வுகள் ஒருங்கிணைந்து, உலகில் பொய், பேராசை, கொள்ளை, ஒழுக்கக்கேடான செயல்கள், ஒடுங்கும் மனப்பான்மை போன்றவற்றை தோற்றுவித்து எவையெல்லாம் இயல்புக்கு முரணானதோ அதனையெல்லாம் செயல்படுத்தி இறுதியாக, மனிதகுலத்தை சிதைத்து நிர்மூலமாக்கிவிடும்.

படைப்பியக்க விதியை ஒருபோதும் நம்மால் தவிர்க்க இயலாது. வானில் வெடித்து சிதறும் இடி முழக்கம் சிதைவை உண்டாக்கினாலும், இறுதியில் தூய்மையை பரப்பி விடுகிறது. அதன்பின், படைப்பியக்கத்தில் தாம் செய்ய வேண்டிய கடமையினை, மனிதன் செய்ய துவங்கிவிடுவான். மனிதன் தனது உள்ளுணர்வை பகுத்தறிவதன் மூலமாக, தமது அடி மனதில் தேங்கியிருக்கும் புனிதத்துவத்தை மீட்டெடுத்து நடப்பு உலகத்துக்கு தெய்வீக ஆற்றாலை வழங்குவான். இறுதியில், தமது அறிவாற்றலையும், சுய அனுபவத்தையும் ஒரு கருவியாக மட்டுமே பயன்படுத்துவன் மூலம் இயல்பு வாழ்க்கையில் நிலவும் அனைத்து இருட்டுகளையும் விலகச்செய்து ஆன்மீகத்தன்மையை உலக மக்களிடத்தில் தோற்றுவிக்க வழிவகுப்பான்.

(Abd - ru- shin எழுதிய IN THE LIGHT OF TRUTH எனும் புத்தகத்திலிருந்து MAN IN CREATION எனும் பகுதி)

★★★

திரைக்கதை எழுத்தும், படப்பிடிப்புக்கான எழுத்தும் – ஆந்த்ரேய் தார்கோவஸ்கி

ஒரு திரைப்படம் படமாக்கப்படும் காலகட்டத்தின் முதல் மற்றும் இறுதி பகுதிகளுக்கு இடையில் நிலவும் காலவெளியில் அதன் இயக்குனர் ஏராளமான மனிதர்களையும், பலதரப்பட்ட நிர்பந்தங்களையும் இடையூறாக எதிர்கொள்ள நேரிடும். சிலர் அனைத்து விதமான சிக்கல்களும் தனக்கெதிராக ஒருங்கே எழுந்து நிற்பதையும் அனுபவிக்கும் சாத்தியங்கள் உண்டு. சிக்கல்கள் மிக துல்லியமாக திட்டமிட்டே 'ஏன் அந்த திரைப்படத்தினை இயக்க வேண்டுமென்ற இயக்குனரின் நோக்கத்தை அவரது மனதிலிருந்து மழுங்கடிக்கும் விதமாக உருவாகியிருப்பதாக எண்ண வழிவகை செய்யவும் வாய்ப்புண்டு.

என்னை பொருத்தளவில், திரைப்படத்தின் துவக்க நிலையில் எனக்கிருக்கும் கருத்தியலின் மீதான பிடிப்பு நிறைவடையும் திரைப்படத்தில் குன்றியிருக்கக் கூடாது என்பதே நான் எதிர்கொள்ள நேரிடும் சிக்கலாகும். அதாவது, நான் கொண்டிருக்கும் கருத்தாக்கத்தினை சிதைவுபடாமல் நேர்த்தியாக திரைப்படத்தின் இறுதி வடிவத்தில் சேர்பித்துவிட வேண்டுமென்பதே எனக்கிருக்கும் முதற்பெரும் சவாலாகும். தயாரிப்பு காலக்கட்டத்தின் கொந்தளிப்பான சூழ்நிலையில் நமது கருத்தாங்கள் மெல்ல மெல்ல உதிர்ந்து நழுவதற்கு சாத்தியங்களுண்டு. முற்றிலும் உருக்குலைந்த நிலையில் நமது மையக்கரு சிதைவுற்று வீழ்ச்சியுறும் மனநிலையை நிறைவடைந்த திரைப்படத்தில் நிகழவும் வாய்ப்புண்டு.

சிறு பொறியாக நமது மனதில் உதிக்கும் படத்துக்கான கரு துவக்க நிலையிலிருந்து, வளர்த்தெடுக்கப்பட்டு இறுதி பகுதியினை அது எட்டும் வரையில் பலவிதமான அபாயகரமான இடையூறுகள் நம் முன்னால் கிளம்பி நிற்கும். இதற்கு, தொழிற்நுட்ப ரீதியிலான கோளாறுகள் மட்டுமே காரணமல்ல, மாறாக நம்முடன் திரைப்படத்தின் தயாரிப்பு காலக்கட்டம் முழுவதிலும் இணைந்து பணியாற்றுகின்ற எண்ணற்ற மனிதர்களாலும் இது நிகழும்.

ஒரு நடிகரிடம் அவரது பங்களிப்பு எந்த அளவில் இருக்க வேண்டுமென்பதையும், எவ்விதமாக அந்த கதாப்பாத்திரத்தினை புரிந்துக்கொள்ள வேண்டுமென்பதையும் முன்னதாகவே இயக்குனர் விவரிக்க தவறிவிட்டாரென்றால், அந்த நடிகரின் சுய வெளிப்பாட்டுத்தன்மை மிக எளிதாக வெளிப்பட்டு, அந்த கதாப்பத்திரம் இயக்குனரின் கட்டுப்பாட்டிலிருந்தும் அவரது கருத்தியலிடமிருந்தும் வெகு தொலைவுக்கு நகர்ந்து சென்றுவிடும். அதேப்போல ஒளிப்பதிவாளருக்கு அவரது செயல்முறை குறித்த புரிதல் அத்திரைப்படத்தின் தேவையைவிட சற்றே குறைவாக அமைந்துவிட்டாலும், அதன் உள்ளடக்கம் மிக சீரிய முறையினில் படம் பிடிக்கப்பட்டிருந்தாலும், காட்சிரீதியிலான அழகியலை கொண்டிருந்தாலும்கூட மையம் குலைந்து முற்றிலும் இயக்குனரின் எல்லைக்கு வெளியிலேயே தேங்கி நின்றிடும் துர்லபம் ஏற்படும்.

உங்களது அரங்க வடிவமைப்பாளர் மிக அற்புதமான அரங்குகளை அமைந்திருந்தாலும், அது இயக்குனரின் கருத்தியலுக்கு பொருந்தாததாக இருந்தால், அவ்வாறு கட்டியெழுப்பப்படுகின்ற அரங்குகளே திரைப்படத்திற்கான பெருங்குறையாக நிலைத்திட வாய்ப்புண்டு. இசையமைப்பாளுக்கும் இது பொருந்தும்.

இவ்விதமான சிதைவுக்குள்ளாகும் இத்திரைப்படத்தின் பரிதாபத்திற்குரிய சாட்சியமாக அப்படத்தின் இயக்குனரே முன்னிறுத்தப்படுகிறார் என்பது மிகைப்படுத்தப்படாத உண்மை. திரைக்கதை எழுத்தாளரின் எழுதும் முறையினை அருகில் அமர்ந்து உள்வாங்கிக்கொள்ளும்போதும், வடிவமைப்பாளர் அரங்குகளை உருவாக்கிடும்போதும், நடிகர்கள் தன்னிச்சையாக தங்களை வெளிப்படுத்திக்கொள்ளும்போதும், படத்தொகுப்பாளர் இறுதியில் காட்சிகளை இணைக்கும்போதும் இது நேர்கிறது. இதுதான் வணீகமயமாக்கப்பட்ட திரைப்படங்களில் நிகழ்ந்தேறுகிறது. அங்கே இயக்குனர் என்பவர், சிறந்த தொழிற்நுட்ப கலைஞர்களின் கூட்டிணைவின் தலைமை பொறுப்பாளராக மட்டுமே செயல்படுகிறார். ஆனால் மிகச் சிறந்த கலைஞர்களின் திரைப்படங்களில் இப்படி ஒவ்வொரு துறை சார்ந்தவர்களும் அப்படத்தின் கருத்திலை கூறுப் போடுவது எளிதாக நிகழாது. வழக்கமான திரைப்பட குழு செயல்படுகின்ற வெளியினூடாகவே அவர்களும் இயங்க வேண்டி இருக்கிறதென்றாலும், அவர்கள் தங்களது முழு முனைப்பையும் இவ்வாறு தங்களது கருத்தியல் சிதறடிக்கப்படுவதை தவிர்ப்பதிலேயே விழிப்புடன் செயல்படுகிறார்கள். தமது கருத்தியல் மற்றவர்களால் தீண்டடப்படாமல் பாதுகாக்கபடும் வரையில்தான் நம்மால் முழுமையடையும் திரைப்படத்தினை ஆர்வத்துடன் எதிர்பார்க்க முடியும்.

நான் திரைப்பட காட்சி பதிவுகளை இலக்கிய வடிவத்துடன் ஒப்பு நோக்க மாட்டேன். உண்மையில், திரைக்கதையை எவ்வளவு நேர்த்தியாக நம்மால் திரைப்பட தன்மையிலேயே எழுதப்படுகிறதோ, அதற்கு குறைவாகவே நாடகத் துறையைப்போல, அந்த திரைப்படமும் தம்மளவில் ஒரு இலக்கிய பிரதியைப்போல செழுமையுடன் உருவாகிக்கொள்ளும். அதோடு, யதார்த்தத்தில் எந்தவொரு திரைக்கதையும் இலக்கிய பிரதியுடன் ஒப்பிடக்கூடிய அளவில் எழுதப்படுவதில்லை என்பதை உணர்ந்தே இருக்கின்றோம்.

சில விவரிக்க முடியாத தருணங்களை தவிர, ஏன் இலக்கிய எழுத்தாளன் திரைப்படத்திற்கான எழுத்தினை எழுத முன்வருவதில்லை என்பதை என்னால் புரிந்துக்கொள்ள முடிவதில்லை. எழுத்தாளர் எழுத வேண்டும். அதனை காட்சிரீதியிலான கண்ணோத்தோடு அணுகுகிறவர் அதனை இயக்க வேண்டும். திரைப்படத்தின் நோக்கில் ஆராயும்போது, இயக்குனரே திரைப்படத்திற்கான இறுதி வடிவத்தை எழுதினாலன்றி அவரால் படப்பிடிப்பு காலக்கட்டத்தின்போது முழு ஆளுமையுடன் பங்காற்ற முடியாது.

ஆமாம். இயக்குனர் சமயங்களில் ஒரு எழுத்தாளரை தேடிச் செல்வது தொடர்ச்சியாக நிகழ்ந்துக் கொண்டுதான் இருக்கிறது. ஒரு திரைக்கதை எழுத்தாளராக தனக்குள்ள அனுபவங்களை வைத்துக்கொண்டு, இணை எழுத்தாளராக இயக்குனர் ஒரு இலக்கிய எழுத்தாளருடன் உடன் அமர்ந்து திரைக்கதை எழுதும்போதுதான் அந்த திரைப்படத்திற்கு ஒருவிதமான இலக்கியத்தன்மை கிடைக்கிறது. ஆனால், அந்த எழுத்தாளர் இயக்குனரின் கருத்துக்களுக்கு செவி சாய்ப்பவராகவும், அவரது சிறுசிறு ஆலோசனைகளையும் கருத்தில் கொள்கிறவராகவும், படைப்பூக்கத்துடன் திரைக்கதையின் செழுமையாக்குதலில் அதிக ஈடுபாட்டோடு பணியாற்றுகிறவராகவும் இருக்க வேண்டும்.

ஒரு காட்சி அதி அற்புதமான இலக்கிய கூறுகள் உள்ளடக்கியதாக எழுதப்பட்டிருந்தால், அது அவ்வாறாக உரைநடை வடிவத்திலேயே நிலைத்துவிடுவது மிகச் சிறப்பானது. ஒருவேளை இயக்குனர் அந்த இலக்கிய படைப்பாக்கத்திலிருந்து தமது திரைப்படத்தை உருவாக்க விரும்பினால், முதலில் தமக்கு தேவையான, உபயோகப்படும் வகையில் அதனை திரைக்கதை வடிவத்திற்கு உருமாற்றிக்கொள்ள வேண்டும். அந்த தருணத்தில், அது முற்றிலும் இலக்கிய எழுத்தின் மீது மீள் உருவாக்கம் செய்யப்பட்ட புதியதான திரைக்கதையாக உருவாகியிருக்கும்.

மாற்றி எழுதப்படுகின்ற திரைக்கதை, அந்த திரைப்படத்தினை

பற்றிய துல்லியமான அடித்தளத்தை உள்ளடக்கியதாக எழுதப்பட்டிருந்தால், அதில் என்னென்ன காட்சிகளை நாம் படம் பிடிக்க போகின்றோம் என்பதோடு அவை எவ்வகையில் படமாக்க போகின்றன என்பதயும் கொண்டிருக்க வேண்டும். இலக்கியத்தின் கூறுகள் எதுவுமில்லாத, கிட்டதட்ட முழுமையான திரைப்படத்தினை பற்றிய வரி வடிவமாக அந்த திரைக்கதை எழுதப்பட்டிருக்க வேண்டும். அவ்வாறாக, முழுமையாக தனது முதல் நிலை வடிவத்தை உதிர்த்து உருவாக்கப்பட்டிருக்கும் திரைக்கதையானது, அந்த திரைப்படத்தின் உருவாக்க வரலாற்றில் ஆர்வங்கொள்ளும் ஆய்வாளனுக்கு பயன்படக் கூடும். திரைக்கலை இயக்குனரின் கலை குறித்த ஆய்வினை மேற்கொள்ளும் ஒருவருக்கு இத்தகைய மாற்றத்திற்குள்ளாகும் திரைக்கதைகள் பயன்படலாம். ஆனால், இவைகளை இலக்கியம் என்று வரையறுக்க முடியாது.

திரைப்பட தயாரிப்பு பணிகளில் அமர்த்தப்படும் அவர்களது நம்பிக்கையுள்ள நபர்களுக்கு சமர்ப்பிக்கவும், அவர்களுக்கு நம்மீது ஒருவகையிலான பற்றுதலை உருவாக்கவும் இத்தகைய இலக்கிய குறிப்புகள் அமைந்த திரைக்கதைகள் உதவிக்கூடும். திரைக்கதை சிறப்பாக எழுதப்பட்டிருக்கிறது என்பதனாலேயே, அத்திரைப்படம் மிக தரமான முறையினில் உருவாக்கப்படும் என்பதில்லை. பல உதாரணங்களை நாம் வரலாறெங்கும் காண முடியும். இதை சொல்வதில் ரகசியங்கள் ஏதுமில்லை. இவ்வாறாக எழுதி நிறைவு செய்யப்படும் திரைக்கதையினை இயக்குனர் மீண்டும் அலசி ஆராய்ந்து திருத்தி எழுதி, உடன் பணியாற்றுகின்ற குழுவினை தனது விசையினில் உந்தி முன் செலுத்துவதோடு, அவர்களது திறனையும் முழுவதுமாக தனக்கேற்ற வகையில் பயன்படுத்திக் கொள்வதிலும்தான் அந்த படத்தின் வெற்றி அடங்கியிருக்கிறது. ஆம், நான் 'ஆட்டியர் சினிமா' என்ற வகையினை பற்றித்தான் குறிப்பிடுகின்றேன்.

எழுத்து நிலையில் இருக்கும்போது, நான் முழுமையான திரைப்படத்தினை எனது மனதினுள்ளாக ஓட்டிப் பார்ப்பேன். என்னால் அமைக்கப்படவிருக்கின்ற அரங்கு வரையிலும் முன்னதாக கற்பனை செய்து பார்த்துவிட முடியும். எனினும், தற்காலங்களில் நான் படப்பிடிப்பு தளத்தினில் காட்சியமைப்பை திட்டமிடுவதையே பெரிதும் விரும்பி மேற்கொண்டு வருகிறேன். படப்பிடிப்பு தளத்தில் நிலவுகின்ற வாழ்க்கை, அரங்குக்குள் அமைந்திருக்கும் சூழல், நடிகர்களின் மனநிலை ஆகியவை நமக்கு பல புதிய திறப்புகளை சாத்தியமாக்கலாம். வாழ்க்கை கற்பனையை விடவும் அலாதியானது. அதனால், நான் இப்போதெல்லாம், கதாப்பாத்திரங்களின் மனநிலையையும், யோசனைகளையும் முன்னதாகவே

திட்டமிடப்படுவதை மேலும் மேலும் உறுதியுடன் நிராகரித்து வருகிறேன். திறந்த மனதுடன் நிலக் காட்சிகளை கண்ணுறும் போக்கினை வளர்த்துக்கொள்ள வேண்டும். முந்தைய காலத்தில், என்னால் முழுமையான திட்டமிடல்கள் இல்லாமல் படப்பிடிப்பு தளத்தினுள் செயலாற்ற முடியாது. ஆனால், இப்போது நான் அத்தகைய முறை, கற்பனையின் எல்லைகளை ஒரு நிலையிலேயே தேக்கி வைத்திருக்கிறது என்பதோடு, மிகப்பெரிய தடைகளாக அவை விளங்குகின்ற என்பதையும் புரிந்துக்கொண்டேன். அதோடு முன் தயாரிப்புகளை தகர்த்தெரிய வேண்டிய கட்டாயமும் இருக்கின்றன.

"அந்த தேவாலயம் வெகு தொலைவில் இருப்பதாக நாங்கள் நினைத்திருந்தோம். அதோடு, நாங்கள் மிக சொற்ப தூரத்தையே கடந்திருப்பதை உணர்ந்திருந்தோம். மிக சில நிமிடங்களிலேயே நாங்கள் மார்ட்டின்வில்க் தேவாலயத்தின் முன்பாக நிறுத்தப்பட்டது எனக்கு பரவசத்தை உண்டாக்கியது. அடிவாரத்தில் நின்றபடி அந்த தேவாலயத்தை கண்ணுற்றபோது எனக்குண்டான உள கிளர்ச்சியை என்னால் புரிந்துக்கொள்ள முடியவில்லை. நான் ஏன் அவ்வகையில் கிளர்ச்சிக்குள்ளானேன் என்பதை புரிந்துக்கொள்ள நான் கடுமையான சிந்தனை கதியில் உழைத்தாக வேண்டும். என் மனதில் ஒலித்த 'சூரிய ஒளியினில் அமிழ்ந்து கரைதல்' எனும் சொற்றொடரை நான் எனக்குள் சேகரித்துக்கொள்ள வெண்டுமெனறு நினைத்தேன்.

செங்குத்தான மார்ட்டின்வில்க் தேவாலயத்தின் பின்புறத்தில் மறைந்திருக்கும் ரகசியத்தினை எனக்குள்ளாக சொல்லிக் கொள்ளாமலேயே, அந்த அலாதியான தருணத்தை அனுபவித்தபடி, எனக்குள் கிளைத்து ததும்பிய சொற்களை எழுதிட, அருகில் இருந்த மருத்துவரிடம் காகிதத்தையும், எழுதுகோலையும் எடுத்துவர சொன்னேன். சமநிலையற்ற நிலத்தில் குலுங்கியோடிக் கொண்டிருந்த குதிரை வண்டியினால் சிதறிக் கொண்டிருந்த எனது உள்ளுணர்வை குவித்து, அந்த பேருவகையான தருணத்தில் எனக்குள் தோன்றிய காட்சிகளை பதிவு செய்தேன்.

நான் எத்தனை பக்கங்கள் எழுதினேன் என்பதை கருத்தில் கொள்ளவில்லை. நான் எழுதி முடித்ததும், மருத்துவரின் பணியாளனன் கோழியை வைக்க பயன்படுத்தும் செவ்வக பெட்டியொன்றின் ஒரு மூலையை பார்த்தேன். எனக்குண்டான பரவசத்தில், நானேதான் அந்த கோழியெனவும் தற்போதுதான் முட்டையிட்டுவிட்டு, உச்சஸ்தாயியில் குரலெழுப்பி உரக்க பாடிக்கொண்டிருக்கிறேன் எனவும் கருதினேன்"

பிரெஞ்சு நாவலாசிரியரான மார்செல் ப்ரூஸ்ட் விவரிக்கும்

இத்தகைய உணர்வுநிலை மிரர் திரைப்படத்தை நிறைவு செய்தபோது எனக்குண்டானது. எனது நிம்மதியை குலைந்துக் கொண்டிருந்த மிக துன்பகரமான எனது சிறுவயது நினைவு சட்டென மறைந்தொழிந்து விட்டதாகவும், நான் பல வருடங்களுக்கு முன்பு வசித்த வீட்டினை குறித்து நான் அவ்வப்போது கண்டுவந்த கனவுகள் என்னிடமிருந்து உதிர்த்தோடி விட்டதைப் போலவும் நான் உணர்ந்தேன்.

திரைப்படமாக உருவாக்க வேண்டுமென நான் முடிவு செய்ததற்கு பல வருடங்களுக்கு முன்பாக, நான் சுயமாக வெளிப்படுகின்ற எனது நினைவுகளை காகிதத்தில் எழுதலாம் என்று நினைத்திருந்தேன். போர் காலத்தில் உருவான இடப்பெயர்வுகளையும், எனது பள்ளியில் இருந்த இராணுவ ஆலோசகர் ஒருவரையும் மையப்படுத்தி அந்த நினைவு கதைகள் நாவலின் தன்மையுடன் வளர்ந்துக் கொண்டிருந்தன. பின்னர் தான், அந்த நினைவுகள் மிகவும் பலவீனமாக இருப்பதை உணர்ந்து எனது எழுத்தினை கைவிட்டேன். ஆனால், அந்த நினைவுகள் தொடர்ந்து என் மீது அதிக அழுத்தத்தை உண்டாக்கியபடியே இருந்தது. மிரர் திரைப்படத்தில் ஒரு சிறிய பகுதியாக உருக்கொள்ளும் வரையிலும் அத்தகைய நினைவுகள் என்னை தொடர்ந்து இம்சித்தபடியே இருந்தன.

"A white, white day" என பெயரிடப்பட்டிருந்த மிரர் திரைக்கதையின் முதல் வடிவத்தை எழுதி முடித்ததும், மிக எளிமையான நினைவு தொகுப்புகளாக இல்லாமல், திரைப்படங்களின் வரையறைக்குள் அடங்காமல் வெகு தொலைவில் விலகி நிற்பதாக எனக்கு தோன்றியது. முழுக்க முழுக்க எனது சிறுவயது ஞாபகங்கள் பற்றிய சுய புலம்பலாகவும், அதீத துயரக் கதையாகவும் அது உருவாகியிருந்தது. நான் அவ்விதத்தில் அதனை எழுத வேண்டுமென்று கருதவில்லை. மிக மையமான சிக்கல் அதில் விடுபட்டிருப்பதை என்னால் எளிதாக உணர்ந்துக்கொள்ள முடிந்தது. இந்த திரைக்கதையின் அடுத்தடுத்த செயல்பாடுகளுக்கு பயன்படுத்தலாம் என நினைத்தபோது, அதில் ஆன்மா இல்லாமல் வெறும் சதைத்துணுக்கைப்போல இருந்தது அப்பட்டமாக தெரிந்தது. அதனால் வெறும் வார்த்தை முணுமுணுப்புகளாக அல்லாமல், தீவிர காட்சி மொழியினை அத்திரைக்கதை உள்ளடக்கியதாக அமைய நான் அதன் மையத்தை தேட வேண்டி இருந்ததை உணர்ந்துகொண்டேன்.

அதனால் திரைக்கதையின் இரண்டாவது வடிவத்தின் எழுத்து பணி துவங்கியது. நான் நிகழ்காலத்தில் தாயாருடன் நடந்துகொண்டிருக்கும் நேர்காணல் மாதிரியான உரையாடலுக்கும், சிறுவயது நினைவுகளுக்கும் ஊடாக மாற்றி மாற்றி பயணிக்க வேண்டுமென்று விரும்பினேன். இதன் மூலமாக, இரண்டு தலைமுறையை சேர்ந்தவர்களுடைய

(கதைச்சொல்லி மற்றும் தாயார்) நினைவுகளையும் ஒன்றுக்குள் மற்றொன்றை கரைத்து இருவருடைய உரையாடலையும் பிரிக்கவியலாதபடி பார்வையாளர்களுக்கு வழங்கலாம் என கருதினேன். இப்போதும் அவ்வகையில் திரைக்கதையினை அமைத்திருந்தால், அதன் முடிவுகள் அசாதாரணமான சோர்வுறாத பயனை அளித்திருக்கும் என்று நம்புகிறேன்.

ஆனால், அந்த வடிவத்தையும் நான் கைவிட்டுவிட்டேன் என்பதில் இப்போது வருத்தமேதுமில்லை. ஏனெனில், அவ்வடிவமும் மிக நேரடியாக, நுணுக்கமான கூறுகள் ஏதுமில்லாததாக தோன்றியது. அதனால் அவ்வாறாக தாயாருடன் நிகழும் நேர்காணல்களை தவிர்த்துவிட்டு, அதற்கு பதிலாக வேறு வகையிலான காட்சிகளை பதிவு செய்தோம். நான் நடிகர்களால் நடிக்கப்படுகின்ற காட்சிகளுக்கும், இணைக்கப்பட்டிருந்த ஆவணப்பட காட்சிகளுக்கும் சுயமாக ஒற்றுமை தன்னிச்சையாக குழுமியிருப்பதை துவக்கத்தில் உணர்ந்திருக்கவில்லை. அவை ஒன்றோடு ஒன்று உரசியபடியும், முரண்டுபட்டும் நேரிதிராக நின்றிருந்தது. அதனால், அவைகளை சம்பிரதாயமான திரைப்பட வடிவத்திற்கு கொண்டு வருவது படத்தொகுப்பாளருக்கு அறிவுப்பூர்வமான பயிற்சியாக இருக்கும் என கருதினேன்.

மூல கருத்துக்களின் மீது நயமாக பிண்ணப்பட்ட திரைப்படத்திற்கும் ஆவணப்படத்திற்கும் இடையில் நிலவிய போலியான உறவினை கையாளுவது படத்தொகுப்பாளருக்கு மிகச் சவாலான காரியமாகும். அவை இரண்டும் தமக்கேயுரிய தனித்துவமான கால அழுத்தத்தையும், காட்சி பதிவுகளையும், காலத்தையும் கொண்டிருக்கின்றன. ஒருபுறம், நிஜமான காலத்தில் பதிவு செய்யப்படுகின்ற காட்சிகள் மற்றொருபுறம் மீண்டும் நிகழ்த்தி படம்பிடிக்கப்படுகின்ற கதைச்சொல்லியின் நினைவுகளில் உறைந்திருக்கும் காலம். ஆனால், மொத்தமாக பார்த்தால், மீண்டும் சம்பிரதாயமான திரைப்பட வடிவத்தையே இதுவும் நினைவூட்டியது. இப்படி நிகழ்ந்ததில் மீண்டும் எனக்கு வருத்தமே உருவாகியது.

இப்படி கடந்தகாலத்திற்கும், நிகழ்காலத்திற்கும் இடையில் பயணிக்கும் கதை மீண்டும் சலிப்பூட்டுகின்ற செயற்கையான அமைப்பினையே கொண்டிருப்பதாக எனக்கு தோன்றியது.

என்னுடைய முடிவு என்பது, ஆவணப்பட காட்சிகளையும், நினைவுக்கதைகளுக்கு உருக்கொடுத்து படம்பிடிக்கப்பட்ட காட்சிகளையும் ஒருபோதும் இணைக்க சாத்தியமில்லை என்பதாகவே இருந்தது. ஆனால், மிரர் திரைப்படத்தில் அவ்வாறாக செய்திப்

படங்களாக சேர்க்கப்பட்ட காட்சிகளும், நடிகர்களை கொண்டு உருவாக்கப்பட்ட காட்சிகளும் நயமாக ஒருவித சந்தத்துடன் மிக இயல்பாக தமக்குள் பிணைந்துக்கொண்டன. எனக்கு நன்றாக நினைவிருக்கிறது, சிலர் அவ்வாறு நாங்கள் படத்துடன் இணைத்திருந்த அசலான செய்திப் படங்களை, நாங்கள் மீண்டும் துல்லியத்துடன் எங்களது கேமிராவினூடாக மீள் உருவாக்கம் செய்திருக்கிறோம் என சிலாகித்து பேசினார்கள். ஆவணப்பட காட்சிகள் படத்தின் முழுமையில் ஆக்கப்பூர்வமாக பங்களிப்பை ஆற்றியிருந்தது.

இத்தகைய வரவேற்பு, நான் கண்டுபிடித்திருந்த சரியான அலசான காட்சிகளினால்தான் சாத்தியமாகியது. நான் பல மீட்டர் நீளத்திற்கு சுருண்டு கிடந்த பிலிம்களை பார்க்க வேண்டியிருந்தது. சோவியத் ராணுவத்தினர் சிவாஷ் நதியை கடக்கும் காட்சிப் பதிவுகள் அவை. மிகப்பெரிய தாக்கத்தை எனக்களித்த காட்சிப் பதிவுகள் அவை. அவ்வாறான காட்சிப் பதிவுகள் எதனையும் அதற்கு முன்பு நான் பார்த்ததேயில்லை. அதில் பெரும்பாலானவை, மோசமான பிலிம் சுருள்களில் பதிவு செய்யப்பட்டிருந்தன. அதோடு, இராணுவ திட்டமிடல்களே பெரும்பாலும் பதிவு செய்யப்பட்டிருந்தன. உண்மை அதில் மிகக் குறைவாக பதிவாகியிருந்தது. என்னை சுற்றி குவிந்திருந்த பிலிம் சுருள்களால் நான் சோர்வுக்குள்ளாகியிருந்தபோது, திடீரென எனது கவனத்தை வரலாற்றின் மிக முக்கியமான நாடகீய தருணமான 1943-ன் சோவித் இராணுவத்தின் முன்னகரும் காட்சிகள் ஈர்த்தன. அதுவொரு தனித்துவமான காட்சிப்பதிவு. அந்த நிகழ்வை முழுமையாக இடைவெட்டிலாமல் ஒருவர் படம் பிடித்திருக்கிறார் என்பதே எனக்கு மிகப்பெரிய ஆச்சர்யத்தை கொடுத்தது. அந்த கேமிராவை இயக்கியவர் திறன் வாய்ந்தவராக இருக்க வேண்டும். அந்த காட்சியில், மனிதர்கள் வெறும் கையுடன், முகத்தில் அச்சத்தின் ரேகைகள் உறைந்திருக்க, வரலாற்றின் துன்பகரமான துர்சம்பவமொன்றின் சாட்சியங்களாக நடந்துக் கொண்டிருந்தார்கள். என்னுடைய வெற்று நினைவு குமுறல்களின் தொகுப்பாக நான் எழுதி வைத்திருந்த திரைக்கதையின் மையம் இந்த காட்சிப்பதிவில் நிலைக்கொண்டிருப்பதை நான் உடனடியாக உணர்ந்துகொண்டேன். எனது திரைக்கதையில் இல்லாதிருந்த ஆன்மா அதில் பொதிந்திருந்தது.

எனது படத்தில் இப்படித்தான் பெரும் துயரை சுமந்து வரும் படையினரின் காட்சி பதிவாகியது. அதோடு, அதுநாள்வரையில் எனக்குள் நான் சுமந்துக்கொண்டிருந்த, எனக்குள் தகித்துக்கொண்டிருந்த, எனக்குள் பிரசவித்திருந்த துயரம் திரையினில் வெளிப்பட்டிருந்தது. (உண்மையில், இந்த காட்சியினை திரைப்படத்திலிருந்து நீக்க வேண்டுமென அதிகாரிகள் என்னிடம் கோரிக்கை வைத்தார்கள்)

வரலாற்றின் முன்னேற்ற கால நிலைகளில் உண்டாகின்ற துயரத்தை, அத்தகைய காலகட்டத்தின் வரலாற்று சாட்சியங்களாக, வலிகளை தமக்குள் ஏந்தி சுமக்கின்ற அசலான மனிதர்களை பற்றிய காட்சியே அது. அத்தகைய துயரங்களை பொருளற்ற அபத்தமான தருணங்களென்று கருதுவது சாத்தியமில்லாதது. நித்தியத்துவத்தைப் பற்றி பேசும் அக்காட்சியினில் ஆர்செனி தார்கோவ்ஸ்கியின் கவிதை ஒன்றினை பிண்ணனியில் ஒலிக்க செய்வதன் மூலமாக, அக்காட்சியின் முழுமையான நோக்கத்தினை என்னால் நிறைவு செய்ய முடிந்தது. இறுக்கமான உணர்வுகளை பார்வையாளர்களிடம் கடத்தும் வகையில் போர்கால காட்சிப் பதிவுகள் படம் பிடிக்கப்பட்டிருந்தன. திரையில் அக்காட்சி இடம்பெற்றதன் மூலமாக, வரலாறு வளர்த்தெடுக்கப்படும் காலகட்டத்தில் நிலவிய வாழ்க்கை தருணங்களை துல்லியத்துடன் பதிவு செய்துவிட்ட திருப்தி எனக்குண்டானது. வரலாற்றின் திருப்புமுனைக்காக பதிலீடு செய்ய முடியாத தியாகத்தினை செய்திருக்கும் அத்தகைய மனிதர்களுக்கு நாயகத் தோற்றத்தினை அக்காட்சிகள் திடீரென உருவாக்கிவிட்டன.

அந்த காட்சிகள் உங்களது ஆன்மாக்களை உலுக்கியதன் காரணம், அவர்கள் துயத்தை ஏந்திக்கொண்டு உங்களை நெருங்கி நடந்து வருகின்ற அசலான எளிய மனிதர்கள். அகண்ட வானக்கூரையின் கீழே தரையில் தவழ்ந்து ஊடுருவும் மனிதர்கள், ஈர மணலில் முழங்கால் புதையுண்டிருக்கும் மனிதர்கள், கண்ணுக்கு எட்டிய தொலைவிற்கு நீளும் சதுப்பு நிலத்தில் எவ்வித முடிவினையும் உணர்ந்திராமல் நடந்துக்கொண்டிருக்கும் மனிதர்கள். அவர்களில் எவரேனும் உயிர் தப்பியிருப்பார்களா என்பது நமக்கு தெரியாது. முழுமையாக படம் பிடிக்கப்பட்டிருந்த அத்தருணங்களின் காட்சி பதிவுகள் நமக்குள் ஆழமான உணர்வு நிலைகளுக்குள் நம்மை அமிழ்த்தக்கூடிய தன்மையை கொண்டிருக்கிறது. பின்னர்தான், தன்னை சுற்றி நிகழ்ந்துக்கொண்டிருக்கும் அந்த கோர காட்சிகளை கேமிராவில் பதிவு செய்துகொண்டிருந்தவர் அன்றைய தினத்திலேயே கொலை செய்யப்பட்டிருக்கிறார் என்பதை தெரிந்துக்கொண்டேன்.

எங்களிடம் நானூறு மீட்டர் பிலிம் மட்டுமே கைவசம் இருந்தது. அதாவது, திரையில் 13 நிமிடங்கள் அளவுக்கு ஓடக்கூடிய காட்சிகள். ஆனால், இன்னமும் படம் நிறைவடைந்திருக்கவில்லை. கதைச்சொல்லி குழந்தை பருவ நினைவுகளையும் தீர்மானித்து, படம் பிடித்துவிட்டோம். ஆனால், ஒரு நிறைவான முழுமையான திரைப்படமாக இன்னமும் மிரர் உருவாகாமல் இருந்தது.

இன்றைய வடிவத்திற்கு திரைப்படம் உருவானத்தற்கு கதைச்சொல்லியின் மனைவியை கதையினுள்ளாக

அறிமுகப்படுத்தியதுதான் காரணம். கருவாக முதல்முதலில் உதித்தபோதோ, அல்லது எழுதப்பட்ட திரைக்கதைகளிலோ கதைச்சொல்லியின் மனைவியின் கதாப்பாத்திரம் உருவாக்கப்படவில்லை.

எங்களுக்கு மார்கரிட்டா தெரகோவா ஏற்று நடித்திருந்த தாயார் கதாப்பாத்திரத்தை மிகவும் பிடித்திருந்தது என்றாலும், அவர் நடிக்கும் காட்சிகள் படம்பிடிக்கப்பட்ட அனைத்து தருணங்களிலும், அவரது முழு திறனை பயன்படுத்திக்கொள்ள முடியத வகையில் மூல திரைக்கதையில் இடமில்லாமல் இருப்பதை நொந்துக்கொண்டோம். அதனால், திரைக்கதையை மீண்டும் திருத்தி சில காட்சிகளை புதிதாக எழுதினோம். இப்போது நாங்கள் மனைவி கதாப்பாத்திரத்தையும் தெரகோவாவுக்கே கொடுத்திருந்தோம். அதன்பிறகே, எங்களுக்கு கதைச்சொல்லியின் முன்கதையினையும், நிகழ்காலத்து கதைகளையும் ஒன்றுடன் ஒன்றை பிணைந்து நேர்கோட்டு பாணியில் இல்லாமல், நிகழ்வுகளை முன்னும்பின்னுமாக வருவதைப்போல படத்தொகுப்பின்போது கோர்க்கலாம் என்ற யோசனை உண்டானது.

என்னுடன் சேர்ந்து திரைக்கதை எழுதிய அலெக்ஸாண்டர் மிஷாரினிடமிருந்து துவங்குகிறேன். நாங்கள் இருவரும் காட்சிரீதியிலான அழகியல் மற்றும் கலைத்தன்மையின் அறம் குறித்து எங்களது இருவரின் பார்வையினையும் நீண்ட நேரம் விவாதித்து அதனை தொகுத்துக் கொண்டோம். இது நல்ல பயன் கொடுத்தது. நிறைவு செய்யப்பட்ட திரைப்படத்தில் அதன் பிரதிபலிப்புகளை உங்களால் உணர முடிகிறது என்று நம்புகிறேன்.

மிரர் திரைப்படத்தின் இவ்வாறான உருவாக்க முறை எதனை விளக்குகிறதென்றால், நாம் அந்த திரைப்படம் உண்மையில் நிறைவு கொண்டுவிட்டது என்பதை உணரும் வரையில் நம்மால் அதில் தளர்வுகளையும், சிற்சில மாற்றங்களை தொடர்ச்சியாக செய்துக்கொண்டிருக்க முடியும். திரைக்கதை என்பது உருவாக்க முறையின் வரி வடிவத்தை கொண்டிருந்தாலும், நாம் பயணிக்க வேண்டிய திசையின் வழியாக நம்மை உந்தி முன் செலுத்துகிறது என்றாலும், படமாக்கல் காலகட்டத்தில் அது முற்றிலும் மாறுதலுக்கு உட்பட்டே வருகிறது. நிறைவு செய்யப்பட்ட திரைப்படத்தில், துவக்கத்தில் எழுதிய எதுவொன்றையும் என்னால் அடையாளங் காண முடியவில்லை.

எனது செயல்பாட்டு முறையினை விளங்கிக்கொள்ள வேண்டுமென்றால், மிரர் திரைப்பட உருவாக்கத்தை ஆழ்ந்து கவனித்தால் போதுமானது. திரைக்கதையை ஒரு அமைப்புக்குள்

ராம் முரளி 29

கொண்டுவருவதும், அதனை வளர்த்து படம் பிடிப்பதும், செறிவாக்குவதும் படப்பிடிப்பு காலகட்டத்தில்தான் பெரிதும் நிகழ்கிறது. என் துவக்க கால திரைப்படங்களின் திரைக்கதைகள் முன்னதாகவே நேர்த்தியாக திட்டமிட்டுவிடுவேன். ஆனால் மிரர் திரைப்படத்தை துவங்கியபோது, முன் திட்டமிடல்கள் எதுவும் இருக்க வேண்டாமென்று தீர்மானித்தோம். படம் பிடிக்கும் பணிகளை முழுமையாக நிறைவு செய்ததற்கு பின்னரே அதனை ஒரு வடிவத்திற்குள் கொண்டு வருவதை பற்றிய சிந்திக்கலாம் என்றும் முடிவு செய்திருந்தோம். எவ்விதமான சூழ்நிலையில் திரைப்படம் தனது வடிவத்தை தானே வரித்துக் கொள்கிறது என்பதை உணர இத்தகைய முறை அவசியப்பட்டது. அதாவது, நாங்கள் உருவாக்கிய அரங்குகள், படப்பிடிப்புக்கு தேர்வு செய்திருந்த இடங்கள், நடிகர்கள் வெளிப்படுத்திய உணர்வுகள் மற்றும் நேர்த்தியாக படம் பிடிக்கப்பட்ட காட்சிகளின் மூலமாக எவ்வாறு தனக்குரிய வடிவத்திற்கு திரைப்படம் உருக்கொண்டுவிடுகிறது என்பதை உணர்ந்துக்கொள்ளவே.

நாங்கள் திட்டவட்டமான எந்த முன் தீர்மானங்களையும் காட்சிரீதியிலாக கொண்டிருக்கவில்லை. எங்களது கவனம் முழுவதும் துல்லியமான சூழலை உருவாக்குவதிலும், நடிகர்களிடம் அவசியமான உணர்வுகளை வெளிப்படுத்த செய்வதிலுமே குவித்திருந்தோம். நான் எதையேனும் முன்னதாகவே கருத்தில் கொண்டிருந்தேன் என்றால், அது கதாப்பாத்திரங்களின் அகவய உணர்ச்சிகளையும், படம் பிடிக்கப்போகிற காட்சியில் தேவைப்படும் உள்ளார்ந்த பதற்றத்தையும் மட்டும்தான். ஆனால், எனக்கு அப்போதும் என்னவிதமாக அது உருக்கொள்ளப்போகிறது என்பது தெரியாது. நான் படப்பிடிப்பு தளத்திற்கு சென்ற பிறகுதான், அதனை எவ்விதமாக வெளிப்படுத்த வேண்டுமென்பதை உணர்ந்துக்கொள்வேன். எனக்கு தெளிவு கிடைத்ததும், உடனடியாக படப்பிடிப்பினை துவங்கிவிடுவேன்.

மிரர் திரைப்படம் வீடொன்றை பற்றியதும்கூட. அந்த வீட்டில்தான் கதைச்சொல்லி தனது சிறுவயது தினங்களை கழிந்திருக்கின்றான். ஒதுக்குப்புறமான அமைந்திருக்கும் அவ்வீட்டில்தான் கதைச்சொல்லியின் தாய் தந்தையர் வாழ்ந்திருக்கிறார்கள். அந்த கட்டிடம் பல வருடங்களாக, பல்வேறு சூரையாடல்களுக்கும், மறு சீரமைப்புக்கும் உள்ளாகியிருக்கிறது. பலமுறை அதன் முந்தைய கால வடிவமைப்பை ஒத்த தோற்றத்தில் புகைப்படங்களின் உதவிகொண்டு மீட்டுருவாக்கம் செய்யப்பட்டிருக்கிறது. அதனால் இது நாற்பது வருடங்களுக்கு முன்பு எவ்வாறு இருந்ததோ அதேப்போல இப்போதும் இருந்துக்கொண்டிருந்தது. எனது தாயார் தனது இளமையை செலவிட்டிருந்த அவ்வீட்டிற்கு அவரை நான் அழைத்துச்

சென்றேன். இவ்விதமாகத்தான் வெளிப்படும் என நான் எண்ணியிருந்த எனது தாயாரின் உணர்ச்சிகள், எனது எதிர்பார்ப்புகளையெல்லாம் கடந்து வெகு தூரம் சென்றுவிட்டிருந்தது. அவர் தனது கடந்து காலம் மீண்டும் உயிர்கொண்டு எழுந்ததைப்போல அவ்விடத்தில் உலவினார். அவரது ஆழ்மனதில் ஒடுங்கிப்போயிருந்த உணர்வுகள் அவ்வீட்டினுள் மீண்டும் சிலிர்த்துக்கொண்டு எழுந்தன. அக்கணத்தில்தான் நாங்கள் சரியான திசையில் நகர்ந்துகொண்டிருக்கிறோம் என்பதை நான் புரிந்துக்கொண்டேன்.

எங்களது வீட்டிற்கும், பக்கத்துக்கு கிராமத்திற்கு எஙகளை அழைத்துச் செல்லும் சாலைக்கும் இடையில் கோதுமை வளர்ந்திருந்தது. அது அறுவடை காலத்தில் மிக அழகாக காட்சியளிக்கும். வீட்டை சுற்றிலும் பூத்திருந்த வெண்ணிற பூக்கள், பரந்து விரிந்த பனி படலமொன்றைப்போல என் நினைவுகளில் தனித்துவமான அக்காட்சிகள் ஆழப் பதிந்திருக்கின்றன. நாங்கள் மீண்டும் படப்பிடிப்புக்காக அங்கு சென்றபோது, கோதுமை வயல்களை எங்களால் பார்க்க முடியவில்லை. காலத்தால் அவை அரித்துச் செல்லப்பட்டுவிட்டன என அங்கிருந்தவர்கள் எங்களிடம் தெரிவித்தார்கள். நாங்கள் மீண்டும் அதனை படப்பிடிப்புக்காக பயிரிட்டு வளர்க்க முடியுமா என கேட்டோம். அதனை மறுத்த அவர்கள், கோதுமைகளை அவ்விடத்தில் பயிரிட்டாலும் இனி அவை முளைக்க சாத்தியமில்லை என்று சொல்லிவிட்டார்கள். நிலம் பாழ்பட்டுவிட்டது என்று தெரிவித்தார்கள். அதனால், எங்களது சுய ஏற்பாட்டின்படி அவ்விடத்தை வாடகைக்கு எடுத்து, மீண்டும் கோதுமை பயிர்களை விதைத்தோம். அவ்வூர் மக்கள் அதிசயித்துப்போகும்படி சில நாட்களிலேயே கோதுமை வயல்களை அவ்விடத்தை செழிப்புற வளர்ந்து நிரம்பின. எங்களது நம்பிக்கையின் மீது கிடைத்த பயனாகவே நாங்கள் இதனை கருதிக்கொண்டோம். நினைவுகளைப் பற்றிய பிரத்யேக கூறுகளை எங்களிடம் இந்த நிகழ்வு சொல்வதாக எனக்குப்பட்டது. காலத்தை கடந்தும் நிழல்களாகவேனும் ஊடுருவி வெளிக்கிளம்ப கடந்த காலத்தால் முடியுமென்பதை உணர்த்துவதாக நாங்கள் இதனை எடுத்துக்கொண்டோம். மிகச் சரியாக, மிரர் திரைப்படத்தின் கருத்துக்களும் இதனையே பிரதிபலிக்கின்றன.

ஒருவேளை அந்த பயிர்கள் முளைக்காமல் இருந்திருந்தால், திரைப்படத்திற்கு என்ன நேர்ந்திருக்கும் என்பதை என்னால் அருதியிட்டு கூற முடியவில்லை. முதல் வெள்ளை பூ துளிர்த்த தருணத்தை என்னால் ஒருபோதும் மறக்கவியலாது.

மிரர் திரைப்படத்தில் வேலை செய்துக்கொண்டிருந்தபோது நான்

உணர்ந்துகொண்டது என்னவென்றால், நீங்கள் உங்களது படைப்பை அதிக நேர்மையுடனும், தீவிரத்துடனும் அணுகுகிறீர்கள் என்றால், அந்த படைப்பு உங்களது படைப்பாக்க வாழ்க்கையில் மற்றொரு பிரதியாக மட்டுமே எஞ்சிவிடாமல், உங்களது வாழ்க்கையின் ஒரு பகுதியாகவே அது மாறிவிடுகிறது என்பதைத்தான். இந்த திரைப்படத்தில்தான் தொழிற்நுட்ப சாதனங்களின் உதவிகொண்டு வெறும் ஜடப்பொருளாக அதனை உருவாக்கிடாமல், எனது வாழ்க்கையில் நான் மிக உன்னதமான தருணங்களென்று கருவதையெல்லாம் பேச முடிந்திருக்கிறது என்பதை புரிந்துக்கொண்டேன்.

உண்மையை சொல்லவேண்டுமென்ற நோக்கத்தை தவிர, வேறெந்த உள்ளார்ந்த பொதித்து வைக்கப்பட்ட அர்த்தங்களையும் இந்த திரைப்படம் கொண்டிருக்கவில்லை என்பதை மக்களிடம் சொல்ல, நான் அதிக சிரமப்பட வேண்டியிருந்தது. என்னுடைய தெளிவுரைகள் அதிக அவநம்பிக்கையுடன் அனுகப்பட்டு அதீத கோபத்தை மூட்டிய தருணங்களும் உண்டு. சிலருக்கு நிறைய தேவையிருந்தது. குறியீடுகளையும், உள்ளாந்த அர்த்தங்களையும் நான் விளக்கிச் சொல்ல வேண்டுமென்று தொடர்ந்து என்னை சீண்டியபடியே இருந்தார்கள். அவர்கள் திரைப்பட கவித்துவ காட்சியமைப்புகளை எதிர்கொள்ள பழகியிருக்கவில்லை. இது எனக்கு மிகுந்த வேதனை அளித்தது. எனது துறையை சார்ந்த சிலரே, என்னை மிகவும் அகந்தை பிடித்தவன் என்று சொல்ல ஆரம்பித்துவிட்டார்கள்.

இறுதியில், நாங்கள் நம்பிக்கையின் மூலமாகவே இதிலிருந்து மீண்டெழுந்தோம். பார்வையாளர்களுக்கும் எங்களவில் இந்த திரைப்படம் முக்கியமானதாக இருக்கும் என கருதியே எங்களை நாங்கள் மீட்டுக் கொண்டோம். இந்த திரைப்படம் எனக்கு மிகவும் விருப்பத்திற்குரிய, எனக்கு அதிக நெருக்கமாக இருந்த மனிதர்களின் வாழ்க்கையினை மீள் உருவாக்கம் செய்யும் நோக்கிலேயே உருவாக்கப்பட்டது. ஒரு தனி மனிதன் தனது குடும்பத்துக்கு திருப்பி தரவியலாத தினங்களை பற்றி அவஸ்தைக்குள்ளாகும் கதையினையே சொல்ல விழைந்தேன். அந்த மனிதருக்கு அரசு எதைக்கொடுத்தும், அவர் தனது குடும்பத்தாருக்கு செலவிட முடியாமல் போன தினங்களை சமன் செய்ய முடியாது. அவர் தனது குடும்பத்தை அதிகளவில் நேசிக்கவில்லை என கருதுகிறார். இந்த எண்ணம் அவரது கட்டுறுதியை குலைக்கிறது. அவரை சுய இயல்புகளோடு இருக்க அனுமதிக்க மறுக்கிறது.

நீங்கள் இத்தகைய அதி அற்புத தருணங்களை பற்றியெல்லாம் பேச துவங்குகிறீர்கள் என்றால், உடனடியாக பார்வையாளர்கள் இதனை

எவ்வாறு உள்வாங்கிக்கொள்ள போகிறார்கள் என்பதை ஆர்வத்துடன் எதிர்நோக்க துவங்கிவிடுவீர்கள். அவர்களுக்கு இதனையெல்லாம் தெளிவுற விளக்குவதில் அதிக கவனம் செலுத்த வேண்டும். அதனால், எதிர்கால பார்வையாளர்கள் இந்த திரைப்படத்தை எப்படி உள்வாங்கிக் கொள்வார்கள் என்பதைப் பற்றி கவலைகொண்டிருந்தோம். எனினும், எங்களது படைப்பு கவனிக்கப்படும் என்பதில் அசூரத்தனமான நம்பிக்கை எங்களிடமிருந்தது.

மிரர் திரைப்படம் என்னைப் பற்றி பேசுவதாக அர்த்தப்படுத்திக்கொள்ளக் கூடாது. அது எனது நோக்கமும் அல்ல. மிரர் திரைப்படம் நான் பிரியங்கொண்டிருந்த மனிதர்களின் மீதான எனது பேரன்பும், அவர்களுடனான எனது இணக்கமான உறவுநிலைகளும், அவர்களின் மீது நான் கொண்டிருந்த கருணையுணர்வும், இன்னும் நிறவடையாமல் இருக்கும் எனது எஞ்சிய வாழ்க்கைப் பாடுகளையும் பற்றியது.

கதைச்சொல்லிக்கு அவனுக்குள் சுமந்துக்கொண்டிருக்கும் கடந்த கால நினைவுகளின் அதீத மன நெருக்கடி, அவரது இறுதி காலம் வரையிலும் பின்தொடர்ந்து ஒருவித ஏமாற்றத்தையும், ஏக்கத்தையும் அவருக்கு கொடுத்தபடியே இருக்கிறது.

நீங்கள் ஒரு நாடகத்தின் வரி வடிவத்தை படிக்கின்றபொழுது, அது என்ன சொல்ல வருகின்றது என்பதனை முழுமையாக உணர்ந்துக்கொள்ள முடியும். பல கலைஞர்கள் அதனை பல்வேறு விதங்கள் பகுத்தாய்ந்து வெவ்வேறு வடிவங்களில் உருவாக்கினாலும்கூட, அதன் மைய கரு ஒருபோதும் அறுபடாமல் அதனுள் தங்கியிருக்கும். ஆனால், ஒரு திரைப்படத்தின் காட்சிரீதியிலாக எழுதப்பட்டிருக்கும் வரி வடிவத்தை படித்து அவ்வாறு உங்களால் அதன் மையத்தை தொட்டுவிட முடியாது. காட்சி விவரிப்பு திரைப்படத்தில் மடிந்துவிடுகிறது. சினிமா இலக்கியப் பிரதிகளில் இருந்து வசனங்களை தனக்கேற்ற வகையில் பயன்படுத்திக் கொள்ளலாம். ஆனால், அதற்காக, இலக்கியப் பிரதியுடன் திரைப்படத்தை ஒப்பிடுதலாகாது. மேடை நாடகத்தை இலக்கியத்தின் அங்கமென வரையறுக்கலாம். ஏனெனில், அதில், கதாப்பாத்திரங்களின் தன்மைகளையும், குணநலன்களையும் வசனங்களின் மூலமாகவே நம்மால் வெளிப்படுத்த முடியும். அந்த வசனங்களும் இலக்கியத்தன்மையிலேயே எழுதப்பட்டிருக்கும். ஆனால், சினிமாவில் வசனமென்பது அதன் உள்ளடக்கத்தில் ஒரு சிறு பகுதி மட்டுமே. திரைக்கதை எழுத்தில் ஏதேனும் இலக்கிய அபிலாஷகள் பங்குகொண்டிருக்குமேயானால், முதல் வேலையாக அதனையெல்லாம் திருத்தி எழுதி, திரைப்பட உருவாக்கத்திற்கு ஏற்ற செறிவான

வகையில் அதனை மாற்றியமைக்க வேண்டும். திரைப்படம் முழுமையடைந்ததற்கு பிறகு காகிதத்தில் எஞ்சியிருப்பது என்னவென்றால், வெற்று குறிப்புகளும், திரைப்படமாக்க சூழலில் பிரயோகிக்கப்பட்ட குறிப்புகளும்தான். அதில் இலக்கியத்திற்கான தன்மைகள் துளியும் இருக்காது. கண் பார்வையற்றவனால்தான் அதனை இலக்கியம் என வரையறுக்க முடியும்.

(ஆந்த்ரேய் தார்கோவஸ்கியால் எழுதப்பட்ட 'Sculpting in time' புத்தகத்தில் இடம்பெற்றுள்ள Scenario and Shooting Script எனும் கட்டுரையின் தமிழாக்கம் இது)

★★★

தார்கோவஸ்கியை பற்றி பெர்க்மன்

தார்கோவஸ்கியின் முதல் திரைப்படத்தைப் பற்றிய எனது கண்டுப்பிடிப்பு ஒரு அற்புதமான நிகழ்வை ஒத்தது. அப்போது, நான் ஒரு அறை கதவின் முன்னால் நின்றுக்கொண்டிருப்பதைப்போல உணர்ந்தேன். ஒருபோதும் எனக்கு சாவி கிடைத்திராத ஒரு அறை கதவின் முன்னால் நின்றிருப்பதாக உணர்ந்தேன். நான் எப்போதுமே நுழைய விரும்பிய அறை அது. தார்கோவஸ்கி அதனுள் வெகு லாவகமாகமும், சுதந்திரமாகவும் அந்த அறையினுள் உலவிக்கொண்டிருந்தார்.

பெரும் நம்பிக்கையையும், கிளர்ச்சியையும் தார்கோவஸ்கியின் திரைப்படம் எனக்களித்தது. நான் எப்போதும் செய்ய விரும்பிய, ஆனால் அதனை செயல்படுத்தும் முறையை அறியாதிருந்த ஒன்றை தார்கோவஸ்கி தனது திரைப்படத்தில் வெளிப்படுத்தியிருந்தார்.

தார்கோவஸ்கி என்னளவில், வாழ்வை கனவுப்போலவும், வாழ்வை பிரதிபிம்பமாகவும் பதிவு செய்து திரைப்படக் கலைக்கு அதிக நேர்மையாக பங்காற்றிய, திரைப்படத்திற்கென்று புதிய மொழியை உருவாக்கிய மிகச்சிறந்த இயக்குனர் ஆவார்.

பெர்க்மேன் ஒரு சிக்கலுக்கு தீர்வு காண்கிறார்

உடனடியாக எனக்கு ஒரு தீர்வு கிடைத்தது. டிராக்கிங் ஷாட். நடிகர்களை சுற்றி கேமராவை நகர்த்திச் செல்வது. தார்கோவஸ்கி எல்லா காட்சிகளிலும் கேமராவை நகர்த்திச் செல்கிறார். அவரது கேமரா எல்லா திசைகளிலும் பறக்கிறது. இது ஏற்றுக்கொள்ள முடியாத உத்தி என்றே கருதுகிறேன். ஆனாலும், இந்த உத்திதான் என்னுடைய சந்தேகத்தை தீர்த்து வைத்தது. காலம் நகர்ந்துக்கொண்டே இருக்கிறது.

(தன்னுடைய "மேஜிக் லேட்டடர்ன்" புத்தகத்தில்)

திரைப்படக் கலையைப் பற்றி பெர்க்மேன்

சினிமாவென்பது ஆவணம் அல்லாததால், அது ஒரு கனவென்று பொருள்கொள்ளப்படுகிறது. அதனால்தான் தார்கோவஸ்கி மிகச்சிறந்த இயக்குனராக கருதப்படுகிறார். கனவுகள் குவிந்திருக்கும் அறையினுள் தார்கோவஸ்கி மிக இயல்பாக உலவுகிறார். அவர் எதையும் விளக்குவதில்லை. ஏன் அவர் விளக்கிக்கொண்டிருக்க வேண்டும்? அவர் ஒரு பார்வையாளர். ஊடகத்தின் மூலமாக, தனது விருப்பத்தை தார்கோவஸ்கி அரங்கேற்றுகிறார். தார்கோவஸ்கி மிக எளிதாக நுழைந்து உலவும் அறைக் கதவின்மீது நான் என் வாழ்நாள் முழுவதும் முட்டி மோதிக்கொண்டிருக்கிறேன். மிகச்சில தருணங்களில் மட்டுமே அந்த அறையினுள் ஊர்ந்து சென்றிருக்கிறேன். சுய பிரக்ஞையுடன் நான் மேற்கொண்ட அத்தனை முயற்சிகளும் இறுதியில் அனுதாபத்திற்குரிய வகையில்தான் முடிந்திருக்கின்றன.

ஃபெலினி, குரோசாவா, புனுவல் ஆகியோர் தார்கோவஸ்கி பயணித்த பாதையை சேர்ந்தவர்களே. அந்தோணியோனியும் இவர்கள் பாதையை நோக்கி சென்றவர்தான் என்றாலும், சுய உளைச்சலின் காரணமாக விரைவாகவே அவர் இறந்துவிட்டார். மெல்லிஸ் எப்போதும் அவர்களின் பாதையில் இருப்பவர்தான் என்பதில் துளி சந்தேகமும் இல்லை. மெல்லிஸ் தொழிற்முறையில் ஒரு மாயாஜால நிபுணர் ஆவார்.

(தன்னுடைய "மேஜிக் லேட்டர்ன்" புத்தகத்தில்)

★★★

இயற்கையை புறக்கணித்து எந்தவொரு மனித உயிரும் ஜீவித்திருக்க முடியாது - ஆந்த்ரேய் தார்கோவஸ்கி

ரஷ்ய திரைப்பட மேதை ஆந்த்ரேய் தார்கோவஸ்கி, திரைப்பட உருவாக்கத்தில் பல புதிய வழிமுறைகளை தோற்றுவித்தவர். இவரது பாணியை பின்பற்றியவர்கள் தார்கோவஸ்கியன் மரபினர்கள் என்றே அழைக்கப்படுகிறார்கள். மனிதயுயிர்கள் உலகில் படைக்கப்பட்டதன் நோக்கம் குறித்த கேள்வியினை எழுப்புவதற்காகவே தனது திரைப்படங்கள் உருவாக்கப்படுகின்றன என்று சொல்லும் இவர், இசை ஓவியம் சிற்பம் முதலான மிக புராதன கலை வடிவங்களின் வரிசையில் திரைப்படங்களும் இணைக்கப்பட வேண்டுமென கருதினார்.

கட்டுமான பணியினை ஒத்த திட்டமிடல்களோடு அனுகப்படும் திரைப்பட பாணியை புறந்தள்ளி உள்ளுணர்வின் விசையில் இயக்கம்பெற்று உயிர்ப்பித்திருந்தன இவரது திரைப்படங்கள். பட்டுப்போன மரமொன்று என்றாவது ஒரு நாளில் உறுதியாக துளிர்க்கும் என்ற நம்பிக்கையின் பேரில் தினசரி அதன் வேரில் நீர் பாய்ச்சும் ''சேக்ரிபைஸ்'' திரைப்படத்தில் இடம்பெறும் காட்சியினை போலவே, இவரது திரைப்படங்களும் மனிதர்களிடத்தில் நிலவும் இயற்கையை வெற்றிக்கொள்ளும் வெறியினை கலைத்து, இயற்கையையும், அதன் படைப்பாக்க மாயையையும் நேசித்து தொழுதிட வேண்டுமென்ற நம்பிக்கையினை விதைக்கும் முனைப்பில் உருவாகப்பட்டிருந்தன. தார்கோவஸ்கியுடன் அவரது 'நாஸ்டாலாஜியா' திரைப்படத்தில் இணைந்து திரைக்கதையாசிரியராக பணியாற்றிய டொனினோ குயிரா (Tonino Guerra) மேற்கொண்ட நேர்காணலின் தமிழ் வடிவம் இது.

உங்களது முதல் நினைவு எதுவென்று பகிர்ந்துக்கொள்ள முடியுமா?

எனக்கிருக்கும் முதல் நினைவு எனது ஒன்றரை வயதில் நிகழ்ந்ததென்று கருதுகிறேன். நான் எனது வீட்டினை நினைத்துக்கொள்கிறேன். தரைதளத்திலிருந்து மேல்தளத்திற்கு

அழைத்துச் செல்லும் படிக்கட்டுகளை என்னால் பார்க்க முடிகிறது. ஐந்தாறு படிகள் வீட்டின் மேல் தளத்திற்கு அழைத்துச் செல்லும். வீட்டை சுற்றி இடப்பட்டிருந்த வேலிகளை நினைத்துக்கொள்கிறேன். மேல் தளத்திலிருந்து காண்கையில் வேலிக்கும், வீட்டிற்குமிடையில் வெள்ளை பூக்கள் படர்ந்து விரிந்திருக்கும். எங்கள் வீட்டின் மீது குளிர் எப்போதும் போர்த்தியிருக்கும். அன்று, உலோக வளையம் ஒன்றை அந்த வெண்ணிற பூக்களின் மீது உரசியபடியே நான் ஓடிக்கொண்டிருந்தேன். திடீரென்று விநோதமான சப்தத்தை என்னால் உணர முடிந்தது. வானத்திலிருந்து உருவாகியிருந்த அந்த அரற்றல் ஒலி என்னை திடுக்கிட செய்தது. நான் எனதுடலை வெண்ணிற பூக்களுக்கிடையில் மறைத்துக் கொண்டேன். பூக்களுக்கு இடையில் தரையில் கிடந்தவாறே அந்த ஓசை எதிலிருந்து வருகிறது என்பதை அறிய, தலையை மேலுயர்த்தி கண்களை அகல விரித்துப் பார்த்துக்கொண்டிருந்தேன். அந்த சப்தம் மேலும் மேலும் தீவிர கதியில் அடர்த்தியாக ஒலித்தபடியே என்னை நெருங்கி வந்துக்கொண்டிருந்தது. திடீரென விமானம் ஒன்று தென்பட்டு என் தலைக்கு மேலாக வானத்தில் தாழப் பறந்து சென்றது. அது 1933ம் ஆண்டு. நான் அப்பொழுது அந்த விமானத்தை நிச்சயமாக ஒரு பறவை என்று கருதியிருக்க மாட்டேன். ஆனால், அச்சுறுத்தக்கூடிய ஏதோவொன்று பிறப்பு கொண்டிருக்கிறது என்பதாக அந்த நினைவு எனக்குள் பதிந்திருக்கிறது.

உங்களது பெற்றோருக்கிடையிலான உறவுநிலை எப்படி இருந்தது?

அதைப்பற்றி உரையாடுவது மிகவும் கடினமானது. எனக்கு மூன்று வயதிருக்கும்போது தந்தை எங்களை விட்டு பிரிந்து சென்றார். அதன்பிறகும், நாங்கள் அவரை சந்தித்திருக்கிறோம் என்றாலும், அது தொடர்ச்சியான சந்திப்புகளாக அமையவில்லை. எப்போதாவது ஒருமுறை மட்டுமே அவர் வீட்டிற்கு வர நேரிடும். என்னால் பெற்றோர் குறித்தான இரண்டுவிதமான மன பதிவுகளை உங்களிடம் பகிர்ந்துக்கொள்ள முடியும். முதலாவது, நாங்கள் மாஸ்கோ நகரத்தின் மிக பழமையான இடமொன்றில் இரண்டு சிறிய அறைகள் கொண்ட குடியிருப்பில் வசித்து வந்தோம். உங்களுக்கு தெரியும் என்று நம்புகின்றேன். எனது தந்தை ஒரு கவிஞர். அதனால், இரவு நேரங்களில் பல மணி நேரம் அவர் உறங்காமல் விழித்திருப்பார். தட்டச்சு இயந்திரத்தில் தொடர்ச்சியாக எழுதிக் கொண்டிருப்பார். எனது தாயாரிடம் அவர் அவ்வப்போது, "மாரிஸ்க்கா இது இப்படியே இருப்பது சரியாக இருக்கிறதா? அல்லது மாற்றங்கள் எதுவும் செய்ய வேண்டுமா?" என தனது எழுத்தின் மீதான கருத்துக்களை கேட்பார். அதோடு, தான் எழுதிய கவிதை வரிகளை எனது தாயாரிடம் அவர்

வாசித்து காண்பிப்பார். தாயாரின் யோசனைகளை ஏற்றுக்கொள்ளும் மனிதராகவே தந்தை அப்போது எனக்கு காட்சியளித்தார்.

மற்றைய நினைவு, முன்கூறிய நிகழ்விற்கு முற்றிலும் எதிர்மறையானது. அப்போது நான் பள்ளியில் பயிலும் வயதை அடைந்திருந்தேன். எனது தந்தை ஒருநாளில் இரவில் மிக தாமதமாக எங்களது வீட்டிற்கு வந்தார். நானும் எனது தங்கையும் அதற்குள் உறங்க ஆரம்பித்திருந்தோம். எனது தந்தை உடனடியாக சமையலறையில் எனது தாயாருடன் வாதம் புரிய துவங்கிவிட்டார். என்னை மறுநாளில் அவருடன் நிரந்தரமாக அழைத்துச் செல்லப் போவதாக அவர் தாயாருடன் சண்டையிட்டுக் கொண்டிருந்தார். தாய் அதனை ஏற்கவில்லை. இதனால் இருவருக்கும் இடையில் மிகப்பெரிய வாக்குவாதம் நிகழ்ந்துக் கொண்டிருந்தது. நான் படுக்கையில் இருந்து விழிப்புக்கொண்டு அந்த வாதத்தை கேட்டுக்கொண்டிருந்தேன். என்னால் அதன் பிறகு அன்றைய இரவில் உறங்க முடியவில்லை. ஏனெனில், மறுநாள் நான் யாருடைய வீட்டில் தங்க விரும்புகின்றேன் என்ற கேள்வியை எதிர்கொள்ள நேரிடும் எனும் நினைப்பே பெரும் வலியாக இருந்தது. என்னால், தாயாருடன் நான் வசித்துக்கொண்டிருந்த வீட்டை விட்டு விலகிச் செல்வதை கற்பனை கூட செய்ய முடியாததாக இருந்தது. எனது தந்தையின் அன்பும், அண்மையும் எனக்கு மிக தேவையாய் இருந்தது என்றாலும், தாயாரை பிரிந்துச் செல்லும் யோசனைகளில் எல்லாம் எனக்கு துளியும் ஏற்பில்லை.

மரணத்தை குறித்தான உங்களது பார்வை என்ன?

நிச்சயமாக மரணத்தை எதிர்கொள்வதில் எனக்கு அச்சமெதுவுமில்லை. மரணத்தை குறித்தான எண்ணங்கள் என்னை துன்புறுத்துவதில்லை. உடல் சார்ந்த துன்புறுத்தல்கள்தான் என்னை நிம்மதியிழக்க செய்கின்றன. சமயங்களில், மரணம் நமக்கு நிரந்தரமான விடுதலை உணர்வை அளிக்கக்கூடும் என நான் நினைத்துக் கொள்வேன். வாழும் காலத்தில் ஒருபோதும் நமக்கு கிடைக்க சாத்தியமில்லாத விடுதலை உணர்வை மரணம் அளிக்கக்கூடும். அதனால் மரணத்தை எதிர்கொள்ள நான் அச்சப்படவில்லை. ஆனால், நமக்கு மிக நெருக்கமான வாழ்ந்த மனிதர்களின் இறப்புதான் உண்மையில் அதிக வேதனைப்படுத்தக்கூடியது.

நாம் இழந்துவிடுகின்ற நெருக்கமான மனிதயுயிர்கள் குறித்து அவ்வப்போது புலம்பி தவிப்பது எதற்கென்றால், அவர்களுக்கு எதிராக நாம் செய்த பாவங்களிலிருந்து விடுபட இனி ஒருபோதும் அவர்களிடம் நம்மால் மன்னிப்பு கோர முடியாது என்பதாலேயே.

அவர்களது கல்லறையின் மீது சாய்ந்து நாம் அழுதுவது அவர்களுக்காக நாம் வருந்துவதால் அல்ல. மாறாக, நம்மை நினைத்தே நாம் வருந்துவதால்தான். ஏனெனில், நமது பாவங்களுக்கு இனி ஒருபோதும் மன்னிப்பு வழங்கப்பட மாட்டாது.

ஒரு மனிதன் இறந்ததும் அனைத்தும் முடிந்துவிடுகிறது என கருதுகிறீர்களா? அல்லது அதற்கு பிறகும் வேறு வகையிலான வாழ்க்கை தொடருகிறது என்று நம்புகிறீர்களா?

நமது உலக வாழ்க்கை என்பது ஒரு தொடக்கம் மட்டுமே என்பதில் நம்பிக்கை கொண்டிருக்கிறேன். என்னால் இதனை நிரூபிக்க முடியாது. ஆனால், நான் இதனை எனது உள்ளுணர்வின் மூலமாக சொல்கிறேன். நாம் அழிவற்றவர்கள் என்பதில் எனக்கு நம்பிக்கை உண்டு. இதைப் பற்றி பேசுவது மிகவும் சிக்கலானது. ஆனால் மரணத்தை பழிப்பவன் நிச்சயமாக மிக கொடியவன் என்பது எனது கருத்து.

நீங்கள் அடுத்து எதனை படமாக்க விரும்புகிறீர்கள்?

கண்ணாடி சாளரத்தின் மீது சூரிய ஒளி பிரதிபலிக்கின்ற வகையில் ஏதேனும் ஒரு ஜன்னலின் அருகாமையிலோ அல்லது வீட்டின் வராண்டாவிலோ காட்சி அமைப்பேன். சூரியன் அடங்குகின்ற நேரத்தை இவைகளை கொண்டு நான் எனது காட்சியில் பதிவு செய்வேன். சூரியன் அடங்க குறைந்தது ஐந்து நிமிடமாவது ஆகும் என்பது எனக்கு தெரியும். அதனால் அந்த இடைவெளியில் எனது நடிகர்களுக்கு வசனங்களை கொடுத்து பேச செய்வேன். அவர்கள் மிக நிதானமாக அக்காட்சியில் அசைந்துக்கொண்டிருக்க மறுப்பக்கம் மெல்ல சூரியன் அடங்கும்போது உண்டாகின்ற ஒளி அசைவுகள் கண்ணாடி சட்டகத்தின் மீது பிரதிபலிப்பதை பதிவு செய்வேன். ஒரு கணத்தில் சூரிய ஒளி நம்மிடையில் உலவுகிறது. மிகச்சில நிமிடங்களில் இரவு நம்மை சூழ்ந்து கவிகிறது.

நிலத்தின் மீது விழுந்து மெல்ல கரைந்து மறையும் முதற் பனியை நான் பதிவு செய்ய விரும்புகின்றேன். பனி மெல்ல அமிழ்ந்து கரைய இரண்டு நிமிடங்கள் ஆகும். அதன்பிறகே, எனது நடிகர்கள் அக்காட்சியில் பங்குகொள்வார்கள்.

நாம் இயற்கை காட்சிகளை படங்களில் இருந்து நீக்குவதை வழக்கமாக கொண்டிருக்கிறோம். இயற்கை காட்சிகள் திரைப்படத்திற்கு பயனேதும் வழங்குவதில்லை என்பது நமது கருத்து. நாம் இயற்கையை நிராகரித்துவிட்டு, நம்மை படங்களில் நாயகர்களாக முன்னிறுத்திக் கொள்கிறோம். ஆனால், உண்மையில்

நாம் நாயகர்கள் அல்ல. நமது வாழ்க்கை இயற்கையை சார்ந்தே அமையப் பெற்றிருக்கிறது. இயற்கையின் பரிணாம வளர்ச்சியில் பிரசவித்தவர்களே மனிதர்கள். இயற்கை காட்சிகளை திரைப்படங்களில் இருந்து நீக்குவது, கலைத்தன்மையையும், உணர்ச்சிகளையும் கொலை செய்வதற்கு நிகரானது. அதோடு, அவ்வித செயல்பாடு மிகவும் முட்டாள்தனமானது. இயற்கைதான் நாம் வாழ்வதற்கான ஜீவ சக்தியை நமக்கு அளிக்கிறது. புனிதத்துவம் நம்மில் துளிர்க்க வழிவகுக்கிறது.

நீங்கள் மிகச் சிறிய வீடொன்றை கிராமபுறத்தில் வைத்திருப்பதாக கேள்வியுற்றேன். சரிதானே?

ஆம். மாஸ்கோவிலிருந்து 200 மைல் தொலைவில் அந்த மர வீடு இருக்கிறது. அதுதான் எனது பெயரில் பதிவு செய்யப்பட்டிருக்கும், நான் உரிமை கோருகின்ற முதல் முழு வீடாகும். அங்கு எங்களுடன் ஒரு பூனையும், நாய்க்குட்டியும் வாழுகின்றன. எனது மிருகங்களை பற்றிய புரிந்துணர்வுக்கு எனது மனைவிக்குதான் நான் நன்றிகடன் செலுத்த வேண்டும். அவள் அங்கு வசிக்க துவங்கியதிலிருந்தே பறவைகளை அவளை சுற்றி வட்டமடித்துக் கொண்டிருக்கின்றன. அவளது கழுத்திலும், தோள்களிலும் அவை அவ்வப்போது ஏறி அமர்ந்துக் கொள்கின்றன. எப்படி இருந்தாலும், அவை என்னருகில் வருவதில்லை. எனது மனைவியின் அருகாமை தான் அவைகளுக்கு தேவையாய் இருக்கின்றன.

நீங்கள் கனவுகளுக்கு அதிக முக்கியத்துவம் அளிக்கிறீர்களே?

இரண்டு வகையான கனவுகள் இருக்கின்றன. முதல்வகை உடனடியாக எவ்வித முகாந்திரமும் இல்லாமல் விலகி மறைந்துவிடுவது. இரண்டாவது மகத்தான முக்கியத்துவத்தை பெற்றிருப்பது. நான் அவைகளை மேலும் மேலும் உணர்ந்து புரிந்துக்கொள்ள வேண்டுமென்று விரும்புகின்றேன். அவைகளை எனக்கு அருளப்பட்ட செய்திகளாகவே நான் கருதுகிறேன்.

அண்மையில் உங்களுக்கு வந்த கனவு என்ன?

நேற்று ஒரு கனவு வந்தது. போர் பற்றிய தொடர்ச்சியாக எனக்கு அவ்வப்போது வரும் கனவுதான் அது. போர் இப்போதுதான் உக்கிர கதியை அடைந்திருக்கிறது. நான் உறைந்த நிலையில் பல இராணுவ வீரர்களுடன் தரையில் சிதறி கிடக்கும் பிணங்களின் மீதேறி நடந்துச் செல்கின்றேன். நாங்கள் பிணங்களை எங்களின் பாதங்களின் உதவியால் மட்டுமே உணர முடிகிறது. ஏனெனில், எங்களது பார்வை தொலைவில் நிலைத்திருக்கும் தொலைக்காட்சியின் மீதே

ராம் முரளி 41

நிலைக்கொண்டிருக்கிறது. அதில் எங்கள் நாட்டின் அறிவுஜீவிகள் உரையாடிக் கொண்டிருக்கிறார்கள். உலகத்தின் சுழற்சி வேகத்தை கூட்டுவதன் மூலமாக எதிரி தேசத்தை விடவும் விரைவாக எங்கள் தேசத்து ராக்கெட்டுகள் பறக்க வழிவகை செய்யும் புதிய யுத்திகளை தாங்கள் கண்டடைந்துவிட்டதாக அவர்கள் பெருமிதம் பூக்க சொல்கிறார்கள். அதோடு உலகம் எங்களது காலுக்கடியில் சுழல்வதாகவும், நாங்கள் கரடியைப்போல டாம்பீகமாக எழுந்து நிற்பதாகவும் கனவில் தோன்றியது. அந்த பெரிய தொலைக்காட்சி திரையில் வெள்ளை புள்ளிகள் பனிப் பூக்களைப் போல முளைத்து பறந்தலைகின்றன. தகவல்களை ஓதிக்கொண்டிருக்கும் மனிதரின் முகத்தை அந்த வெள்ளை பனிப் பூக்களை மறைக்கின்றன. மெல்ல மெல்ல அந்த மனிதரின் முகம் முழுவதும் என் பார்வையில் இருந்து மறைந்து எங்கும் மிருதுவான பனிப் பூக்கள் மட்டுமே என்னை சுற்றிலும் மிதக்கின்றன. அது மிக மிக பரிபூரணமான அனுபவத்தை எனக்களிக்கிறது. நான் மிகுந்த மகிழ்ச்சியில் திளைக்கின்றேன். நான் அந்த பனிப் பூக்களின் மத்தியில் நடந்துக்கொண்டிருக்கிறேன். எனது பார்வையில் வெண்மை மட்டுமே தட்டுப்படுகிறது.

திரைப்படம் ஒருபோதும் இசையரங்கு நிகழ்ச்சி அல்ல..! -தார்கோவஸ்கி

STALKER திரைப்படத்தின் இசையமைப்பாளர் எட்வர்ட் ஆர்டிமியேவ் (Eduard Artemyev) தார்கோவஸ்கி உடனான தனது அனுபவங்களை பகிர்ந்துக்கொள்கிறார்.

எங்களுடைய முதல் சந்திப்பே என்னை முற்றிலும் பேச்சிழக்கச் செய்துவிட்டது. நாங்கள் இணைந்து வேலை செய்திடும் முன்பாக தார்கோவஸ்கி, ஸ்லாவா ஒவிச்சின்னிக்கோவ்வுடன் (SlavaOvchinninkov) மூன்று திரைப்படங்களில் பணியாற்றியிருக்கிறார். எனக்கு ஸ்லாவா ஒவிச்சின்னிக்கோவ்வை இசைப் பள்ளியில் பயின்ற நாட்களிலிருந்தே தெரியும். நாங்கள் இருவரும் நல்ல நண்பர்களாக இசைப்பள்ளியில் பழகினோம். ஆனால், நான் அவருடைய திறமையை மதிப்பிட்டு அவருடன் பய பக்தியுடனேயே பழகி வந்தேன். எனக்கு தெரிந்து ஒவிச்சின்னிக்கோவ் மிகத்திறமையான இசையமைப்பாளர். தார்கோவஸ்கியுடனான எனது முதல் சந்திப்பில், அவர் ஒவிச்சின்னிக்கோவ்வை விட தன்னுடன் இணைந்து பணியாற்றக்கூடிய சிறந்த இசையமைப்பாளர் இனி ஒருபோதும் கிடைக்கமாட்டார் என்றும், ஆனால், வேறு சில காரணங்களால் அவருடன் இனி இணைந்து பணியாற்ற முடியாது என்றும் குறிப்பிட்டார். ஆனால், தார்கோவஸ்கி என்ன காரணங்களால் அவருடன் பணியாற்ற மறுத்துவிட்டார் என்பதை என்னிடம் பகிர்ந்துக்கொள்ளவில்லை.

நாங்கள் இணைந்து பணியாற்றிய முதல் படமான “SOLARIS” படப்பிடிப்பை காண தார்கோவஸ்கி என்னை அழைத்திருந்தார். படப்பிடிப்பில் பங்குக்கொள்வதன் மூலம் எந்தெந்த காட்சிகளில் பின்னணி இசை சேர்த்தால் சரியாக இருக்கும் என்று முடிவு செய்யும்படியும் சொல்லியிருந்தார். பிறகுதான், எனக்கு புரிந்தது. தார்கோவஸ்கி முன்பே எந்தெந்த இடத்தில் பின்னணி இசை சேர்ப்பிக்கப்பட வேண்டுமென்பதை முடிவு செய்திருந்தார். என்னை கலந்தாலோசிப்பதன் மூலமாக என்னுடைய கருத்தையும், பார்வையையும் அறிந்துக்கொள்ள வேண்டுமென்பது மட்டுமே

அவருடய நோக்கமாக இருந்திருக்கிறது. என்னுடைய பார்வையும், அவருடைய பார்வையும் முற்றிலும் பொருந்திப் போயிருந்தது என்று என்னால் சொல்ல முடியாது என்றாலும், ஒரு சில கருத்துக்களில் எங்களது பார்வை ஒத்திருந்தது. அதோடு, தார்கோவஸ்கி தனக்கு என்ன வேண்டுமென்பதை என்னிடம் மிகத் தெளிவாக விவரித்துவிடுவார். இசையின் வகைகளையோ அதுக்குறித்த எந்தவொரு விவரணைகளையோ தார்கோவஸ்கி சொல்லிக்கொண்டிருக்க மாட்டார். காட்சிகளின் சூழலையும், அமைவு நிலையையும் கணக்கிட்டே எப்போது தூய்மையான இசை காட்சியில் சேர்க்கப்பட வேண்டும் என்று மிகவும் கவனமாக சிந்திப்பார். இசையின் தன்மையானது முற்றிலும் நெருங்கவியலாதபடி தெய்வாதீன நிலையை அடைந்திருக்க வேண்டுமென்பது தார்கோவஸ்கிக்கு அதிக முக்கியமானதாக இருந்தது. அதன்பிறகு, அவர் என்னை முழுமையாக விலக்கிவிட்டார். பின்னணி இசைக் கோர்ப்புக்காகக்கூட அவர் என்னிடம் வரவில்லை. நான் அவரிடம், ஏன் நீங்கள் பின்னணி இசைக் கோர்க்க வரவில்லை என்று கேட்டேன். அதற்கு அவர், “இது ஒன்றும் இசையரங்கு நிகழ்ச்சி அல்ல. இசையரங்கு நிகழ்ச்சி பற்றி எனக்கு வேறு சில மதிப்பீடுகள் உண்டு. ஆனால், இது திரைப்படம். இங்கு புறச்சூழலின் சப்தமும், இரைச்சலும் முழுமையாக நிரம்பியிருக்கும். இதில் தனியாக, இசையை சேர்க்க வேண்டுமா என்று என்னால் முடிவு செய்ய முடியவில்லை” என்று கூறினார்.

பிறகு, தார்கோவஸ்கி தனது திரைப்படங்களிலிருந்து இசையை முற்றிலுமாக விலக்கத் துவங்கிவிட்டார். அதுப்பற்றி என்னிடம் பகிர்ந்துக்கொண்ட அவர், “காட்சிகளில் உணர்வுகளை வெளிப்படுத்தும்போதும் ஏற்படுகின்ற குறைகளைப் பூசி மொழுகவே இசை தேவைப்படுகிறது. இசையை விட அத்தகைய குறைகளை வேறு எதை வைத்தும் சரி செய்திட முடியாது” என்றார். அதோடு, அவர் படைப்பியக்கத்தின் மாயையையே தனது அனைத்து திரைப்படங்களிலும் கருவாக கையாண்டிருந்தார். சினிமாவென்பது மிக சமீபத்தில் கண்டுப்பிடிக்கப்பட்ட கலைதான் என்றாலும், தார்கோவஸ்கி அதனை புராதன கலைகளான இலக்கியம், இசை, ஓவியம் முதலியவற்றோடு பிணைக்க முற்பட்டார். உண்மையில், அவருடைய கடைசி திரைப்படங்களில் இசையே சேர்க்கப்படவில்லை. தனது Nostalghia திரைப்படத்திற்கு என்னை இசை அமைக்கும்படி கேட்டிருந்தார். ஆனால், இத்தாலிய இசையமைப்பாளர்களின் அமைப்பு அதற்கு அனுமதி அளிக்கவில்லை.

மீண்டும், Solarisக்கு திரும்புவோம். தார்கோவஸ்கி என்னை புறக்கணித்துவிட்டார். நான் என்னுடைய எலக்ட்ரிக் ஸ்டுடியோவில்

முழுமையாக தயாராகியிருந்தேன். தார்கோவஸ்கியும் வந்து இசைக்கருவிகளை தேர்வு செய்தார். அதோடு, அவர் நான் எழுதி வைத்திருத்த இசை குறிப்புகளில் சிலவற்றை மாற்றினார். நான் பரிந்துரைத்த சிலவற்றை ஏற்றுக்கொண்டார். நான் சிலவற்றில் மறுப்பு தெரிவிக்க காரணம் என்னவென்றால், கோன்சல்வ்ஸ்கியுடனும் (Konchalovsky) எனக்கு இதே அனுபவம்தான் ஏற்பட்டது. அவருடைய படத்தில் மிகவும் மெலிதாக கேட்கும்படி இசையை அமைக்கும்படி சொன்னார்கள். அதாவது, முழுமையாக நம்மை திரைப்படத்துடன் ஒப்புவித்து பார்த்தால் மட்டும்தான் இசையை நம்மால் உணர முடியும். அத்தனை மெலிதாக இசையை அமைத்திருந்தோம். ஆனால், அப்படி அக்காட்சியில் இசையை உணருகிறவர்கள் பெரும் துயரத்தால் பாதிக்கப்படுவார்கள் என்பது மட்டும் உறுதி. எனினும், அத்திரைப்படங்களின் குறுந்தகடுகளில் அந்த இசையை சுத்தமாக நம்மால் கேட்கவே முடியாது.

தார்கோவஸ்கி இசைக்கோர்ப்புக்காக வந்த ஒரே திரைப்படம் “Stalker”. அப்போது அவர் மிகவும் கவலையுற்றிருந்தார். அதோடு தார்கோவஸ்கி அப்போது ஜென் தத்துவத்தால் ஈர்க்கப்பட்டிருந்தார். அதன் பொருட்டு, தத்துவாசிரியர் கிரிகோரி சோலோமோனோவிச் போமரேன்ஸ்-ஐ (Grigorii Solomonovich Pomeranz) தொடர்புக்கொண்டிருந்தார். இந்த திரைப்படத்தின் மைய இசைக்கோர்ப்பில் தார்கோவஸ்கி போதிய கவனத்தை செலுத்தினார். அவர் விரும்பிய உணர்வு நிலையை கொண்டுவர நான் மத்தியகால ஐரோப்பிய இசையின் பாணியில் பின்னணி இசையை உருவாக்கியிருந்தேன். மிகக் கடுமையான உழைப்பையும், நேரத்தையும் எடுத்துக்கொண்ட இசை அது. மிகத் தீவிரமான சிந்தனைக்கு பிறகே, ஐரோப்பிய பாணியை பிண்ணனியில் இசைக்கோர்ப்பில் பயன்படுத்துவது என்று முடிவு செய்திருந்தேன்.

ஆனால், பின்னணி இசைக்கோர்பை கேட்ட தார்கோவஸ்கி தனது திரைப்படத்தின் மைய கருத்தியலுக்கு முற்றிலும் நேர்மாறாக இந்த இசை இருக்கிறதென்று சொல்லிவிட்டார். ஆனால், நான் பின்னணி இசை கோர்க்கும் பணியினை முழுமையாக நிறைவு செய்திருந்தேன். அதனால், நான் ஏதேனும் பழிச்சொல் சொல்லிவிடுவேன் என்றெண்ணி நான் கோர்த்திருந்த இசைத்துணுக்கை முறைப்படி கையொப்பமிட்டு ஏற்றுக்கொண்டார். பின்னர், கூடுதலாக கொஞ்சம் பணத்தை தயாரிப்பில் முதலீடு செய்தார்கள். திரைப்படம் இரண்டுமுறை படமாக்கப்பட்டது. இசைக்குறிப்பும் இரண்டு முறை எழுதப்பட்டது. இந்தமுறை நான் மிகவும் கவனமாக இருந்தேன். படத்தின் இசைக்குறிப்பை தியான நிலையை அடிப்படையாக வைத்துக்கொண்டு எழுதினேன். இதுதான்,

படத்தின் மையக்கருத்துக்கு மிகவும் பொருத்தமாக அமைந்திருந்தது. ராக் இசையில் எனக்கிருந்த அறிவுதான் இதற்கு பயன்பட்டது.

★★★

நடிப்பு கலையை பற்றி தார்க்கோவஸ்கி...!

நாடக அரங்கில் பணியாற்றுவதை விடவும், திரைப்படங்களில் பணியாற்றுவது மிகவும் எளிதானது என்பதே எனது தனிப்பட்ட கருத்தாகும். திரைப்படங்களை பொறுத்தவரையில், எல்லாவற்றிற்கும் ஒரு இயக்குனராக நானே முழுமையான பொறுப்பாளியாக இருக்கவேண்டும். ஆனால், நாடக அரங்கில் நடிகர்களின் பொறுப்புணர்வு வியக்கத்தக்க அளவில் அதிகரித்திருக்கும்.

ஒரு நடிகர் படப்பிடிப்பு தளத்திற்கு வருகின்றபோது, இயக்குனரின் கருத்துக்களையும், தான் பங்குகொள்கின்ற திரைப்படத்தின் முழுமையான நோக்கங்கள் குறித்தும் அறிந்திருக்க வேண்டுமென்கிற அவசியமெதுவுமில்லை. அதோடு, நடிகர் தான் ஏற்கவிருக்கும் கதாப்பாத்திரத்திற்காக தன்னை உருக்கி மெருகேற்றிக்கொள்வது மேலும் மோசமான விளைவுகளையே உண்டாக்கும். திரைப்பட நடிகர் என்கிறவர் இயக்குனர் பலதரப்பட்ட சூழல்களில், பரிந்துரைக்கின்ற அல்லது வேண்டுகின்ற உணர்வுகளை தன்னிச்சையாகவும் உள்ளுணர்வின் மூலமாக ஆழமான அக நோக்கில் கண்டுணர்ந்து வெளிப்படுத்துகின்றவராக இருத்தல் வேண்டும்.

திரைப்பட இயக்குனரின் பங்களிப்பு என்பது, குறிப்பிட்ட நடிகர் தன்னை காட்சியின் சூழலுக்கு தக்கவாறு தகவமைத்துக்கொண்டு பாத்திரங்களின் உணர்வுகளை புரிந்துக்கொள்ள செய்தலும், அதன் பின்னர் நடிகரிடமிருந்து எளிமையான நம்பும்படியான நடிப்பினை வெளிக்கொணர்வதுமே. எண்ணற்ற வழிமுறைகளில் நாம் இதனை அடைய முடியும் - ஒரு நடிகர் உண்மையில், எவ்வாறு செயல்படுகிறார் என்பதை பொறுத்தது அது. நடிகரை உளவியல் ரீதியில் பயிற்றுவிக்க வேண்டுமென்பது, மிகவும் சிக்கலான வழிமுறைதான் என்றாலும், நாம் இவ்வகையில்தான் இதனை செயல்படுத்த வேண்டும். அதாவது, திரையில் தோன்றும் நடிகரிடமிருந்து அசலான வாழ்வியல் உணர்வுகளை வெளிக்கொணர்வதே இயக்குனரின் பிரதான நோக்கமாக இருக்க வேண்டும்.

கேமராவின் முன்னால் நிற்கும் நடிகர், உண்மையாகவும் தன்னிச்சையாகவும் இருக்க வேண்டும். அதோடு, அவர் மிகுந்த யதார்த்த தன்மையோடும் புற உலகுக்கு நேர்மையாகவும் இருக்க வேண்டும். எஞ்சியிருக்கும் இயக்குனரின் பணி என்பது, கேமராவின் ஊடாக பிலிம் சுருளில் நகலெடுக்கப்படும் நடிகர்களின் உணர்வு வெளிப்பாட்டை தனக்கு ஏற்ற வகையில் வெட்டி ஒட்டுவது மட்டும்தான்.

சினிமா கலையின் சித்தாந்தத்தில், பார்வையாளர்களுடன் நடிகர் அதீத நெருக்கத்தை ஏற்படுத்திக்கொள்வது நாடக கலையைப்போல சாத்தியமில்லாதது. நாடக அரங்கில், நடிகர்கள் நேரடியாக பார்வையாளர்களின் முன்னால் தோன்றிவிடுவது நாடக கலையின் சித்தாந்தத்தின் கவர்ச்சிகரமான விழுமியங்களில் ஒன்று. அதனால், திரைப்படக்கலை ஒருபோதும், நாடக கலையின் மாற்றாக இருக்க முடியாது.

நாடக கலை, பார்வையாளர்களுக்கும், கலைஞர்களுக்கும் நேரடி தொடர்பினை ஏற்படுத்துகிறது. திரைப்பபடக்கலை காலத்தின் ஒரு குறிப்பிட்ட தருணத்தை, எண்ணிக்கையற்ற முறை முயற்சித்து மீள் உருவாக்கம் செய்வதன் மூலமாக உயிர்ப்பிக்கிறது. இது இயற்கையின் நினைவு மீட்டலைப் போலவும் இருக்கிறது. நாடக அரங்கத்தில், அனைத்தும் பரிணமித்தபடியே இருக்கிறது. அதோடு, அங்கு ஒரு வாழ்க்கையும், அதன் அசைவுகளும் இருக்கின்றன. நாடக அரங்கம் மனிதனின் உருவாக்க திறனில் உள்ள தேவையை உணர்த்தும் இடமாகவும் இருக்கிறது.

திரைப்பட இயக்குனர் என்பவர் பல வகையிலும் ஒரு சேகரிப்பாளரை ஒத்தவர். அவருடைய கருவான நேசித்தல் என்பது அவரது வாழ்க்கையேதான். நெருக்கமான விவரங்களால், துண்டு துண்டான காட்சி துணுக்குகளாக பரந்த அளவில் உறைந்திருக்கும் காட்சிப் பதிவுகள் யாவும் அவரது நோக்கங்களை வாழ்க்கை குறித்த அவரது அனுமானங்களின் பிரதிபலிப்பே. நடிகர்கள் என்பவர்கள் இதில் இரண்டாம் பட்சம்தான்.

பேராட் (Barret) குறிப்பிடுவதைப்போல, நாடக நடிகர்கள் என்பவர்கள் புகையின் ஊடாக சிற்பங்களை வடிக்கும் சிற்பியைப்போலத்தான். ஒரு நடிகர் இரத்தமும் சதையுமாக நாடக மேடையில் தோன்றியிருக்கும் வரையில்தான் நாடகம் உயிர் கொண்டிருக்கும். நடிகர்கள் இல்லாமல், எந்தவொரு நாடகமும் நடைபெற முடியாது.

நாடகத்தின் மைய கருத்திலியலுக்கு ஏற்றவாறு நடிகர்கள் தங்களது

துவக்கத்திலிருந்து இறுதிவரையிலும் வெளிப்படுத்த வேண்டிய உணர்வுகளை முறையான பயிற்சிகளை மேற்கொண்டு தயார்ப்படுத்திக் கொண்டிருக்க வேண்டும். ஆனால், திரைப்படத்தில் அவ்வாறு ஒரு நடிகர் தமது அறிவுக்கூர்மையின் மூலமாக பாத்திரத்திற்கு தக்கவாறு தங்களை வடிவமைத்துக்கொள்வது மிகமிக அபாயகரமானது. மாறாக, அவரது முதன்மையான ஒரே நோக்கம் வாழ்க்கையை மிக நெருக்கமான நெருங்கிச் செல்வதுதான். அதாவது, நேர்மையாகவும், உண்மையாகவும், இயல்பாகவும் இருக்க வேண்டும். இதில், கூடுதலாகவோ குறைவாகவோ இருப்பது முறையானதல்ல.

திரைப்படங்களில் பணியாற்றுகின்றப்பொழுது, நான் நடிகர்களுடன் மிகவும் குறைந்த அளவிலேயே உரையாடுவேன். அதோடு, நடிகர்கள் தங்களது சொந்த காட்சிகளை திரைப்படத்தின் மைய கருத்தியலோடு புகுத்த முயலும்போதும், தம்மை ஒரு காட்சி படம் பிடிக்கும்போதோ அல்லது காட்சி முடிவடைந்த பின்போ வெளிப்படுத்தி முன்னிலை படுத்திக் கொள்வதையும் நான் முழுமையாக எதிர்க்கிறேன். மிரர் திரைப்படத்தின் முதல் காட்சியில், தனது கணவனின் வருகையை எதிர்பார்த்து, புகைப்பிடித்தபடி வீட்டின் வாசலில் இருக்கும் வேலியின் மீது அமர்ந்திருக்கும் மார்கரிட்டா தெரகோவாவிடம் (Margarita Terekhova) நான் திரைக்கதை குறித்து எதையும் சொல்லியிருக்கவில்லை. அதாவது, தனது கணவனின் வருகை இறுதிக் காட்சியில் சாத்தியமாகுமா அல்லது அவன் என்றென்றைக்குமாக தொலைந்து விட்டிருக்கிறானா என்பதை அக்காட்சியில் நடிக்கும்போது மார்கரிட்டா அறிந்திருக்கவில்லை. அப்படியொரு நபர் இயல்பு வாழ்க்கையில், தனது எதிர்காலத்தை பற்றிய எவ்வித பிரக்ஞையும் இல்லாமல் அத்தருணத்தில் எப்படி நடந்துக்கொள்வாளோ அதே உணர்வுகளை திரையில் நேர்மையோடு பதிவு செய்வதற்காகவே மார்கரிட்டாவிடம் அதனை நான் தெரிவித்திருக்கவில்லை.

தனது கணவன் ஒருபோதும் திரும்பி வரப்போவதில்லை என்கின்ற செய்தியை மார்கரிட்டாவிடம் சொல்லியிருந்தால், சந்தேகத்திற்கிடமின்றி மார்கரிட்டாவையும் மீறி பிரிவின் நிரந்தர துயரம் அவரது நடிப்பில் வெளிப்பட்டுவிடும். அவரது உள்ளுணர்வில் இந்த செய்தி பதிவாகியிருந்தால்கூட நம்மால் அதனை உணர்ந்துக்கொள்ள முடியும். அவளது நடவடிக்கைகளில், இயல்புக்கு மீறிய மாற்றங்களை இந்த செய்தியை அறிந்திருப்பதன் மூலம் பிதுங்கிக்கொண்டு வரும். பெரிய திரையில் நிச்சயமாக நம்மால் இவைகளை திரையிட்டு மறைக்க முடியாது.

திரைப்பட கலையின் முக்கியமான அம்சங்களில் ஒன்று, நடிகர்கள் வெளிப்படுத்துகின்ற எந்தவொரு நிலையையும் அவர்களுடைய சொந்த

வாழ்க்கையிலிருந்தும், தங்களது உளவியல் செயலாற்றும் விதமாகவும் அதோடு தமது பிரத்யேக உடல் மொழியினை கொண்டும் கட்டியமைக்கிறார்கள். இது முழுக்கமுழுக்க என்னால் ஏற்க முடியாததாகவே இருக்கின்றது. இன்னொரு வகையில், நடிகர்களின் மீது எந்தவொரு உணர்வு நிலையையும் திணிக்க எனக்கு உரிமையில்லை. அதோடு, நாம் எல்லோரும் ஒரு பொதுவான சூழலை நமக்கே உரித்தான தனித்த முறையில்தான் அணுகுகின்றோம். இந்த விதிவிலக்கான வெளிப்பாட்டுத்தன்மை என்பது ஒப்பீடு செய்ய முடியாத வகையில் திரைப்பட நடிகர்களின் மிக முக்கியமான அம்சமாகும்.

திரைப்பட நடிகருக்கு காட்சியின் சூழலை தெளிவுர உணரச் செய்ய, முதலில் திரைப்பட இயக்குனர் தமக்குள் அக்காட்சியினை குறித்த தெளிவான புரிதலை கொண்டிருக்க வேண்டும். இவ்வகையில் மட்டுமே, நம்மால் காட்சிக்குள் ஒரு முழுமையை தோற்றுவிக்க முடியும். உதாரணமாக, நாம் முன்னதாகவே ஒத்திகை பார்த்திருக்கும்போதும், நமக்கு அறிமுகமில்லாத ஒரு வீட்டினுள் நுழைந்து உடனடியாக படப்பிடிப்பை துவங்கிவிட முடியாது. நமக்கு ஒருபோதும் அறிமுகமில்லாத மனிதர்கள் வசித்த ஒரு வீட்டினோடு உடனடியாக எவ்வகையிலும் தொடர்பை ஏற்படுத்திக்கொள்ள என்னுடைய நடிகர்களால் முடியாது.

நிச்சயமாக ஒவ்வொரு நடிகர்களுக்கும் அவர்களுக்கே உரித்தான பிரத்தியேக முறைமைகள் அவசியப்படுகிறது. உதாரணமாக, நான் முன்னரே குறிப்பிட்டபடி, மார்கரிட்டா தெரகோவா தான் பங்குகொண்ட மிரர் திரைப்படத்தின் திரைக்கதையினை முழுமையாக அறிந்திருக்கவில்லை. திரைப்படத்தில் தனது பகுதிகளை மட்டுமே அவர் நடித்திருந்தார். முழுமையான திரைக்கதையையோ அல்லது மார்கரிட்டா தெரகோவாவின் கதாபாத்திரத்தின் செயல்பாடுகளையோ, நிகழ்வுகளையோ துவக்கத்திலேயே அவருக்கு விளக்கும் எண்ணம் எனக்கில்லை என்பதை உணர்ந்ததும் மார்கரிட்டா தெரகோவா முதலில் குழம்பிவிட்டார். இவ்வகையில்தான், சிறிது சிறிதாக மார்கரிட்டா தெரகோவா தமது உள்ளுணர்வின் மூலமாக, தான் நடித்த காட்சி துண்டுகளின் இணைப்பை உணர்ந்து திரைப்படத்தின் இறுதி வடிவத்துக்கு சீரிய பங்காற்றினார்.

படப்பிடிப்பின்போது, நடிகர்கள் பலமுறை என்னுடைய கதாப்பாத்திர வடிவமைப்பின் மீது நம்பிக்கையற்று குழப்பமுற்றிருந்ததை நான் உணர்ந்திருக்கிறேன். அவர்கள் என்னுடைய அணுகுமுறையில் தொழிற்முறை குறைபாடுகள் உள்ளதென்று கருதியதால், என்னிடம் அவர்கள் மீண்டும்மீண்டும் நிறைய கேள்விகள் கேட்டபடியே

இருந்தனர். இதுபோன்ற தருணங்களில், நான் அவர்களை தொழிற்முறை நடிகர்களாக இருக்க லாயக்கற்றவர்கள் என்றே வரையறுப்பேன். என்னுடைய கருத்தின்படி, தொழிற்முறை நடிகர் என்பவர் இயல்பாகவும், யதார்த்தமாகவும் தமது நடிப்பினை வெளிப்படுத்துவதுவதோடு, கவனித்துவிடும்படியான குறைகளை வெளிக்காட்டாதவராகவும், எவ்வகையிலான கருத்துக்களுக்கும் செவி சாய்ப்பராகவும், ஏற்றுக்கொள்கின்றவராகவும், தன்னுடைய தனித்தன்மையிலான நடிப்பினை தாமாகவே வெளிப்படுத்துபவராகவும் இருக்க வேண்டும். நான் இவ்வகையிலான தன்மைகளை கொண்ட நடிகர்களுடன் பணியாற்றவே விரும்புகிறேன். மற்றவர்கள் எனது கருத்தின்படி, ஒரேவிதமான நடிப்பை வெளிப்படுத்துகிறவர்களாகவே இருக்கிறார்கள்.

ரேனே க்ளயரிடம் ஒருமுறை, நடிகர்களுடன் பணியாற்றியது குறித்து கேட்கப்பட்டபோது, அவர் “நான் நடிகர்களுடன் பணியாற்றியது இல்லை. நான் அவர்களுக்கு சம்பளம் மட்டுமே கொடுக்கிறேன்” என்று பதிலளித்தார். இத்தகைய முரண்பாடான அதே தருணத்தில், ஆத்திரமூட்டும் கருத்து நடிகர்களுக்கும் இயக்குனருக்கும் இடையில் நிலவுகின்ற தனிப்பட்ட உறவிலிருந்து வெளிப்படுத்தப்படும் ஆழமான கருத்தாகும். புகழ்பெற்ற பிரஞ்சு இயக்குனர்கள் வெளிப்படுத்துகின்ற இத்தகைய வசை சொற்கள், நடிப்பு கலையின் மீது அவர்கள் கொண்டுள்ள ஆழ்ந்த மரியாதையையே காட்டுகிறது. இங்கே, ஒரு திறமையான நடிகரின் மீதான ஆழ்ந்த பற்றும் நம்பிக்கையும் வெளிப்படுகிறது. நடிப்புக்கான முழு இலக்கணங்களையும் கற்றறிந்திருக்கும் ஒருவரோட எந்தவொரு இயக்குனராலும் பணியாற்ற முடியாது.

திரைப்பட பார்வையாளர்களை பொறுத்தவரையில், ஒவ்வொரு சட்டகத்தில் பங்கேற்கும் நடிகர்களின் செய்கைகளின் முக்கியத்துவம் எளிதாக மறைக்கப்பட்டுவிடுகிறது. பார்வையாளர்களுக்கு திரையில் தோன்றுகிறவர்கள் இயல்பு வாழ்க்கையின் பிரதிநிதிகள்தான். முழுமையாக விளக்கிச் சொல்லிவிட முடியாத ஏதேனுமொரு புதிரை ஒவ்வொருவரும் தமக்குள் கொண்டிருப்பார்கள். நாடக அரங்கில், நடிகர்களின் பங்கு ஒரே விதமான சடங்கு தன்மை கொண்டது. ஒவ்வொரு நாடகமும் அல்லது அந்நாடகத்தின் மைய நோக்கமும் ஏதேனுமொரு புரிந்துக்கொள்ள முடியாத ரகசியமும் தன்னுள் பொதிந்து வைத்திருக்கும்.

நாடகங்களில், ஒவ்வொரு கதாப்பாத்திரத்தின் நடிப்பும் இயக்குனரின் எண்ணத்தை அடித்தளமாகக்கொண்டே வடிவமைக்கப்படும். ஆனால், திரைப்படத்தில், கதாப்பாத்திரத்தின் நடிப்பிற்கான மைய புள்ளியை அவசியம் மறைத்தல் வேண்டும். திரைப்படக் கலை வாழ்க்கையை

பிரதிபலிப்பதால் அதனை முழுவதுமாக புரிந்துக்கொள்வது சாத்தியமற்றது. நாடக நடிகர் அறிவுப்பூர்வமாக கட்டமைக்கப்படுகின்ற சடங்கு ஒன்றில் தமது இயக்கத்தை இட்டு நிரப்புகிறார். இயக்குனரின் எண்ணம் வெளிப்படையாக மேடையில் நடிக்கின்ற நடிகரிடம் பகிந்துக்கொள்ளப்படுகிறது. ஆனால், திரைப்படக்கலையில் காலத்தோடு கோர்க்கப்படுகின்ற ஒவ்வொரு நொடியும் சமரசமின்றி வாழ்க்கையின் சாரத்தையும் ஆழமான செயல்பாட்டையும் அவசியமாக கொண்டிருத்தல் வேண்டும்.

1985 ஆம் ஆண்டில் பத்திரிகையாளரான ஓல்கா சுர்கோவா (Olga Surkowa) தார்க்கோவஸ்கியுடன் உரையாடி எழுத்தில் பதிவு செய்தது.

இருபதாம் நூற்றாண்டின் கலைஞன்..! – ஆந்த்ரேய் தார்கோவஸ்கி நேர்காணல்

திரைப்படங்கள் பொழுதுப்போக்கிற்காக எடுக்கப்படவில்லை என்றால், திரைப்படங்களின் உண்மையான நோக்கம்தான் என்ன?

நான் சுருக்கமாக சொல்கிறேன். சுருக்குமாக நமது கருத்தை விளங்கச் செய்வதுதான் உண்மையான திறன் இல்லையா? நீங்கள் திரைப்படங்கள் இயக்குவதை கலை செயல்பாடு அல்ல என்று சொல்கிறீர்களா?

திரைப்படங்கள் இயக்குவது கலை செயல்பாடுதான்.

கலை ஒருபோதும் பொழுதுப்போக்கையும், மக்களை சந்தோஷப்படுத்துவதையும் தனது நோக்கமாக கொண்டிருப்பதில்லை. இதற்கு முற்றிலும் முரண்பட்டு திரைப்படங்களை இயக்குபவர்கள் தாங்கள் வசதியான சொகுசான இருக்கையில் அமர்ந்திருப்பதாக தங்களை கருதிக்கொள்கிறார்கள். ஆனால், உண்மையில் இவர்கள் தங்களை முட்டாளாக்கிக்கொண்டு, ஏனையவர்களையும் முட்டாளாக்குகிறார்கள். தம்முடைய பண்டத்தை விற்பதற்காக இவர்கள் எண்ணிக்கையற்ற பொய்யுரைகளை பரப்பிக்கொண்டிருக்கிறார்கள். சினிமா ஒரு கலை வடிவமெனில், ஏனைய எல்லா கலைகளிலிருந்தும் மாறுபட்டு சினிமா தனக்கே உரித்தான பிரத்யேக நோக்கங்களை கொண்டிருக்கிறது. குறிப்பிட்டு சொல்ல வேண்டுமென்றால், ஒரு மனிதன் எதற்காக இப் பூமியில் படைக்கப்பட்டுள்ளான் என்கின்ற ஆதார கேள்வியினை மனிதர்கள் மத்தியில் எழுப்புவதற்காகவே. ஒரு மனிதன் தான் ஏன் வாழ்ந்துக்கொண்டிருக்கிறோம் என்பதை அறிந்துக்கொள்வது மிகமிக முக்கியமானது. சினிமாவின் மூலமாக தமது அடிமனதில் தேங்கியிருக்கும் புனிதத்தை ஒருவர் உணர்ந்துக்கொள்ள முடியும். இந்த உலகத்தின் அச்சுறுத்துகிற அமைதியை உணர்ந்துக்கொள்ள முடியும் (சிரிக்கிறார்).

உங்களுடைய The Mirror திரைப்படம், மாண்டேஜ் முறையினில், எந்தளவிற்கு ஒரு பரீட்சார்த்த முயற்சி என்று கருதுகிறீர்கள்?

ஒருபோதும் திரைப்படங்களில், பரீட்சார்த்த முயற்சிகளை மேற்கொள்ள வேண்டுமென்று நான் நினைத்ததில்லை. சினிமா ஒன்றும் அறிவியல் அல்ல. நாம் நமக்கு ஏற்றபடி ஆய்வுகள் மேற்கொண்டு, அது வெற்றி அடைகிறதா அல்லது தோல்வியுறுகிறதா என்று கணக்கிட்டுக்கொண்டிருக்க. ஒருவரும் இத்தைகைய ஆய்வுகளை சினிமாவில் செய்துக்கொண்டிருக்க நமக்கு பணம் கொடுக்க மாட்டார்கள். கலை வடிவத்தில், பரீட்சார்த்த முயற்சிகளுக்கோ, ஆய்வுகளுக்கோ எப்போதும் இடமில்லை. ஒரு கோட்பாட்டை உருவாக்க வேண்டுமென்பது எந்தவொரு கலை வடிவத்தின் நோக்கமாகவும் இருக்க முடியாது. ஆனால், இருபதாம் நூற்றாண்டு கலைஞர்கள் பலரும், இத்தகைய கோட்பாடுகளை வகுக்கின்ற கட்டற்ற கோமாளித்தனத்தை ஆராதிக்கின்றனர் என்பது வியப்பாக இருக்கின்றது. விமர்சகரும், கவிஞருமான பால் வேலேரி இந்த போக்கு குறித்து இவ்வாறு எழுதியுள்ளார். “இந்த காலத்தில் தனக்கான பாணி ஒன்றை உருவாக்கி நிலைச்சட்டத்தில் தம் இஷ்டம்போல் கிறுக்குவது மட்டுமே ஒரு ஓவியனின் கடமை என்று வரையறுக்கப்படுகிறது”. அவர் சொல்வதும் ஏற்றுக்கொள்ளக்கூடியதுதான். நாம் பிகாசோவையே எடுத்துகொள்வோம். அவர் ஓவியம் வரைந்து, அதில் தனது கையொப்பத்தையிட்டு நல்ல விலைக்கு விற்றுவிடுகிறார். கிடைக்கின்ற பணத்தை பிரெஞ்சு தேசத்தின் கம்யூனிச அமைப்புகளுக்கு கொடுத்துவிடுகிறார். இது எனக்கு முற்றிலும் வியப்பாக இருக்கிறது என்றாலும், இதில் கலை செயல்பாடு என்று எதுவும் இருப்பதாக எனக்கு தோன்றவில்லை.

என்ன நிகழ்கிறதென்று எனக்கு புரியவில்லை. ஏன், கலை இருபதாம் நூற்றாண்டில் தனது புதிர்தன்மையை இழந்ததென்று என்னால் புரிந்துக்கொள்ள முடியவில்லை. ஏன் கலைஞன் அனைத்தையும் மிக விரைவாக அடைந்துவிட வேண்டுமென்று நினைக்கிறான் என்று புரியவில்லை. நாலடியில் ஒரு கவிதையை எழுதி முடித்த உடனேயே அது பிரசுரமாகிவிட வேண்டுமென்று நினைக்கிறார்கள். முன்னொரு காலத்தில், காஃப்கா என்றொரு கலைஞன் வாழ்ந்தான். அவன் தான் எழுதிய நாவல்கள் அனைத்தையும் எரித்துவிடும்படி தன் நண்பனிடம் சொல்லிவிட்டு இறந்துவிட்டான். அந்த நண்பர் காஃப்காவினுடைய விருப்பத்தை புறக்கணித்துவிட்டு, அவனது படைப்புகளை வெளியிட்டுவிட்டார். நீங்கள் காஃப்காவும் இருபதாம் நூற்றாண்டை சேர்ந்தவர்தானே என்று சொல்லலாம். ஆமாம். இது இருபதாம் நூற்றாண்டுதான். ஆனால், காஃப்கா இந்த நூற்றாண்டை சேர்ந்தவன் அல்ல. அவன், சென்ற நூற்றாண்டை சேர்ந்தவன். அதனால்தான் அவன் இத்தனை துயரங்களை அனுபவிக்க நேர்ந்தது. அவன் இந்த நூற்றாண்டை எதிர்கொள்ள தயாராகயில்லை. அதனால், நான் மையப்படுத்த

விரும்புவது என்னவென்றால், கலையில் பரீட்சார்த்த முயற்சி என்று எதுவுமில்லை. கலைஞன் ஒருபோதும் ஆராய்ந்துக்கொண்டோ, எதையும் தேடிக்கொண்டோ இருக்க மாட்டான். அவன் கண்டுணர்வான். ஏனெனில், அவனால் எதையும் கண்டுணர முடியவில்லை என்றால் அவனது படைப்புகள் யாவும் பயனற்றதாகிவிடும். மாண்டேஜ் முறையினை பரீட்சார்த்த முயற்சியோடு இணைத்து கேள்வி எழுப்பினீர்கள் அல்லவா, The Mirror திரைப்படத்தில் மாண்டேஜ்களை உருவாக்குவதில் நான் எந்தவகையிலும் எவ்வித சிக்கல்களையும் எதிர்கொள்ளவில்லை. உண்மையில், என் திரைப்படத்தில் பரீட்சார்த்த முயற்சி என்று எதுவுமேயில்லை.

நேர்மையாக சொல்ல வேண்டுமென்றால், நான் அந்த திரைப்படத்தை எடுத்து முடித்ததும், என்னிடம் மலையளவு படத்துக்கான காட்சி துணுக்குகள் இருந்தது. நான் பலவாறாக படத்தொகுப்பு செய்துப் பார்த்தேன். முதல் முறை, இரண்டாம் முறை என்று நீண்டு இருபது விதமாக படத்தொகுப்பு செய்துப் பார்த்தும், என்னால் திரைப்படத்துக்கு தேவையான ஒரு முழுமையை கொண்டுவர முடியவில்லை. இதில் பரீட்சார்த்த முயற்சி என்பதற்கெல்லாம் இடமேயில்லை. என்னால், படத்துக்கு தேவையான முழுமையை கொண்டுவர முடியவில்லை. இதை நான் மிகவும் உணர்வுப்பூர்வமாக சொல்கிறேன். என்னால் ஒரு முழுமையை தோற்றுவிக்க முடியவில்லை. என்னிடமிருந்த படத்துக்கான காட்சி துணுக்குகள் தாமாக தமக்குள் உண்டாக்கியிருந்த நயத்தை என்னால் கட்டுப்படுத்த இயலவில்லை. நாடக ரீதியிலான கட்டமைப்புக்குள் எப்படியாவது படத்தை கொண்டுவந்துவிட வேண்டுமென்று பெரும் சிரமத்துடன் நான் படத்தொகுப்பு பணியினை மேற்கொண்டிருந்தேன். இருபது விதமாக படத்தொகுப்பு செய்துப் பார்த்த பின்புதான், நான் தருக்கங்களை பொருட்படுத்தாமல், காட்சிகள் வெட்டி ஒட்ட வேண்டுமென்பதை உணர துவங்கினேன். நீங்கள் திரையில் பார்ப்பது இருபத்து ஒன்றாவது முறையாக நான் படத்தொகுப்பு செய்து முடித்ததைதான். நான் முதல்முதலாக, முழுமையடைந்த திரைப்படத்தைப் பார்த்தபோது, இறுதியில் தோல்வியுற்று துயருரும் நிலையை நான் தவிர்த்துவிட்டிருப்பதை உணர்ந்தேன். இது எப்படி நிகழ்ந்ததென்று எனக்கு தெரியவில்லை. ஆனால், படத்தொகுப்பு துவங்கும் முன்பாக, இக்காட்சிகளை தனித்தனியே பார்த்தபொழுது, நிச்சயமாக அவை ஒழுங்கில்லாமல் படம் பிடிக்கப்பட்டிருப்பதாகவே நினைத்தேன். அதோடு, இருபது விதமாக படத்தொகுப்பு செய்துப் பார்த்தேன் என்று சொன்னேன் அல்லவா.. ஒவ்வொரு முறையும் நான் படத்தின் காட்சிகளை பகுதி பகுதிகளாக தனித்தனியாக ஒன்றிணைத்துதான் படத்தொகுப்பு செய்துப் பார்த்தேன். தனித்தனி ஷாட்களுக்கு நான் அதிக முக்கியத்துவம் கொடுப்பதில்லை. இப்போது,

உங்களுக்கு என் திரைப்படத்தின் படத்தொகுப்பு பணி குறித்த முழுமையான புரிதல் ஏற்பட்டிருக்கும் என்று நம்புகிறேன்.

நீங்கள் உங்களுக்கு விருப்பமான திரைப்படங்களை இயக்க ரஷ்யாவை விட இத்தாலி பாதுகாப்பான இடமென்று நினைக்கிறீர்களா? பொருளாதார நெருக்கடி எதையும் உணர்கிறீர்களா?

நீங்கள் Nostalghia படத்தை பார்த்திருக்கிறீர்களா? நீங்கள் நிச்சயமாக பார்த்திருப்பீர்கள் என்றே நினைக்கிறேன். என்னளவில் அதன் வேலைப்பாட்டில் முந்தைய படங்களிலிருந்து பெரிதாக எந்த வித்தியாசத்தையும் என்னால் உணர முடியவில்லை. எல்லா திரைப்பட பணியாளர்களுமே ஒரே மாதிரியாகத்தான் பணியாற்றுகிறார்கள். என்னை மிகவும் வியப்பில் ஆழ்த்துவது என்னவென்றால், ஒரு படத்தில் பணியாற்றுகின்ற அனைத்து பணியாளர்களுமே செய்கைகளிலும், நடத்தையிலும் ஒருவரை ஒருவர் பிரதிபலித்தபடியே இருக்கிறார்கள். அந்தளவுக்கு திரைப்பட உருவாக்கத்தின் செயல்முறையில் அனைவரும் தெளிவாக இருக்கிறார்கள். அதனால், இத்தாலியில் பணியாற்றுவது முற்றிலும் எளிதாக இருந்தது என்று என்னால் சொல்ல முடியாது. அதேபோல, ரஷ்யாவில் பணியாற்றுவதை விட இத்தாலியில் பணியாற்றுவது கடினமாக இருந்தது என்றும் என்னால் சொல்ல முடியாது. நான் அடிக்கடி ஒரு இயக்குனரின் பணி என்பது உணவங்களில் உணவு கொண்டுவரும் வெயிட்டரின் பணிக்கு நிகரானது என்று ஒப்பிட்டு சொன்னதுண்டு. ஏனெனில், வெயிட்டர் மலை முகடை போல உணவுகளை ஒன்றின் மேல் ஒன்றாக அடுக்கி எடுத்து வருவதோடு, அதனை உரியவர்களிடம் எவ்வித சேதாரமும் இல்லாமல் சேர்ப்பிக்க வேண்டும். நீங்கள் ஒரு திரைப்படத்தின் பணிகளை துவங்குகிறீர்கள் என்றால் அதனை எந்த சிதைவும் இல்லாமல் முடிக்க வேண்டியது உங்களது கடமை. நீங்கள் திரைப்படத்தின் துவக்கக்கட்டத்தில் உங்களது குழுவினருடனான முதல் கட்ட சந்திப்பு முடிந்ததுமே கொஞ்சம் கொஞ்சமாக நீங்கள் என்ன சொல்ல நினைத்தீர்கள் என்பதை மறந்து விடுவீர்கள். திரைத்துறையில் அனைத்துமே சாத்தியாகிவிடுவதால் முதல் இரு வாரங்களிலேயே நீங்கள் என்ன செய்துக்கொண்டிருக்கிறீர்கள், எதை நோக்கி நகர்ந்துக்கொண்டிருக்கிறீர்கள் என்பதை புரிந்துக்கொள்ளும் வலிமையை இழக்க துவங்கிவிடுகிறீர்கள். அதனால், எவ்வித சிக்கல்கள் நேர்ந்தாலும், நீங்கள் சொல்ல விழைந்த செய்தியை சொல்லி முடிப்பது உங்களது கடமை. ரஷ்யாவில் நான் படம் இயக்கும்போது ஒருபோதும் பணத்தை பற்றி நினைத்ததே இல்லை. ஆனால், இத்தாலியில், நீங்கள் மன்னிக்க வேண்டும், நான் எப்போதுமே பணத்தை பற்றியே நினைத்துக்கொண்டிருக்கிறேன். “வணக்கம்” “சென்று வருகிறேன்”

என்பதை போன்ற இயல்பான சம்பாஷணைகளை விடவும் "பணம்" எனும் சொல்லைத்தான் நான் அதிகமாக கேட்கிறேன். இது மிகவும் கடினமானது. உங்களிடம் அவர்கள் பணத்தை பற்றி பேசும்போது, நீங்கள் அதனை பொருட்படுத்தாமல் இருப்பீர் என்றால், அதோடு, உங்கள் படம் முற்றாக சிதைந்துவிடும். பணத்தை பற்றி பேச்சு எழும்போது, நீங்கள் ஒரு முட்டாளைப்போல அவர்களுக்கு மத்தியில் நிற்க வேண்டும். மன்னித்து விடுங்கள், நான் முடித்துவிடுகிறேன். சினிமாவுக்காக நிச்சயமாக நீங்கள் கடினமாக உழைத்தே ஆக வேண்டும். போருக்கு முந்தைய நாட்களில், அமெரிக்கா என்றுதான் நினைக்கிறேன், மக்களிடையே கேள்வி ஒன்றை எழுப்பியிருந்தது. எது உங்களை அதிகமாக அச்சுறுத்துகிறது? எது மிகவும் அபாயகரமானது? என்று கேட்கப்பட்டது. அக்கேள்விக்கு மக்கள் சொன்ன பதில் என்ன தெரியுமா? முதல் இடத்தில் பயிற்சி விமான ஓட்டுநர்கள். இரண்டாவது இடத்தில் திரைப்பட இயக்குனர்கள்.

நீங்கள் உங்கள் திரைப்படங்களை இயக்க தயாராகும்போது, ஒவ்வொரு காட்சி அடுக்குகளையும் முன்பே திட்டமிட்டு விடுவீர்களா அல்லது படப்பிடிப்பின்போது அவைகளை உருவாக்குகிறீர்களா?

நான் இரண்டு நிலைகளிலும் வேலை செய்கிறேன். முன்பாகவே காட்சி அடுக்குகளை திட்டமிட்டு விடுவேன் என்றாலும், படப்பிடிப்பு தளத்திற்கு வந்ததும், எனது திட்டமிடல்கள் முழுவதையும் நான் மாற்றி அமைத்துவிட வேண்டியிருக்கும். ஏனெனில், வாழ்க்கை என்னுடைய கற்பனையை விடவும் வலிமையானது என்பதை படப்பிடிப்பு தளத்திற்கு சென்றதும் உணர்ந்துக்கொள்வேன். ஆனால், படப்பிடிப்பு தளத்திற்கு முன் தயாரிப்புகளின்றி நான் சென்றால், என்னால் சுதந்திரமாக சிந்திக்க முடியும் என்று இப்பொழுது எனக்கு புரிகிறது. துவக்ககாலத்தில், நான் காட்சிகளை வடிவமைக்க நிறைய மெனக்கெட வேண்டியிருந்தது. ஏனெனில், என்னால் தொழிற்முறையில் சிந்திக்க முடியாது. இப்படி என்னை வருத்திக்கொண்டு சிந்திப்பது மிகவும் கடினமாகவும் இருந்தது. அதனால், இப்போதெல்லாம் தேவையற்ற சிந்தனைகளை நான் வளர்த்துக்கொள்வதில்லை.

கலை ஏன் சமய நோக்கங்களை கொண்டிருக்கிறது என்று நினைக்கிறீர்கள்?

ஏனெனில், கலை தர்க்கரீதியாக செயல்படுவதில்லை. அது நம்பிக்கையை முன்வைத்தே செயல்படுகிறது. கலை நம்பிக்கையை வளர்க்கிறது. தல்ஸ்தோயை எடுத்துக்கொள்வோம். ஒருவேளை அவர் தமது படைப்புகளின் வழியே ஏதோவொரு கருத்தாக்கத்தை விதைக்க முனைந்திருந்தால், அத்தகைய முனைப்பே அவரது படைப்புகளில்

வெளிப்பட்டுள்ள கலை அம்சங்களை சிதைத்திருக்கும். நாம் எப்போதும் ஒரு கலைஞனுடைய செயல்பாடுகளுடன் ஒத்துப்போக வேண்டுமென்கிற அவசியம் இல்லை. ஆனால், அவனுடைய கலை செயல்பாடு என்றென்றும் நிலைத்திருக்கும். கலை அழிக்க முடியாதது. நாம் சமயத்தில் ஒரு கலைஞனை, எழுத்தாளனை, இசையமைப்பாளரை, இயக்குனரை தத்துவவாதி என்று வரையறுக்கிறோம். தத்துவவாதி என்பது ஒரு சொல்தான். கலைஞன் ஒருபோதும் தத்துவவாதியாக இருக்க முடியாது. அவனுடைய தத்துவார்த்த சிந்தனைகளை ஆராய்ந்துப் பார்த்தீர்கள் என்றால், அவை யாவும் முன்பே புழக்கத்தில் உள்ள, அனைவருக்கும் தெரிந்த சிந்தனைகளின் மறுபதிப்பாகவே இருக்கும். அவன் தமது படைப்புகளில் வெளிப்படுத்தும் சிந்தனைகள் அவனிலிருந்து பிறப்பதில்லை. கலைஞனை தத்துவவாதி என்று வகைப்படுத்துவதைவிடவும், கவிஞன் என்று வகைப்படுத்தலாம். ஒரு கவிஞனை எது உருவாக்குகிறது? கவிஞன் என்பவன் ஒரு குழந்தையின் மனோபாவம் கொண்டவன். அதனால் ஒரு கலைஞன் வெளிப்படுத்துகின்ற உலகம் அதனை ஏற்றுக்கொள்ளவும், நம்பிக்கைக்கொள்ளவும் அல்லது முற்றாக மறுத்து விடவும் நம்மை நிர்பந்திக்கிறது. அவனது உலகை பற்றி நாம் உரையாடுவதெல்லாம், சமய ரீதியாக அல்லது ஆன்மீக ரீதியாக அந்த படைப்பு நமக்குள் எத்தகைய தாக்கத்தை ஏற்படுத்துகின்றது என்பதை மட்டும்தான். கலை ஒரு மனிதனின் ஆன்மாவையும், அவன் கொண்டுள்ள நம்பிக்கைகளையும் முற்றாக மாற்றிவிடுகிறது.

80 சதவீத மக்கள் திரைப்படங்களை பொழுதுபோக்கிற்காக மட்டுமே பார்க்கிறார்கள் என்று குற்றம் சாட்டியுள்ளீர்கள். அதே சமயத்தில், திரைப்படங்களின் நோக்கம் வாழ்க்கையின் அர்த்தத்தை உணர செய்வதே என்றும் குறிப்பிட்டுள்ளீர்கள். உங்களது திரைப்படங்களுக்கும், பொது பார்வையாளர்களுக்கும் இடையில் மிக பெரிய முரண்பாடு நிலவுகிறது. உங்களது திரைப்படங்களை எளிதில் புரிந்துக்கொள்ள முடியவில்லை என்று பார்வையாளர்கள் சொல்கிறார்கள். இந்த சிக்கலுக்கு நீங்கள் ஏன் ஒருபோதும் விளக்கம் தருவதில்லை?

இத்தகைய சிக்கல்களை நான் மட்டுமே எதிர்கொள்ளவில்லை. எனக்கு முன்பே பல இயக்குனர்கள் கடுமையான மன நெருக்கடிகளை சந்தித்திருக்கிறார்கள். அதனால்தான், நான் இந்த சர்ச்சைகளைப் பற்றி எந்தவித விளக்கங்களும் அளிப்பதில்லை. இரண்டாவது என் திரைப்படங்களுக்காக காத்திருக்கிற 20 - 25 சதவீத பார்வையாளர்களே எனக்கு போதும். இந்த எண்ணிக்கையிலான பார்வையாளர்களே எனக்கு மன திருப்தியை அளிக்கிறார்கள். உங்களுக்கு தெரிந்திருக்கும்,

மாஸ்கோவில் இரண்டு இசை அரங்குகள் இருக்கின்றன. முதலாவது மாஸ்கோ நகர இசையமைப்பாளர்கள் நிகழ்ச்சி நடத்துகின்ற மிகப்பெரிய இசையரங்கு. மற்றது ட்சைக்கோவ்ஸ்கி (Tchaikovsky) இசை அரங்கம். மாஸ்கோவில் ஒன்பதிலிருந்து பத்து மில்லியன் மக்கள் வாழ்ந்து வருகிறார்கள். பேச்சையும் (Bach), மொசார்ட்டையும் (Mozart), பீத்தோவனை (Beethovan) மக்கள் கேட்க முடியும். அதோடு, இந்த இரண்டு இசை அரங்குகளே பத்து மில்லியன் மக்களின் ஆன்மீக தேவையினை மேதைகளின் இசையினை ஒலிப்பரப்பு செய்வதன் வழியாக பூர்த்தி செய்துவிட முடியும். ஆனால், மிகச்சிறந்த இசை கோர்ப்புகளை ஒலிப்பரப்பியபோதும், இசையமைப்பாளர்கள் புகழ் பரப்பப்பட்டபோதும், ஒரு மில்லியனுக்கும் குறைவான எண்ணிக்கையிலேயே மக்கள் இசை அரங்கில் கூடுகிறார்கள். அதுபோலவே, புஷ்கினையும், ஷேக்ஸ்பியரையும் அதிகளவில் அச்சிட வேண்டிய அவசியமில்லை. நாம் எல்லோருமே புஷ்கினும், ஷேக்ஸ்பியரும் இல்லாமல் நம்மால் வாழ முடியாது என்று சொல்கிறோம். ஆனால், உண்மையில், 20 - 25 சதவீத மக்கள்தான் அவர்களை வாசிக்கிறார்கள். அதாவது, மீண்டும் மீண்டும் வாசிப்பதை சொல்கிறேன். திரைத்துறையில் இயங்குகிறவர்கள் என்பதால், எங்களுடைய நிலை இன்னும் மோசமானது. பல வருடங்களாக இயக்குனர்கள் மக்கள் எதை விரும்புகிறார்களோ அதையே தமது திரைப்படங்களில் கொடுத்து வந்தார்கள். ஆனால், மக்கள் இன்று அதை பார்ப்பதை தவிர்க்கிறார்கள். அவர்களுக்கே இந்த திரைப்படங்கள் சலிப்பை ஏற்படுத்திவிட்டன. அதனால், உடனடியாக நாம் விரும்பும்படியான திரைப்படங்களை அவர்களுக்கு திரையிட்டு காண்பித்தாலும், அதனை ஏற்க அவர்கள் மறுத்துவிடுகின்றனர். மக்கள் ரசனை சீரழிந்துள்ளது. பதினைந்து வருடங்களுக்கு முன்பு மக்கள் எப்படி திரைப்படங்களை திறந்த மனதுடன் வரவேற்கும் போக்குடன் பார்வையிட்டார்களோ, அதேபோல மக்களை மீண்டும் மாற செய்ய நமக்கு இன்னும் இருபத்தைந்து வருடங்கள் தேவைப்படும்.

1984 ஆம் ஆண்டு லண்டனில் உள்ள தேவாலயம் ஒன்றில் தார்கோவஸ்கி பார்வையாளர்களுடன் உரையாடியதிலிருந்து ஒரு பகுதி. V. Ishimov மற்றும் R. Shejko ஆகியோரால் பதிவுசெய்யப்பட்டது.

★★★

சர்வாதிகாரிகள் படைப்பு செயல் முறைகளால் பெரிதும் ஈர்க்கப்படுகிறார்கள்! – அலெக்சாண்டர் சுக்ரோவ்

சமகால ரஷ்ய திரைப்படத்துறையில் அதிக கவனத்திற்குரிய இயக்குனராக கருதப்படுபவர் அலெக்சாண்டர் சுக்ரோவ். மனித இருப்பு குறித்த ஆதார கேள்வியினை தமது திரைப்படங்களில் எழுப்பிய தார்கோவஸ்கியின் மரபினரான சுக்ரோவ் சம்பிரதாய கதைப்படங்களுக்கு துளியும் சம்பந்தமில்லாதவர். திரைப்படக் கலையில் பல்வேறு பரிசோதனைகளை நிகழ்த்தியுள்ள இவர், "இலக்கியங்களின் மூலமாகவே எனது திரைப்படங்களை கண்டடைகிறேன். உண்மையில் சினிமாவின் மீது எனக்கு பெரியளவில் விருப்பமில்லை" என்று சொல்கிறார். 2002– ஆம் ஆண்டு வெளியிடப்பட்ட இவரது ரஷியன் ஆர்க் திரைப்படம் ஒரேயொரு முழுமையான இடைவெட்டில்லாத காட்சியாக ஒரே ஷாட்டில் படமாக்கப்பட்டது. காட்சி பதிவுகளில், நிறங்களில், இசை சேர்ப்பில் ஒருவித அரூப நிலையை தோற்றுவிக்கும் சுக்ரோவ் நவீன ஓவியங்களை தமது திரைப்படங்களில் தொடர்ந்து பயன்படுத்தி வருகிறார்.

*அவரது தொடக்ககால திரைப்படங்கள் பெரும்பாலும் ரஷ்யாவில் தடை செய்யப்பட்டிருக்கின்றன. 1997- ல் வெளியான மதர் அன்ட் சன் (*Mother and Son*) திரைப்படத்தின் வாயிலாகவே வெளியுலகிற்கு சுக்ரோவ் அறியப்பட்டார். இப்படத்தில், நோய்மையில் பீடிக்கப்பட்டிருக்கும் தாயும், அவளது இளம் வயது மகனும் மனித தடயமற்ற புதிரான புல்வெளி பிரதேசத்தில் காணப்படுகிறார்கள். நோயுற்ற தாயின் இறுதி கணங்களையே இத்திரைப்படம் பதிவு செய்திருந்தது. இயற்கையிடமிருந்து பிரித்துப் பார்க்க முடியாதபடி அவர்கள் இயற்கையின் ஒரு அங்கம்போலவே படத்தில் இடம்பெறுகிறார்கள்.*

ஒரு காட்சியில், தாயை தனியே விட்டுவிட்டு மகன் சிறிது தூரம் நகர்ந்துச்செல்ல, அவனது வருகையை எதிர்பார்த்து, தனது வலுவற்ற உடலை அவன் சென்ற திசையின் பக்கமாக தாய் திருப்புகிறாள். உடனே, அவளை சுற்றியிருக்கும் செடிக்கொடிகளும் அவளோடு

இசைந்து மகனின் வருகைக்காக அவன் சென்ற திசையில் அசைகின்றன. ஒருவித மயக்க நிலையில் என்னுள் உண்டு பண்ணிய அக்காட்சியை இப்போதும் நினைத்து சிலிர்கிறேன்.

உலகின் பல்வேறு உயரிய விருதுகளை பெற்றிருக்கும் அலெக்சாண்டர் சுக்ரோவ் தொடர்ந்து திரைப்படங்களை இயக்கி வருகிறார். சென்ற ஆண்டு அவரது Francofonia திரைப்படம் வெனிஸ் திரைப்பட விழாவில் திரையிடப்பட்டது. அலெக்சாண்டர் சுக்ரோவ்விடம் பிரபல அமெரிக்க திரைக்கதையாசிரியரும் இயக்குனருமான பால் ஸ்க்ரேடர் (Paul Schrader) மேற்கொண்ட நேர்காணலின் தமிழ் வடிவமிது.

உங்களது பின்னணியையும், உங்களுடைய கல்வி மற்றும் எதனால் நீங்கள் திரைத்துறையை தேர்வு செய்தீர்கள் என்பதையும் முதலில் அறிந்துக்கொள்ள விரும்புகிறேன்?

நீங்கள் மிகவும் கடினமான கேள்வியை கேட்டுள்ளீர்கள். இலக்கியத்தைப்போலவே ரேடியோவில் ஒலிப்பரப்பான நாடகங்களின் மீதும் எனக்கு மிகப்பெரிய அளவில் விருப்பமுண்டு. எனது வளர் பருவத்தில் ரேடியோவில் ஒலிப்பரப்பான மிகச்சிறந்த நடிகர்களின் கவனத்தை ஈர்த்த நாடகங்களை கேட்டு களிப்புற்ற தினங்களை இப்போதும் நினைவில் வைத்திருக்கிறேன். நான் என் கண்களை மூடி ரேடியோவில் ஒலிப்பரப்பாகும் நாடகத்திற்கு ஏற்ற காட்சி பிம்பங்களை எனது கற்பனையில் உருவாக்குவேன். பிற்காலத்தில், நான் ஒரு திரைப்பட இயக்குனராவேன் என்று அப்போது நினைத்ததில்லை. ஏனெனில், எனது குடும்பத்தில் எவருமே கலைத்துறையில் ஈடுப்பட்டதில்லை. நான் சைபீரியாவின் மிகச்சிறிய கிராமமொன்றில் பிறந்தேன். இப்போது நான் பிறந்த கிராமம் நீரினுள் மூழ்கி கிடக்கிறது. அனல்மின் நிலையம் ஒன்றை அங்கு கட்டியெழுப்பியதால், எனது கிராமத்தை நீரினுள் மூழ்கடித்துவிட்டார்கள். நான் பிறந்த கிராமத்தை பார்க்கும் எண்ணம் என்னுள் எப்போதாவது இனி உண்டானால், படகு ஒன்றை கடலினுள் ஓட்டிச்சென்று, தண்ணீரின் அடியில்தான் உற்று பார்க்க முடியும்.

அதுவொரு அழகான காட்சித்துண்டு.

எனக்கு இதுவொரு முழுமையான காட்சியாக தெரிகிறது. அதோடு, திரைத்துறையில் பங்குக்கொள்வது என்னளவில், மிக நீண்ட பயணமாக கருதுகிறேன். பொதுவாக சொல்ல வேண்டுமெனில், நாம் ஒரு கலைஞனாக உருவாக முதலில் அடிப்படையிலான கல்வியை பயின்றிருக்க வேண்டும். அதனால்தான், வரலாற்று பிரிவில் பட்டப்படிப்பை முடித்த நான் கலைத்துறையில் செயலாற்றி கொண்டிருக்கிறேன் என நினைக்கிறேன்.

உங்களது திரைப்படக் கலை எவ்வாறு வளர்ச்சியடைந்தது?

நான் பிறந்து வளர்ந்து, எனக்கான சுய அடையாளத்தை தேடிக் கொண்டது யாவுமே ஒரு சர்வாதிகார ஆட்சியின் கீழ்தான் நடந்தது. என்போன்ற பின்னணியையும், உளவியல் குணாதிசியமும் கொண்ட எவரும் தங்களது செயல்பாடுகளில் மிகத் தீவிரத்தன்மையை கடைப்பிடிப்பதோடு, அடிப்படையிலான கூர் நோக்கும் இயல்பையும் பெற்றிருப்பார்கள். அதோடு, நான் தொடர்ச்சியாக ரஷியாவின் செவ்வியல் புதினங்களையும் படித்து வந்தேன் என்பதை மறந்து விடாதீர்கள். புதினங்கள்தான் என் மீது மிகப்பெரிய ஆளுமையை செலுத்தின. நான் பீட்டில்ஸ் இசையையோ, பிற நாட்டு சமகால இசையமைப்பாளர்களையோ கேட்டதில்லை. வாக்னரும், ஸ்கர்லட்டியும் (Scarlotti) மட்டுமே எனது விருப்பத்திற்குரிய இசையமைப்பாளர்கள். இவ்வழியில்தான், எனது திரைப்பட கலையினுள் நுழைந்திருக்க வேண்டும். நான் மிகமிக தீவிரமான செயல்களில் ஈடுபடலானேன்.

சோவியத் யூனியன் உடைபடுவதற்கு முன்பாக, திரைப்பட தணிக்கை குழுவினரோடு உங்களுக்கு சில முரண்பாடுகள் இருந்ததை அறிகிறேன். கதை படங்களை அதிகளவில் இயக்கியிருந்தால் அரசாங்கத்துடனான உங்களது உறவு மேலும் சிக்கல் நிரம்பியதாக இருந்திருக்கும் என்று கருதுகிறீர்களா? ஏனெனில், கதைப் படங்களின் மூலமாக நேரடியாக உள் நாட்டு அரசியல் விவகாரங்களில் தலையிட முடியும்.

உங்களுடைய கேள்வி எனக்கு மிகவும் பிடித்திருக்கிறது. இதுவரையில் யாரும் இதுப்போன்ற கேள்வியை என்னிடம் கேட்டதில்லை. இது மிகவும் முக்கியத்துவம் வாய்ந்தது. ஏனெனில், அதிகாரிகளிடமிருந்து உங்களுக்கு முழுமையான விளக்கங்கள் கொடுக்கப்படவில்லை என்றாலும், உங்களால் அவர்களது நடவடிக்கைகளின் மூலமாகவே சிக்கல் உருவெடுத்திருப்பதை உணர்ந்துக்கொள்ள முடியும். அரசாங்க திரைப்பட இயக்கம் என்னோட கொண்டுள்ள முரண்பாட்டுக்கு அரசியல் நோக்கு காரணமல்ல. என்னிடம், சோவியத் யூனியன் பற்றி எவ்வித கேள்விகளும் இல்லை. இருந்தாலும், அதன் மீது எனக்கு பெரிதளவில் அக்கறையில்லை. அதனால், அரசை கேள்வி எழுப்புவதை பற்றி சிந்திப்பதில்கூட எனக்கு விருப்பமில்லை. நான் எப்போதும் திரைப்பட அழகியலின் வழியாகவே வழி நடத்தப்பட்டுள்ளேன். அதாவது, மனித ஆன்மாவில் உறைந்துள்ள அழகியல் மற்றும் அதன் மீது சில ஒழுக்க விதிகளை நிறுவவே எனது திரைப்படங்கள் முற்படுகின்றன. நான் காட்சி ரீதியிலான கலை வடிவத்தில் பங்குக்கொண்டுள்ளதுதான், அரசாங்கத்தை சந்தேகத்திற்கு

உள்ளாக்கியுள்ளது. என்னுடைய திரைப்படங்களின் தன்மை மற்றவர்கள் இயக்குகின்ற திரைப்படங்களிலிருந்து முற்றிலும் மாறுபட்டது. அரசுக்கு உண்மையில் என்னை எதற்காக தண்டிக்க வேண்டுமென்பதே புரியவில்லை. இந்த குழப்பம் அவர்களுக்கு என் மீது மிகப்பெரிய வெறுப்பை உண்டாக்கியுள்ளது. அரசின் இத்தகைய நிலைப்பாடு, ஒரே சமயத்தில் எனக்கு சாதகமாகவும், பாதகமாகவும் அமைந்திருக்கின்றன. ஒருபுறம், மக்களுக்கு காண்பிப்பதற்கு எனது திரைப்படங்கள் தடை செய்யப்படுகின்றன. மற்றொருபுறம், எனது புதிய திரைப்படங்களுக்கான முயற்சிகள் ஊக்குவிக்கப்படுகின்றன. இவ்விதமான முரண்பாடு சர்வாதிகார ஆட்சிக்கே உரித்தானது என்றே சொல்வேன். ஏனெனில், சர்வாதிகாரிகள் படைப்பு செயல்முறைகளால் பெரிதும் ஈர்க்கப்பட்டுள்ளார்கள்.

எந்த கலைஞர்கள் - திரைப்பட இயக்குனர் – என்றில்லாமல் உங்களை நீங்கள் கண்டுக்கொள்ள உதவினார்கள்?

நான் என்னை சுற்றி உள்ள சாராசரி மனிதர்களிடமிருந்துதான் பெரிதும் கற்றுக்கொண்டேன். அவர்கள் கலை செயல்பாடுகளில் துளி அளவும் பங்கெடுத்துக் கொள்வதில்லை. ஆனால், அவர்கள் ரொம்பவும் மென்மையான, நேர்மையான, தன்மையான, அழகான மனிதப் பிறவிகள். அதோடு, படிப்பாளிகளும்கூட. ஆனால், என்னை மிகப்பெரிய அளவில் தாக்கத்திற்குள்ளாக்கியவர் என்றால் ஆண்டன் செகாவ்வைதான் சொல்வேன்.

நான் மதரீதியிலான பிண்ணனியில் இருந்து வந்தவன். எங்கள் தேவாலயம் காட்சிகளை முழுமையாக நிராகரிக்கிறது. அவர்கள் காட்சி படிமங்களுக்கு எதிரானவர்கள். நீங்கள் எதை வெளிப்படுத்த வேண்டுமென்றாலும், வார்த்தைகளைதான் பயன்படுத்த வேண்டும். என்னுடைய இருபது வயதுகளில்தான் காட்சி என்பதும் ஒரு வகையிலான கருத்துருவாக்கமே என்பதை உணர்ந்துக்கொண்டேன். எனக்கு அதனை உணர்ந்துக்கொள்ள சில காலம் தேவைப்பட்டது. நீங்கள் இலக்கியத்தை பற்றியும் ரேடியோ நாடகத்தை பற்றியும் பேசினீர்கள். நீங்கள் கருத்துருவாக்கத்தின் (ideology) அறிவார்ந்த மொழியினை எப்போது உணர்ந்துக்கொண்டீர்கள்?

எனது பின்புலம் உங்களுடைய பின்புலத்திற்கு எவ்வகையிலும் தொடர்புடையதல்ல. எனது பெரும்பாலான செய்கைகளை எனது உள்ளுணர்வே தீர்மானிக்கிறது. என்னுடைய ஆன்மாவையும், ஆன்மீகத்தன்மையையும் வளர்த்தெடுக்க உதவக்கூடிய ஒருவரையும் நான் சந்தித்திருக்கவில்லை. இப்படி சொல்லலாம். என்னுடைய

பாவங்களுக்கு மன்னிப்பு வழங்கி ஆசி புரியும் ஒரு குருவையும் இதுவரை நான் கண்டதில்லை.

உங்களுடைய பெயர் அவ்வப்போது தார்கோவஸ்கியோடு தொடர்புப்படுத்தி பேசப்படுகிறது. அவர் உங்களை எவ்விதத்தில் பாதித்திருக்கிறார்?

அது மிகவும் தற்செயலானதே. தார்கோவஸ்கி யே குறிப்பிட்டுள்ளதைப்போல நாங்கள் முழுவதும் வேறுபட்ட மனிதர்கள். நான் திரைப்பட கல்லூரியின் இறுதியாண்டில் பயின்றுக் கொண்டிருந்தபோதுதான், முதல்முதலாக அவருடைய திரைப்படத்தை பார்த்தேன். அவரது திரைப்படங்களின் அழகியல் எனக்கு ஆச்சர்யமூட்டுபவையாக இல்லை. உண்மையில், என் மனதின் பிரதிபலிப்பாகவும், எனக்கு உரியதாகவுமே அவரது கலைப்பணி எனக்கு தோன்றியது. உண்மையை சொல்ல வேண்டுமென்றால், இது மிகவும் கடினமான கேள்வி என்றே கருதுகிறேன். அவருடன் இணைந்து பணியாற்றவில்லையே தவிர, அவருக்கும் எனக்குமிடையே மிக நெருக்கமான நட்பு மேலோங்கியிருந்தது. அவர் ஏன் எனது படங்களை விரும்பினார் என்று என்னால் அறுதியிட்டுக் கூற முடியாது.

தார்கோவஸ்கியை நான் இப்போது நேசிப்பதை விடவும் இன்னும் அவரை ஆழமாக நேசிக்காததை நினைந்து எனக்கே குற்றவுணர்வு உண்டாகிறது. எனது மூளை அவரை ஆழமாக நேசிக்க வற்புறுத்தினாலும், மனதில் ஏதோவொரு குறுக்கீடு அதனை தடுக்கிறது. உங்களது திரைப்படங்களை முதல்முறையாக பார்த்தபோது, என்னுடைய எதிர்வினை - இதைத்தான் நான் தார்கோவஸ்கியிடம் எதிர்பார்த்தது - என்பதாகத்தான் இருந்தது.

அது அற்புதமானது. உண்மையிலேயே அற்புதமானது. இது மீண்டுமொருமுறை நானும் தார்கோவஸ்கியும் ஒரே ஏணியில் ஓரிரு படிகள் இடைவெளியில் நின்றுக்கொண்டிருக்கிறோம் என்பதை உணர செய்கிறது.

மதர் அன்ட் சன் (Mother and Son) திரைப்படம் எத்தனை நாட்களில் படமாக்கப்பட்டது?

மொத்தமாக இருபது தினங்களில் படம் பிடிக்கப்பட்டது என்று நினைக்கிறேன்.

படத்தில் வரும் இருண்மையான அடர்த்தியான மேகமூட்டத்திற்காக நீங்கள் சரியான வானிலையை எதிர்பார்த்து நீண்ட காலம் காத்திருக்க வேண்டியிருந்ததா?

இந்த விஷயத்தில், ஒன்றை உறுதியாக என்னால் சொல்ல முடியும்.

கடவுள் அப்போது எங்களுடன் இணைந்து உதவி புரிந்துக்கொண்டிருந்தார். அதோடு, நாங்கள் அழகான, பரிசுத்தமான இயற்கை பகுதிகளை தேர்வு செய்து, அங்குதான் எங்கள் உட்புற அரங்குகளை அமைப்போம். நாங்கள் ஸ்டுடியோவில் படமாக்கவில்லை. எங்கள் படப்பிடிப்புத் தள வடிவமைப்பு மிகவும் சிக்கலான கட்டுமானத்தை கொண்டிருந்தது. நாங்கள் காட்டிற்கு அருகிலிருந்த மணல்மேட்டின் மீது தளத்தை அமைத்தோம். அதனால் மேல்புறமாக திறந்து, எங்கள் அரங்கை வேறு திசைக்கு மாற்றும் வசதி எங்களுக்கு இருந்தது. சூரிய ஒளியை பதிவு செய்து, நமக்கு ஏற்ற வகையில் அதனை பயன்படுத்திக்கொள்ள ஒளிப்பதிவாளருக்கு இது பெரிதும் துணை புரிந்தது.

உங்கள் படத்தின் காட்சிகளில் ஒருவிதமான மயக்க நிலையை தோற்றுவித்திருந்தீர்கள். காட்சிகளில் எவ்வாறு திரிபு (distortion) நிலையை சாத்தியப்படுத்த முடிந்தது?

நீங்கள் விவரிப்பத்தைப் போல அது மிகவும் சிக்கலான ஒன்றல்ல. மிகமிக எளிதானதே. நான் திரையில் பார்க்கும் பிம்பங்கள் நிலையானவை, ஒரே விதமான வடிவமைப்பை கொண்டவை என்பதை துவக்கத்திலேயே மறுத்துவிட்டேன். என்னுடைய முதல் இலக்கே, காட்சிகள் தட்டையாகவும் இருக்க வேண்டும். அதே தருணத்தில், கிடைமட்ட (Horizontal) வடிவத்திலும் இருக்க வேண்டும் என்பதுதான். இரண்டாவது, என்னுடைய காட்சி அழகியலிலும், அதன் கலையம்சத்திலும் விசாலத்தன்மையை பெற்றிருக்க வேண்டும். நான் இயற்கையின் ஸ்தூலமான வடிவத்தை படம் பிடிக்கவில்லை. நான் இயற்கையை மீள் உருவாக்கம் செய்கிறேன். மதர் அன்ட் சன் திரைப்படத்தில் நான் சில கண்ணாடிகளையும், பெரிய கண்ணாடி பேனல்களையும், வண்ணக் கலவைகளையும் அதோடு சில பிரஷ்களையும் பயன்படுத்தினேன்.

நீங்கள் கண்ணாடி பேனல்களை லென்சின் முன்னால் வைத்து படம் பிடித்தீர்களா?

ஆமாம். லென்சின் முன்னால் மட்டுமல்ல. பக்கவாட்டிலும், கேமராவிற்கு பின்னாலும் பெரிய கண்ணாடி பேனல்களை வைத்தோம். காட்சியின் தேவைக்கேற்ப கண்ணாடிகளை பயன்படுத்தினோம். இது மிகவும் கடினமான, நீண்ட நேரம் எடுத்துக்கொள்ளக்கூடிய செயல்முறை. நான், எதார்த்த உலகை சிதைத்து, எனக்கான உலகை கட்டமைக்கிறேன்.

மதர் அன்ட் சன் திரைப்படத்திற்கு பிறகு, பல ஆவணப்படங்களை இயக்கியுள்ளதாக குறிப்பிட்டீர்கள். ஆவணப்படத்திற்கும் கதைப் படங்களுக்குமான வித்தியாசங்களாக நீங்கள் உணர்ந்தது என்ன?

நான் இரண்டையும் வெவ்வேறு விதமாக கையாளுவதில்லை. ஆனால், ஆவணப்படத்திற்கும் கதைப் படங்களுக்குமான ஒரே வித்தியாசமாக நான் கருதுவது நாம் காட்சியை உருவாக்க பயன்படுத்தும் கருவியையே (அ) இப்படியும் சொல்லலாம், ஒரு வீட்டை உருவாக்க பயன்படுத்தும் கருவிகள். திரைப்படத்திற்கு இயக்குனர் பெரிய வடிவிலான உறுதியான கற்களை பயன்படுத்துகிறார். ஆனால், ஆவணப்படத்தில் வீடு என்பது மிகவும் வலுவற்றதாக, வெளிப்படையான, புல் போன்ற கட்டமைப்பை கொண்டிருக்கும்.

எனக்கு சரியாக புரியவில்லை.

நான் ஆவணப்படங்களை எதார்த்தவாத கலையாக பாவிக்கவில்லை. எனக்கு பரிசுத்த உண்மையின் மீது பெரிய விருப்பமில்லை. என்னால் யதார்த்தை புரிந்துக்கொள்ள முடியுமென்றும் நான் நம்பவில்லை.

நீங்கள் ஆவணப்படம் இயக்க விரும்பினால், அதன் வடிவத்தை முற்றிலுமாக சிதைத்துவிட்டு பிறிதொரு வடிவமாக அதனை உருவாக்குவீர்களா?

ஆவணப்படமாக இருந்தாலும், கதைப்படமாக இருந்தாலும் மனிதர்கள் தாங்களும் அந்த கலை வடிவத்தில் பங்குகொள்கிறோம் என்பதில் துளி வருத்தமும் தெரிவிப்பதில்லை என்பது எனக்கு மிகவும் முக்கியமானதாக கருதுகிறேன். அதனால்தான், நான் மக்களை படம் பிடிக்க விரும்புவதில்லை. என்னால் அவர்களை புரிந்துக்கொள்ள முடியவில்லை. அல்லது எனக்கு அவர்களை நேசிக்க தெரியவில்லை.

என்னுடைய ஆசிரியர் ஒருவர், ஒரு சட்டகத்தில் இடம்பெறும் எதுவும் கலைதான் என்று குறிப்பிட்டார். சட்டகத்தில் இடம்பெறும் சிறிய குடுவை என்பது குடுவை அல்ல, கலை என்று சொன்னார்.

நான் அதனை முற்றிலுமாக மறுக்கிறேன். கலை என்பது உங்களுடைய ஆன்மாவிலிருந்து பலவிதமான சோதனைகளை கடந்து பிரசவிக்கிறது. குடுவை என்பது எப்போதுமே குடுவைதான். கலைஞனுடைய வரலாறு என்பது எப்போதுமே துயர வரலாறாகவே இருக்கும்.

உங்களுடைய திரைப்படங்களை பற்றி பொதுவாக பேசும்போதும், அதில் கையாளப்படும் ஓவிய கலாச்சாரத்தைப் பற்றி பெரியளவில் விவாதிக்கப்படுகிறது. உங்களை வெகுவாக பாதித்த ஓவியர்களை பற்றி பகிர்ந்துக்கொள்ள முடியுமா?

பொதுவாக சொல்ல வேண்டுமென்றால், என்னிடம் இதுப்போன்ற கேள்வியை ஒருவர் கேட்டால், எனக்கு ஒரு புதிர்வழிதான் நினைவுக்கு வரும். எல்லா காலத்திற்குள்ளும் சென்று வரக்கூடிய சிக்கலான புதிர்வழி அது. பத்தொன்பதாம் நூற்றாண்டின் ரஷ்ய ஓவியர்களாக அது

இருக்கலாம். பத்தொன்பதாம் நூற்றாண்டின் ஜெர்மானிய ரொமாண்டிக் ஓவியங்களாக இருக்கலாம். ரெம்ப்ராண்ட்டாகவும் (Rembrandt) இருக்கலாம். எனக்கு அமெரிக்காவின் ஆண்ட்ரு வ்யேத் (Andrew Wyeth) ரொம்பவும் பிடிக்கும். எனக்கு பழங்கால ஓவியர்களை மிகவும் பிடிக்கக் காரணம் அவர்கள் வியக்கத்தக்க வகையில் திறன் மிக்கவர்களாக இருக்கிறார்கள். கலைஞனாக உருவாக இதுப்போன்ற தொடர்ந்த உழைப்பும், திறனை கூர்மைப்படுத்தலும் மிகமிக அவசியம். அதனால்தான், திரைத்துறையில் பெரியளவில் மாஸ்டர்கள் உருவாகவில்லை என்று நினைக்கிறேன்.

திரைப்பட கலையும், ஓவியமும் இப்போது கணினித் துறையின் வளர்ச்சியால் ஒன்றோடு ஒன்று பிணைந்து செயலாற்றுகின்றன. இப்போது பல ஓவியர்கள் கணினியிலேயே வேலை செய்கிறார்கள். நீங்கள் இந்த போக்கை ஏற்றுக்கொள்கிறீர்களா?

இல்லை. நிச்சயமாக இல்லை. தொழிற்நுட்பம் என்னை வெற்றிக்கொள்வதை ஒருபோதும் நான் அனுமதிக்க மாட்டேன். ஓவியக் கலை சில விதமான கருவிகளோடு பிறக்கின்றது என்றால், எல்லா காலத்திலும் அக்கருவிகள் நிலைத்திருக்க வேண்டுமென்பதே எனது எண்ணம். கணினியில் பணியாற்றுவது என்பதும் ஒருவகையிலான காண் கலைதான். ஆனால், நாம் இப்போது தூய கலை வடிவத்தைப் பற்றி பேசிக்கொண்டிருக்கவில்லை என்று நினைக்கிறேன். நாம் வேறேதோ தளத்தில் உரையாடிக்கொண்டிருக்கிறோம்.

உங்களது திரைப்படங்களில் மேற்குலகில் திரையிடப்படுவதை எப்படி பார்க்கிறீர்கள்?

துவக்கத்தில், பார்வையாளர்களிடமிருந்தும், திரைப்பட விழாக் குழுவினரிடமிருந்தும் கிடைத்த பாராட்டுக்கள் எனக்கு மிகப்பெரிய சந்தோஷத்தை கொடுத்தன. ஆனால், சில காலத்திற்கு பின், மேற்குலகில் எனது திரைப்படத்திற்கு கிடைக்கும் வரவேற்பு எனக்கு வருத்தத்தையே கொடுத்தது. உதாரணமாக, சிலர் சிரிக்கக்கூட செய்கிறார்கள். என்னால் மேற்குலகத்தினரை புரிந்துக்கொள்ள முடிகிறது. அவர்கள் ரஷ்ய மக்களிலிருந்து முற்றிலும் மாறுபட்டவர்கள். ரொம்பவும் தனிமையானவர்கள். ரஷ்யர்களை விடவும் தனிமையை அனுபவிப்பவர்கள். இன்னும் தெளிவாக விளக்கி சொல்ல வேண்டுமென்றால் ஆன்மீகரீதியாக மிகவும் வலுவற்றவர்களாகவும், பிரத்யேக கொள்கைகளை கொண்டவர்களாகவும் இருக்கிறார்கள். அதனால்தான், என்னுடைய திரைப்படத்தை பார்க்கும் சிலர் என்னிடம் வந்து உரையாடும்போதும், எனது திரைப்படங்களில் நான் உருவாக்கும் உலகை புரிந்துக்கொள்வதோடு அதனை ஏற்றுக்கொள்ளவும்

செய்யும்போதும், பெருமையாக உணர்கிறேன். ஆனால், மேற்குலகை பொறுத்தவரையில், என்னால் அவர்களது உணர்வுகளை ஒருபோதும் தெளிவாக புரிந்துக்கொள்ள முடியாது என்றே நினைக்கிறேன்.

இறுதியாக ஒரேயொரு கேள்வி, நீங்கள் எங்கு வாசிக்கிறீர்கள்? நகரத்திலா அல்லது கிராமிய சூழலிலா?

நகரத்தோடும் கிராமிய சூழலோடும் என்னை முழுமையாக பொருத்தி பார்க்க முடியவில்லை. நகரம் ஒருபோதும் எனது மனதுக்கு நெருக்கமானதல்ல. ஆனால், எனது தேவைகளுக்காகவும், திரைத்துறை சார்ந்து இயங்குவதாலும் தற்போது நகரத்தில்தான் வசித்து வருகிறேன்.

ழான் பியரி மெல்வில் – வாழ்வும் கலையும்

“நீங்கள் உங்களது திரைப்படங்களை அமைதியும் இருளும் நிரம்பியிருக்கும் படத்தொகுப்பு மேசையில்தான் உருவாக்குகிறீர்கள். எனது சொர்க்கம் என் வீட்டில் தனிமையில் அமர்ந்து நான் திரைக்கதை எழுதுவதிலும், பின்னர் படத்தொகுப்பு செய்வதிலுமே இருக்கிறது. நான் படப்பிடிப்பை முற்றிலுமாக வெறுக்கிறேன். பயனற்ற வெற்று பேச்சுகளால் மட்டுமே படப்பிடிப்பு தளம் நிறைந்திருக்கிறது” - ழான் பியரி மெல்வில்

வெகு சொற்ப இயக்குனர்களுக்குதான் மிகச்சிறந்த போற்றுதல்களும், நினைவுகூறல்களும் காலத்தில் கிடைக்கப்பெறுகின்றன. மெல்வில் அவர்களில் மிகமிக உட்சபட்ச மரியாதையை தனக்கென உருவாக்கி வைத்துள்ளார். அறுபதுகளில் பிரெஞ்சு தேசத்தின் மிக பிரபலமான இயக்குனராக இருந்த மெல்வில், தமது 55-ஆவது வயதில் எதிர்பாராத விதமாக மாரடைப்பு ஏற்பட்டு உயிரிழந்துவிட்டார். மெல்வில் பற்றி நினைக்கையில் முதலில் நினைவுக்கு வருபவை குற்றவியலை அடிப்படையாக கொண்டு அவர் இயக்கிய திரைப்படங்கள்தான் என்றாலும், பல களங்களில் தனது திரையுலக வாழ்வு முழுவதிலும் அவர் திரைப்படங்களை இயக்கியிருக்கிறார்.

யூத இன குடும்பத்தை சேர்ந்தவர் ழான்-பியரி கிரம்புக். இவர் நாஜி படை ஆக்கிரமித்திருந்த பிரான்சிற்கு தப்பியோடு, பிரெஞ்சு எதிர்ப்பு படையில் இணைந்துக்கொண்டு நாஜிக்களை எதிர்த்து போராடினார். அப்போது தனது பெயரோடு தனக்கு விருப்பமான மெல்வில் என்ற அமெரிக்க நாவலாசிரியரின் பெயரை புனைப்பெயராக இணைத்துக்கொண்டார். போர் நிறைவுற்றதும் தனது புனைப்பெயரிலேயே திரைப்படங்களை இயக்கத் துவங்கிவிட்டார். அவரது திரைப்படங்கள் யாவும் அவரது போர் கால நினைவுகளில் இருந்தே கிளைத்திருந்தன. உலகெங்கிலும் அவருடைய படைப்புகளினால் கவர்ந்திழுக்கப்படுகின்ற திரைப்பட காதலர்களின் எண்ணிக்கையும், அதன் அசலான நோக்கமும் நம்பவியலாதபடி பெருகியிருக்கிறது என்றாலும், ஒரு சராசரி

பார்வையாளனின் ரசனையை மேல்நிலைகளுக்கு நகர்த்திட உதவிடும் இவரது திரைப்படங்கள், எண்ணற்ற திரைப்பட இயக்குனர்களையும் கிளர்ச்சிக்குள்ளாக்கி அவர்களது திரைப்பட பாணியை காத்திரமாக உருவாக்கிடவும் மிகப்பெரிய அளவில் பங்காற்றியுள்ளன.

ஜான் வூ (john woo), மெல்விலை தமது கடவுள் என்றே குறிப்பிட்டுள்ளார். இருவரும் முன் கால அமெரிக்க நகரத்தின் நிழல் உலகத்தை மையப்படுத்தி திரைப்படங்களை இயக்கியிருக்கிறார்கள் என்றாலும், வூ மெல்வில்லின் புது வகையிலான அணுகுமுறையை வெகுவாக பாராட்டியுள்ளார். ”மெல்வில் இக்களத்தை மிகமிக அறிவுப்பூர்வமாக, பண்புள்ள மனிதரைப்போல கையாண்டிருக்கிறார். மிகுந்த சுயக் கட்டுப்பாட்டோடு அவர் அணுகுயிருந்த அவரது திரைப்படங்கள் கதையளவில் பொதுப் பார்வையாளர்களிடமிருந்து விலகியும், வன்முறை நிரம்பியதாக இருந்தாலும், அவை பார்வையாளர்களிடத்தில் உணர்வுபூர்வமான மன நெருக்கத்தை வழங்கத் தவறவில்லை”. வூவின் வார்த்தைகள் மேற்கோள் காட்டிட காரணம், அவை மெல்வில்லின் திரைப்பாணியை குறித்த மிகத் தெளிவான சித்திரத்தை வழங்குகின்றன.

லெ சாமுராய் (Le Samourai) திரைப்படம், அவர் இயக்கிய படங்களிலேயே மிகப்பெரிய புகழை அடைந்திருந்தாலும், அவர் மிகுந்த அர்ப்பணிப்போடு உருவாக்கிய மற்றைய திரைப்படங்களையும் எவராலும் எக்காலத்திலும் மறக்க இயலாது. மெல்வில் தமது உடல் நலத்தில் கூடுதல் அக்கறை செலுத்தியிருந்தால், நமக்கு மேலும் பல அற்புதமான திரைப்படங்கள் கிடைத்திருக்கக்கூடும். ஆனாலும், அவர் தமது உடல் நலனை விடவும் திரைப்படங்களை இயக்குவதிலேயே மிகுந்த ஈடுபாட்டோடு செயல்பட்டார். இருதயம் செயலிழந்து உயிர் நீங்கினாலும், அவர் தான் வாழ்ந்த காலத்தில் மிகச்சிறந்த திரைப்படங்களை நமக்காக விட்டு சென்றிருக்கிறார். அதனாலேயே, இந்த திரையுலக கவிஞனின் பணி காலத்தால் அழிவிக்கவியலாதபடியும், இக்காலக்கட்ட இயக்குனர்களால்கூட தாக்கத்திற்குள்ளாக்கும் வகையிலும், உயர்ந்த மரியாதையும் ஒருங்கே பெற்றுள்ளன

★★★

மெல்வில் பற்றி இயக்குனர் ஜான் வூ எழுதியது

மெல்வில்லின் திரைப்படங்களில், என்னுடைய திரைப்படங்களை போலவே, மைய கதாப்பாத்திரங்கள் நன்மைக்கும் தீமைக்கும் இடையில் அலைக்கழிக்கப்படுகிறார்கள். சில நேரங்களில் மிக மோசமான மாஃபியா கும்பலை சேர்ந்தவர்கள் மிகப் பெரும் கருணையோடு செயல்படுகிறார்கள்.

மெல்வில் எனது கடவுள்!

லெ சாமுராய் தான் நான் பார்த்த முதல் மெல்வில்லின் திரைப்படம். எழுபதுகளின் முந்தைய ஆண்டுகளில் அப்படம் ஹாங்காங்கில் வெளியாகியிருந்தது. அத்திரைப்படம் உடனடியாக ஆலைன் டெலானை (Alain Delon) ஆசியாவில் மிகப்பெரிய நட்சத்திரமாக மாற்றிவிட்டது. ஆலைன் டெலானின் முந்தைய திரைப்படங்களை நாங்கள் பார்த்திருக்கிறோம் என்றாலும் லெ சாமுராயின் வீச்சு பரந்த அளவிலான ரசிகர்களை அவருக்கு தேடித் தந்தது.

அதோடு, அத்திரைப்படம் அக்காலக்கட்ட திரைப்பட பார்வையாளர்களை வெகுவாக தாக்கத்திற்குள்ளாக்கியது. அந்த படத்திற்கு முன்பாக இளைய தலைமுறையை சேர்ந்த பார்வையாளர்கள் கிளிப் ரிச்சர்ட், எல்விஸ் பிரஸ்லே ஆகியோர் நடித்திருந்த திரைப்படங்களையும் சண்டை காட்சிகள் மிகுந்த திரைப்படங்களையும் பார்த்து களிப்புற்றிருந்தார்கள். வாழ்க்கை மிகவும் எளிமையானதாக இருந்தது. ஆனால், லெ சாமுராய் வெளியானதும் அப்படம் இளைஞர்களின் மத்தியில் மிகப்பெரிய வரவேற்பை பெற்றதோடு, அவர்களின் வாழ்க்கை முறையினையே வெகுவாக மாற்றிவிட்டிருந்தது. என்னையே எடுத்துக்கொள்ளுங்கள். நான் ஹிப்பி வைத்துக்கொண்டு, நீண்ட மயிற்கற்றையை முதுகில் தொங்கவிட்டிருப்பேன். ஆனால், இப்படத்தை பார்த்ததும், டெலானை போலவே தலைமுடியை வெட்டிக்கொண்டு, வெள்ளை சட்டையும், டையும் அணியத் துவங்கிவிட்டேன்.

ராம் முரளி

லெ சாமுராய்தான் மெல்வில்லை எனக்கு அறிமுகம் செய்துவைத்தது. இந்த படத்தைப் பார்த்ததும் முதலில் அது எனக்கு மிகப்பெரும் அதிர்ச்சியாக இருந்தது. மெல்வில்லின் தொழிற்நுட்பமும், அவரது மிக நிதானமான கதைச் சொல்லும் முறையும் முற்றிலும் புதியதாக இருந்தன. மிகச்சிறந்த பண்புகளை கொண்ட ஒரு மனிதரால் உருவாக்கப்பட்ட குற்றவியல் திரைப்படத்தை பார்ப்பதுப் போன்ற உணர்வைதான் அத்திரைப்படம் எனக்களித்தது. ஹாங் காங்கில் நான் அப்போது திரைத்துறையில் பணியாற்றிக்கொண்டிருந்தேன். சாங் செஹ் உடன் உதவி இயக்குனராக பணியாற்றிக்கொண்டிருந்தாலும், அந்நாட்களில் நான் சில பரீட்சார்த்த திரைப்படங்களையும் தன்னிச்சையாக இயக்கிக்கொண்டிருந்தேன். பிரெஞ்சு திரைப்படங்கள் அப்போதே எங்களது திரைப்படங்களின் மீது ஆளுமையை செலுத்த துவங்கியிருந்தது. குறிப்பாக, அதன் புதிய அலை இயக்குனர்களான த்ரூபா, கோடார்ட், சாப்ரோல், டெமி போன்றரது திரைப்படங்கள்.

ஆனால் அதன் பிறகுதான் மெல்வில் வந்தார்.

எனக்கும் மெல்வில்லுக்கும் பொதுவாக இருந்தது, அமெரிக்க குற்ற உலகை அடிப்படையாக கொண்டு உருவாக்கப்பட்ட பழைய திரைப்படங்களின் மீது எங்கள் இருவருக்குமே பெரும் காதல் இருந்ததுதான். மெல்வில் குற்றவியல் திரைப்படங்களைதான் இயக்கினார் என்றாலும், அவரது திரைப்படங்கள் அறிவுப்பூர்வமாக அவ்வகை திரைப்படங்களை அணுகியிருந்தது. மெல்வில் அவற்றை மிகவும் வன்முறை நிரம்பியதாக இயக்கியிருப்பினும் நமது உணர்வுகளோடு மிக எளிதாக ஒருவித பின்னலை அவர் ஏற்படுத்திவிடுகிறார். கதை சொல்லும்போது மிகமிக சுய கட்டுப்பாட்டை மெல்வில் கடைப்பிடிக்கிறார். அதுதான் என்னை அவரை நோக்கி உந்தித் தள்ளியது. எனது திரைப்படங்களில் நான் ஒரு உணர்ச்சியை வெளிப்படுத்த ஏராளமான ஷாட்டுகளை மாற்றிமாற்றி உபயோகித்தபடியே இருப்பேன். மிக நெருக்கமான அண்மைக் காட்சிகளையும், ஷாட்களை அவ்வப்போது முன்னும் பின்னுமாக நகர்த்தியும் அக்காட்சிகளை படம் பிடிப்பேன். ஆனால் அதற்கு முற்றிலும் நேர்மாறாக, மெல்வில் கேரமாவை நிலையான கோணத்தில் வைத்தே படம் பிடிக்கிறார். இதன் வழியாக நடிகர்கள் தாங்களாகவே தங்களது உணர்ச்சிகளை முழுமையாக வெளிப்படுத்த வைக்கிறார். பார்வையாளர்களுக்கு காட்சியில் என்ன நிகழ்கிறது என்பது இதன்மூலம் முழுவதுமாக உணர்ந்துக்கொள்ள முடிகிறது. அதனால், அவரது திரைப்படங்கள் உளவியல்ரீதியாகவும் அறிவுப்பூர்வமாக பார்வையாளர்களிடம் உறவுக்கொள்கிறது.

மெல்வில் எப்படி தனது கலாச்சாரத்தோடு கீழைதேச தத்துவங்களை

இணைக்கிறார் என்பது எனக்கு ஆச்சர்யமளிக்கிறது. அதனால்தான் அவரது திரைப்படங்களுக்கு ஹாங் காங்கில் மிகப்பெரிய வரவேற்பு கிடைக்கிறது. தமது திரைப்படங்களின் துவக்கத்தில் கீழைதேச பழமொழிகளை மெல்வில் பலமுறை பயன்படுத்தியிருக்கிறார். சீன தேசத்து தத்துவத்தை அந்த நாட்டின் குடிமக்களை விடவும் மெல்வில் அறிந்து வைத்திருக்கிறார். என்னால் அவரது திரைப்படங்களின் மீது ஒன்றி பயணிக்க முடிகிறது என்றால் அதற்கான காரணம், மனிதர்களின் மீது அவர் கொண்டுள்ள கரிசனம் நமது கீழைதேச மரபிலிருந்து உருவானது என்றே கருதுகிறேன். குற்ற நடவடிக்கைகளில் ஈடுபடும் நிழல் உலக மனிதர்கள் எப்போதும் தங்களுக்கேயான பிரத்யேக சட்டதிட்டங்களுக்கு கட்டுப்பட்டே நடப்பார்கள் என்றாலும், தங்களது மரபை விட்டுக்கொடுக்காது அதன் மீது பெருமையுடனே இருப்பார்கள். அதன் சுய அடையாளங்களை எப்போதும் போற்றவே செய்வார்கள். மெல்வில்லின் திரைப்படங்கள் நன்மைக்கும் தீமைக்கும் இடையில் மிக மெலிதாக பயணித்தபடியே இருக்கும். அவரது கதாப்பாத்திரங்கள் புதிரானவர்களாகவே இருப்பார்கள். அவரது செயல்கள் ஒருபோதும் யூகிக்கக்கூடியதாக இருக்காது. நம்மால் ஒருபோதும் அவர்களது அடுத்தடுத்த செயல்களை கணித்துவிட முடியாது. ஆனால் அவர்களது செயல்கள் எப்போதுமே வாழ்க்கையை விட மிகப்பெரியதாக இருக்கும். உங்களால் எந்தவொரு கோட்பாடுகளையோ, ஒழுக்க நியாயங்களையோ கொண்டு அவரின் கதாப்பாத்திரங்களை அணுகி விளக்கிவிட முடியாது.

லெ சாமுராய் திரைப்படத்தில் டெலான் ஏற்று நடித்திருந்த கதாப்பாத்திரம் சீன செவ்வியல் கதை ஒன்றின் நாயகனை எனக்கு நினைவூட்டியது. அவன் மிகப் பிரபலமான கொலைக்காரன். இறுக்கமும், துளி கருணையும் அற்ற அவன் தனது நண்பர்கள் மற்றும் எதிரிகளுக்காகவும்கூட எதை வேண்டுமானாலும் செய்து முடிக்கும் குணம் கொண்டவன். அரசன் ஒருவனை கொலை செய்யும் வேலை அவனிடம் கொடுக்கப்படுகிறது. ஆனால், தனது நண்பன் ஒருவனை காப்பற்ற முயலும் அவன், அரசனை கொல்லும் திட்டத்தில் தோல்வியுற்று இறுதியில் கொலையுண்டு சாகிறான். கிட்டதட்ட லெ சாமுராய் கதாப்பாத்திரமும் இதே வகையில்தான் உருவாக்கப்பட்டிருந்தது.

நான் ஐம்பது மற்றும் அறுபதுகளில் இருத்தலியல் கோட்பாடுகளால் கவரப்பட்டிருந்தேன். என்னுடைய அவதானிப்பின்படி மெல்வில்லும் ஒரு இருத்தியல்வாதிதான். அவரது கதாப்பாத்திரங்கள் பெரும்பாலும் தனிமையில் பீடிக்கப்பட்டவர்களாகவே இருக்கிறார்கள். எவர் ஒருவரும் அவர்களுக்காக காத்திருக்கவில்லை. உண்மையில் யாரும் அவர்களை அறிந்து வைத்திருக்கவில்லை. அவர்கள் முற்றிலும் தனியர்களாக, துயரார்ந்த சம்பவங்களினால் பாதிப்பிற்குள்ளானவர்களாக, தங்களது

உள்ளார்ந்த தேடுதலில் தொலைந்துப் போனவர்களாகவுமே இருக்கிறார்கள்.

கிரேக்க துன்பியல் நாடகங்களும் அவரது திரைப்படங்களில் ஆதிக்கம் செலுத்திய மற்றொரு மிக முக்கியமான கூறு. எனது திரைப்படங்களிலும் கிரேக்க துன்பியல் நாடகங்களின் வலுவான தாக்கம் இருக்கத்தான் செய்கிறது. மெல்வில்லின் கதாப்பாத்திரங்களைப்போலவே எனது கதாப்பாத்திரங்களும் எப்போதும் துயரார்ந்த தனித்து இயங்கும் மனிதர்களாகவே இருப்பார்கள். கிட்டதட்ட யதார்த்தத்திலிருந்து துண்டிக்கப்பட்ட மனிதர்களாகவும், இறுதியில் மரணத்தை தழுவுபவர்களாகவும் இருப்பார்கள். ஆனால், அவரது கதாப்பாத்திரங்களின் இறுதி முடிவுகளை பார்க்கிறபோது, அவர் ஒரு பெசிமிஸ்ட்டாக (ஒவ்வொன்றிலும் துயரத்தை மட்டுமே காண்பவர்கள்) இருக்க வாய்ப்பில்லை என்றே கருதுக்கிறேன். அவரது கதாப்பாத்திரங்கள் நிதானமாகவும் சுய கட்டுப்பாட்டுடன் இருப்பதைப்போல தோன்றினாலும், அவர்கள் எளிதில் உணர்ச்சிவயப்படக்கூடிய, மற்றவர்களின் நலன் மீது அக்கறைக் கொள்பவர்களாகவுமே இருக்கிறார்கள்.

நட்பை பற்றிய மிகச் சிறந்த விஷயம் என்னவென்றால், நாம் ஒருவரின் மீது மிக அதிகமாக அன்பு கொண்டிருந்தாலும், அவர் அதனை உணர்ந்துக்கொள்ளும் வகையில் நடந்துக்கொள்ளாததுதான். உங்களால் அவர்களுக்கு என்ன செய்ய முடியுமோ அவற்றை அவர்களின் பார்வைக்கு கொண்டு செல்லாமலேயே செய்து முடிப்பது. ஒருவேளை நாம் தனிமையில் எவரும் அறியாமலேயே இறந்துவிட்டாலும், நாம் விரும்புகின்ற மனிதருக்கு நம்மால் முடிந்ததை செய்துவிட்டால்போதும். இப்படித்தான் மெல்வில்லின் கதாப்பாத்திரங்கள் நடந்துக்கொள்கிறார்கள். மெல்வில்லும் இதுப்போல மற்றவர்களின் மீது கருணைக் கொண்ட மனிதரென்றே நம்புகின்றேன்.

தொழிற்நுட்பரீதியாக அவரது திரைப்படங்களில், மெல்வில் ஒரு செயலை நிகழ்த்துவதற்கு முன்பாக கட்டமைக்கின்ற பதற்றத்தை நான் விரும்புகின்றேன். லெ சாமுராயில் பாலத்தில் நிகழும் காட்சியை நினைத்துக்கொள்கிறேன். டெலான் தனக்கு பணம் தர வேண்டிய மனிதர் ஒருவரை அந்த பாலத்தில் சந்திக்கிறான். ஆனால், இது முழுவதும் திட்டமிடப்பட்ட சூழ்ச்சி என்பதை அவன் அறியாமல் இருக்கிறான். அவர்கள் இருவரும் ஒருவரை ஒருவர் நோக்கி நடந்துச் செல்கிறார்கள் விஷேஷமாக எதுவொன்றும் நிகழவில்லை என்றாலும், நமக்கு ஒருவித பதைபதைப்பை இக்காட்சி உருவாக்கிவிடுகிறது. உடனடியாக, மெல்வில் வைட் ஷாட் ஒன்றை காண்பிக்கிறார். நமக்கு துப்பாக்கி வெடிக்கும் சத்தம் கேட்கிறது. மீண்டும் டெலானை

அண்மைக் காட்சியில் காண்பிக்க அவனுக்கு குண்டடிப்பட்டிருக்கிறது. இவ்வகையிலான திரைப்படங்கள் பொதுவாக, வேறுவிதமான முடிவு அமைக்கப்பட்டிருக்கும். இறுதிக் காட்சியில் பெரும் துப்பாக்கி சண்டை நிகழ்ந்துக்கொண்டிருக்கும். ஆனால், மெல்வில் அக்காட்சியினை மிக அடக்கமாக, கவித்துவமாக உருவாக்கி இருப்பார்.

நான் பலமுறை மெல்வில்லை எனது திரைப்படங்களில் பின்பற்ற முயன்றிருக்கிறேன். எனது முதல் திரைப்படத்திலேயே அத்தைகைய முயற்சியில் நான் ஈடுபட்டேன். மெல்வில் தனது கதாப்பாத்திரங்களுக்கு கொடுக்கும் மயக்கும் இருண்மையான தன்மையை எனது திரைப்படத்தின் கதாப்பாத்திரங்களுக்கும் கொடுக்க முனைந்தேன். எனது முதல் திரைப்படத்திற்கு பின்பும், மெல்வில்லின் சாயலில் நிறைய படங்களை எடுக்கும் விருப்பம் எனக்கு இருந்தது. ஆனால், ஸ்டூடியோக்கள் என்னை தொடர்ந்து நகைச்சுவை திரைப்படங்களை இயக்கவே அணுகினார்கள்.

1986ல் A better tomorrow திரைப்படத்தை இயக்கும் வாய்ப்பு கிடைத்தபோதுதான், நான் முழுமையாக மெல்வில்லின் பாணியில் படம் இயக்க முடிந்தது. அந்த படத்தின் கதை நிகழ்கால நகர்புற வாழ்க்கையை பிண்ணனியாக கொண்டிருந்த த்ரில்லர் வகையை சேர்ந்தது. அதனால், மெல்வில்லின் பாணியில் செயல்படுவது எளிதாக இருந்தது. லெ சாமுராயின் டெலான் சாயலிலேயே எனது திரைப்பட கதாப்பாத்திரத்தினை உருவாக்கினேன். அவனது தோற்றம், அவன் பேசும் விதம், அவனது பார்வை என அனைத்தையுமே லெ சாமுராயின் டெலான் தோற்றத்திலேயே உருவாக்கினேன். ஹாங் காங்கில் மக்கள் ரெயின் கோட் அணிந்துக்கொள்ளும் வழக்கம் கிடையாது. அதனால் எனது படத்தின் நாயகன் ரெயின் கோட் அணிந்துக்கொண்டிருந்தது முற்றிலும் புதியதாக இருந்தது. மெல்வில்லின் தாக்கம் இப்படத்தில் முழுவதுமாக நிறைந்திருந்தது.

A better tomorrowல் ஒரு நீண்ட காட்சி இருக்கும். அதன் நாயகன் உணவு விடுதி ஒன்றிற்குள் தனது முதல் கொலையை நிகழ்த்த நுழைவான். உள்ளே செல்லும்போது தனது துப்பாக்கியை ஓரிடத்தில் மறைத்து வைத்துவிடுவான். பின், ஓர் அறைக்குள் நுழைந்து தான் தேடி வந்தவனை கொலை செய்துவிடுவான். பிறகு அவ்விடத்திலிருந்து, முன்பு மறைத்து வைத்த துப்பாக்கியின் துணையுடனேயே வெளியேறுவான். இக்காட்சி முற்றிலும் லெ சாமுராயில் டெலான் கொல்லப்படுவதற்கு முந்தைய காட்சியின் தாக்கத்தில் உருவாக்கப்பட்டதே. அக்காட்சியில் இரவு நேர கேளிக்கை விடுதி ஒன்றினுள் நுழையும் டெலான் அங்கிருக்கும் பாடகரை கொல்ல குண்டுகள் இல்லாத துப்பாக்கி ஒன்றை எடுத்துச் செல்வான்.

இக்காட்சியின் பாதிப்பிலிருந்தே நான் எனது திரைப்படத்திற்கான காட்சியை உருவாக்கினேன்.

மெல்வில்லின் பாணியிலேயே நான் உருவாக்கிய திரைப்படங்கள், The Killer, Hard Boiled மற்றும் Bullet in the head. இதில் The Killerதான் கிட்டதட்ட மெல்வின் சாயலிலேயே உருவாக்கியிருந்த திரைப்படம். இப்படத்தின் துவக்க காட்சியில் லெ சாமுராய் திரைப்படத்திலிருந்து ஒரு பகுதியையே நான் பயன்படுத்தியிருக்கிறேன். 1988-89களில் இப்படத்தின் பத்திரிகையாளர் சந்திப்பின்போது இப்படத்தை நான் மெல்வில்லிக்கு சமர்ப்பணம் செய்கிறேன் என்று சொன்னபோது, மிகப்பெரிய அதிர்ச்சி எனக்காக காத்திருந்தது. அங்கிருந்தவர்களில் எவருமே மெல்வில்லின் பெயரையோ அல்லது லெ சாமுராய் திரைப்படத்தையோ கேள்விப்பட்டிருக்கவில்லை. இளைய தலைமுறையினர் அவரை அறிந்து வைத்திருக்கவில்லை என்பது ஆச்சர்யமான செய்திதான்.

இப்போது மெல்வில் மிகவும் பரவலாக அறியப்பட்டிருக்கிறார். ஒருவேளை நானும் க்வென்டின் டரான்டினோ போன்றவர்களும் அவ்வப்போது அவரை பற்றி பேசுவதாலும் இருக்கலாம். நான் பங்கேற்கும் அனைத்து திரைப்பட விழாக்களிலும் மெல்வில்லின் பெயரை குறிப்பிடாமல் இருக்க மாட்டேன். ஒருவேளை இதன் மூலமாக அவர் இன்றைக்கு பரவலாக அறியப்பட்டிருக்கலாம். நான் The Killer திரைப்படத்துடன் அமெரிக்காவிற்கு சென்றிருந்தபோது, பல அமெரிக்க திரைப்பட ரசிகர்களும் மெல்வில்லை பற்றி நிறைய அறிந்து வைத்திருந்தார்கள். மெல்வில்லின் திரைப்படங்களை பார்க்கும் எந்தவொரு பார்வையாளர்களும் மற்றைய அமெரிக்க திரைப்பட இயக்குனர்களிலிருந்து அவர் முற்றிலும் வேறுப்பட்டவர் என்பதை புரிந்துக்கொள்ள முடியும். அவரது திரைப்பட கலை ஒருவிதமான தெய்வாதீன தன்மைகளை கொண்டிருக்கிறது.

★★★

1961ல் வெனிஸ் திரைப்பட விழாவில் மெல்வில்லிடம் எடுக்கப்பட்ட ரேடியோ நேர்காணல்:

உங்களது எழுத்து முறையைப் பற்றி சொல்லுங்கள்.

எழுதுவது முற்றிலும் கடினமான பணியாகவே இருக்கிறது. எதுவொன்றையும் மற்றவர்களிடம் விளக்கிச் சொல்லுவதைவிட திரைப்படமாக எடுத்துவிடுவது மிகவும் எளிதானது என்பதே எனது கருத்து. ஆனால், ஒரு கதை எழுதுவது மிகுந்த சிரமத்திற்குரிய பணி. ஹெம்மிங்வே போலவோ ஃபால்க்னர் போலவோ எழுதுவது சாத்தியமில்லாதது.

பலர் உங்களது திரைப்படங்களை பற்றி சொல்லும்போது, அறை ஒன்றில் தனிமையில் பேனா பேப்பருடன் அமர்ந்துக்கொண்டு எழுதுவது பெரிய விஷயம் அல்ல. ஸ்டுடியோவில் ஆயிரக்கணக்கான பணியாளர்களை வைத்துக்கொண்டு படம் இயக்குவதுதான் கடினமானது என்று குறைச் சொல்கிறார்களே?

இல்லை. நிச்சயமாக இல்லை. எழுதுவது மிக மிக கடினமான பணி.

சுய அடக்கத்தின் காரணமாக இவ்வாறு சொல்கிறீர்களா?

ஆமாம். அதோடு சில வருடங்களுக்கு பிறகு, முந்தைய வருடங்களில் நீங்கள் என்ன எழுதியிருக்கிறீர்கள் என்று எடுத்துப் பார்த்தால் அது மிகவும் சராசரியாக இருந்திருக்கிறது என்பதை உணர்ந்துக்கொள்ள முடியும்.

எழுத்தைப்போலவே திரைப்படங்கள் இயக்கும்போதும் அது நிகழும் அல்லவா?

நிச்சயமாக.

நீங்கள் திரைப்பட உருவாக்கத்தில் நிகழும் தவறுகளைவிட எழுதும்போது ஏற்படும் தவறுகளை அபாயகரமானவை என நினைக்கிறீர்களா? நாம் திரையில் பார்க்க விரும்பாத ஒரு தவறு எளிதாக நமது கட்டுப்பாட்டையும் மீறி திரைப்பட உருவாக்கத்தில்

ராம் முரளி

நிகழ்ந்துவிட சாத்தியம் இருக்கிறதா? ஆனாலும், எழுதும்போது எதை வேண்டுமானலும் மாற்றிக்கொள்ளலாம் இல்லையா? அதனால் எனக்கு எழுதும்போதே நிகழும் தவறுகளை சரி செய்துக்கொள்வது எளிதானதாக தோன்றுகிறது.

எழுத்தைவிட திரைப்படத்தில்தான் நம்மால் முழுமையான வடிவத்தை எளிதாக உணர்ந்துக்கொள்ள முடியும். நமது தவறுகளை உணர்ந்துக்கொள்ள முடியும்.

ஆனால் ஏன் இவ்வாறு நிகழ்கிறது. மக்கள் ஒவ்வொரு துறைக்கும் புரிகின்ற எதிர்வினை வேறுபடுகிறது என்று நினைக்கிறீர்களா? திரைப்படத்தைவிட எழுத்தை மக்கள் அதிக முக்கியத்துவத்துடன் விமர்சனரீதியாக அணுகுகிறார்கள் என்று நினைக்கிறீர்களா?

நான் இரண்டு விஷயங்களை முயற்சித்திருக்கிறேன். எழுதுவதும், திரைப்படங்களை இயக்குவதும். என்னளவில் திரைப்படங்களை இயக்குவது எளிதானது.

நீங்கள் இதனை சுய அனுபவத்தின் வாயிலாகத்தான் சொல்கிறீர்களா?

ஆம். மிக உறுதியாக.

உங்களது பதிலில் இருந்து நீங்கள் திரைப்படம் இயக்குவது மிக எளிதானது என்பதால்தான் அதனை செய்துக்கொண்டிருக்கிறீர்கள். அப்படிதானே?

நான் சில விஷயங்களை வெளிப்படுத்த விரும்புகின்றேன். அதனால் திரைப்படங்களை இயக்குகின்றேன். ஆம். எனது இளம் வயதில் நான் பலமுறை எழுத முயற்சித்திருக்கிறேன். ஆனால், அது மிக கடினமானது.

கலையின் வளர்ச்சி ஒரு நாட்டின் கலாச்சார வளர்ச்சியுடன் தொடர்புடையது - விக்டர் எரைஸ்

ஸ்பெயின் தேசத்து இயக்குனரான விக்டர் எரைஸ் தனது நாற்பதாண்டு கால திரையுலக வாழ்வில் இயக்கியுள்ள முழு நீள திரைப்படங்கள் மூன்றே மூன்றுதான். எனினும், உலகின் மகத்தான படைப்பாளிகளில் ஒருவராக எரைஸ் கருதப்படுகிறார். எரைஸின் கதை சொல்லும் பாணி, கவித்துவமான காட்சி அடுக்களின் மூலமாகவே நிகழ்கிறது. The Spirit of the Beehive *திரைப்படத்தில் அன்னா மற்றும் இசபெல்லா,* The South *திரைப்படத்தில் எஸ்த்ரலெல்லா என்று நினைவிலிருந்து ஒருபோதும் அழிக்கவியலாத பாத்திரங்களை உருவாக்கிய எரைஸ், சிறுவர்களின் உலகை வெகு இயல்பாக தமது திரைப்படங்களில் பதிவு செய்திருக்கிறார். திரைப்பட விமர்சகர்களால் ஆட்டியராக கருதப்படும் விக்டர் எரைஸ் கேன்ஸ் விருது வழங்கும் குழுவில் ஜூரியாகவும் இருந்திருக்கிறார். அவரிடம் கேன்ஸ் விருது குழு மற்றும் விமர்சகர் ஜியும்ஃப் ஆந்த்ரூ மேற்கொண்ட நேர்காணலின் தமிழ் வடிவம் இது.*

உங்களுடைய திரைப்படங்களில் குழந்தை பருவத்தின் நிகழ்வுகளே மைய கருப்பொருளாக தொடர்ந்து பிரயோகிக்கப்படுகிறது. நீங்கள் எது மாதிரியான குழந்தையாக வளர்ந்தீர்கள்?

பல வருடங்களுக்கு முன்பு நான் La Morte Rouge (The Red Death) என்றொரு படத்தை இயக்கினேன். அது சினிமாவின் மீது எனக்கு ஏற்பட்ட முதல் அனுபவத்தை அடிப்படையாக கொண்டு உருவாக்கப்பட்டது. திரையரங்கில் முதல்முதலில் திரைப்படக் காட்சி ஒன்றை பார்த்தபோது அது எனக்கு மிகவும் திகிலூட்டக்கூடிய அனுபவமாக இருந்தது. அனைத்து குழந்தைகளுக்கும் வினோதமான ஒன்றை பார்க்கும்போது இத்தகைய அடிப்படையான அனுபவம் உண்டாவது இயல்பானதுதான். அந்த அனுபவத்தையே என் படத்தில் நான் பதிவு செய்தேன். நான் முதல்முதலில் திரைப்படம் பார்த்தது 6 வயதில். ஆனால், படத்தில் தோன்றும் குழந்தைக்கு வயது சற்று கூடுதலாக இருக்கும்படி உருவாக்கினேன்.

நீங்கள் 6 வயதில் பார்த்த அந்த திரைப்படம் எது?

The Scarlet Claw என்றொரு அமெரிக்க திரைப்படம். ராய் வில்லியம் நெய்ல் என்பவர் அதனை இயக்கியிருந்தார். உண்மையில், திரைப்பட வரலாற்றில் அந்த திரைப்படம் எவ்வித சலனத்தையும் ஏற்படுத்தியிருக்கவில்லை. ஆனால், ஒரு சிறுவனாக என்னை அப்படம் வெகுவாக பாதித்துவிட்டது.

உங்கள் படங்களில் தொடர்ந்து காலமும் மைய பொருளாக பேசப்பட்டு வருகிறது. அதுப்பற்றி சொல்ல முடியுமா?

ஒரு திரைப்பட படைப்பாளியாக, நீங்கள் முழு நேரமும் திரைப்படங்களுடனான உறவை தக்க வைத்தபடியே இருக்க வேண்டும். இது வெளிப்படையான உண்மை. ஆனால், மற்ற கலைகளில் அவ்வாறு இருக்க வேண்டிய தேவையில்லை. காலத்தையும், நேரத்தையும் மிகச்சிறப்பாக சினிமாவில் வெளிப்படுத்த முடியும். மற்ற கலைகளிலும், காலத்தை கருப்பொருளாக கொண்டு பல்வேறு செயல்பாடுகள் நிகழ்த்தப் பட்டிருந்தாலும், சினிமாவைப்போல அவை காலத்தை கட்டுப்படுத்த முயன்றதில்லை. ஒரு பாத்திரத்தில் தேங்கியிருக்கும் நீர் போல, காலத்தை சினிமா தன் கட்டுக்குள் வைத்துக்கொள்ள முடியும்.

கேன்ஸ் திரைப்பட விழா என்றதும் உங்களுக்கு நினைவுக்கு வரும் காட்சி என்ன?

அது பல வருடங்களுக்கு முந்தையது. நான் ஒரு தேர்ந்த பத்திரிகையாளனாக முதல்முறையாக கேன்ஸ் விழாவிற்கு வந்திருந்தேன். என் வயது அப்போது 20. அது ஒரு மறக்க முடியாத அனுபவம். ராபர்ட் பிரஸனன், புனுவல், அந்தோயோணி, மிகச் சிறந்த ஸ்பானிய இயக்குனரான பெர்லாங்க போன்றோர் அங்கே குழுமியிருந்தார்கள். பிறகு, என் The Spirit of the Beehive திரைப்படத்தின் திரையிடலுக்காக மீண்டும் வந்திருந்தேன். என்னை பொறுத்தவரையில், கேன்ஸ் விழாவென்பது சினிமாவில் வாழும், சினிமாவுக்காகவே வாழும் மனிதர்கள் கூடும் மகத்தான திரைவிழா.

எந்த மாதிரியான திரைப்படங்களை நீங்கள் விரும்புகிறீர்கள்?

நல்ல படங்களை அனைத்தையும் நான் விரும்புகிறேன். திரைப்படங்களுக்கு மொழி பேதமே கிடையாது. திரைப்படமென்பதே ஒரு உலகளாவிய மொழிதான். அதனால், சிறந்த திரைப்படங்கள் எங்கிருந்து உருவாக்கப்பட்டிருந்தாலும், நான் அதனை விரும்பி பார்ப்பேன். என் சிறுவயதுகளில், நான் பார்த்த திரைப்படங்கள் யாவும் வட அமெரிக்காவில் தயாரிக்கப்பட்டவையே. ஏனெனில், வட அமெரிக்க திரைப்படங்களின் வணிக எல்லை அக்காலத்திலேயே

பிரமாண்டமாக வளர்ந்திருந்தது. நான் நாற்பதுகளில் இருந்து திரைப்படங்களை பார்க்கிறேன். ஃஜான் போர்ட், ஹவார்ட் ஹாக்ஸ், மைக்கேல் குர்தீஸ், விக்டர் பிளமிங் ஆகியோரின் திரைப்படங்களையே நான் என் சிறுவயதில் அதிகம் பார்த்திருக்கிறேன். ஆனால், எனக்கு இவர்கள் யாரென்று அப்போது தெரியாது. நாங்கள் நடிகர்களை வைத்தே திரைப்படங்களை தேர்வு செய்வோம். இயக்குனர்களை பற்றிய எவ்வித பிரக்ஞையும் சிறுவர்களான எங்களிடம் அப்போது இருக்காது. அக்காலத்தில், சினிமா பார்ப்பது ஒரு கூட்டு அனுபவமாக இருந்தது. திரையரங்கம் மக்கள் ஒன்றுக்கூடும் இடமாக இருந்தது. ஆனால், இன்று சிறுவர்கள் திரைப்படங்களை தொலைக்காட்சியிலேயே பார்த்துவிடுதால், அதுவொரு தனிப்பட்ட அனுபவமாக மட்டுமே அவர்களிடம் எஞ்சும். திரைப்படத்தை மக்களோடு மக்களாக அமர்ந்து திரையரங்கில் பார்ப்பதற்கும், வீட்டில் தனியே தொலைக்காட்சி பெட்டியின் முன்பாக அமர்ந்து பார்ப்பதற்கும் அனுபவரீதியாக மிகப்பெரிய வித்தியாசம் இருக்கிறது.

நீங்கள் உங்கள் தலைமுறையின் மிகச் சிறந்த இயக்குனர்களுள் ஒருவராக கருதப்படுகிறீர்கள். உங்களுடைய தாக்கம் பல இளைய இயக்குனர்களிடம் காணப்படுகிறது.

(ஆச்சர்யமாக) ஸ்பெயினில் வேண்டுமானால் நான் முக்கியமான இயக்குனராக இருக்கலாம். ஏனெனில், ஸ்பெயினில் உள் நாட்டு போர்களின் பாதிப்பினால் சினிமா கலைக்கென்று பிரத்யேக வரையறைகள் எப்போதும் இருந்ததில்லை. லூயி புனுவல் தான் ஸ்பேனிஷிய திரைப்பட வரலாற்றிலேயே மிகச்சிறந்த இயக்குனர். அவர்தான் பல இளைய இயக்குனர்களையும் பாதித்திருக்க முடியும்.

நீங்கள் ஒரு தீவிர சினிமா விமர்சகரும்கூட, சிறுவயதிலேயே திரைப்பட இயக்குனராகும் எண்ணம் உங்களுக்கு இருந்ததா?

அதுவொரு சுய வளர்ச்சி. நான் என்னுடைய 19வயதில் திரைப்பட இயக்குனராகலாம் என்று உணர துவங்கினேன். யாரும் சிறு வயதிலேயே இயக்குனர் ஆக வேண்டும் என்று நினைக்க மாட்டார்கள்.

உங்களது 40 வருட கால திரைப்பட வாழ்க்கையில் நீங்கள் மூன்றே மூன்று படங்களை மட்டுமே இயக்கியிருக்கிறீர்கள். ஒரு படத்தை பற்றி எவ்வளவு காலம் நீங்கள் சிந்தித்துக் கொண்டிருப்பீர்கள்?

நான் இயக்கியுள்ள அனைத்து படங்களிலும், என்னால் இயக்க முடியாமல்போன திரைப்படங்களின் சாயைகள் படிந்திருக்கும். நான் ஒரு படத்தை பற்றி எழுதும்போதும், ஒரு படத்தை பற்றி சிந்திக்கும்போதும், என்னால் எப்போதும் உருவாக்க முடியாமல் போன

வேறொரு கரு மனதினுள் கிடந்து துளிர்க்க துவங்கிவிடும். இத்தகைய வேதனை தரக்கூடிய அனுபவம் நான் உருவாக்கும் திரைப்படத்தில் படர்ந்துவிடுகிறது.

ஏன் அந்த படங்களை உங்களால் இயக்க முடியவில்லை?

பண பற்றாக்குறைதான் முதன்மையான காரணம். திரைப்பட தயாரிப்பில் பணம்தான் பெரும்பாலான விஷயங்களை தீர்மானிக்கிறது. என் தயாரிப்பாளர்கள் ஒருபோதும் நஷ்டமடைந்ததில்லை. அது எனக்கு மிகமிக முக்கியமானது.

நீங்கள் ஏன் திரைப்படங்களை உருவாக்குகிறீர்கள்?

தெரியவில்லை. ஒருவேளை நான் என் வாழ்நாளின் பெரும்பகுதியை திரைப்படங்களுக்கு மத்தியிலேயே கழித்ததால் கூட இருக்கலாம். திரைப்படங்களுடனான என் உறவென்பது திரைப்படங்களை இயக்குகிறவன் என்பதோடு மட்டுமல்லாமல், திரைப்படங்களின் தீவிரமான பார்வையாளன் என்பதாகவும் இருக்கிறது. இயக்குனராக திரைப்படங்களுடனான எனது அனுபவத்தை விடவும், ஒரு பார்வையாளனாக திரைப்படங்களின் மூலமாக எனக்கு கிடைத்துள்ள அனுபவம் அதிக முக்கியத்துவம் வாய்ந்ததாக இருக்கலாம் என்று கருதுகிறேன்.

இப்போது என்ன செய்துக் கொண்டிருக்கிறீர்கள்?

ஒரு ஓவியர் தன் ஓவியத்தை ரசித்து வரைவதைப்போல, சமீப காலமாக நான் குறும்படங்களை மிகுந்த விருப்பத்துடன் இயக்கி வருகிறேன். நான் அவற்றிற்கு Memories and Dream என்று பெயரிட்டுள்ளேன். பத்து குறும்படங்களை இயக்கி முடித்ததும் மொத்தமாக அதனை திரையிடலாம் என்றிருக்கிறேன். என் பயணங்களின்போது நான் இயக்கும் குறும்படங்கள் அவை.

திரைப்படங்களை உருவாக்காத நேரங்களில் என்ன செய்வீர்கள்?

திரைப்படங்களை பற்றி எழுதுவேன். நான் என் முதல் திரைப்படத்தை இயக்குவதற்கு முன்பாகவே திரைப்படங்களை பற்றி எழுத துவங்கிவிட்டேன். அதோடு, இளைஞர்களுடன் என் திரைப்பட அனுபவங்களை மகிழ்ச்சியுடன் பகிர்ந்துக்கொள்வேன். துரதிர்ஷ்டவசமாக, சினிமா கலை ஸ்பெயின் கல்வித் திட்டத்தில் பாடமாக சேர்க்கப்படவில்லை. பிரெஞ்சு இளைஞர்கள் அவ்வகையில் கொடுத்து வைத்தவர்கள். எங்கள் நாட்டு பாடத்திட்டத்தில் மட்டுமே கலை விதிவிலக்காக சேர்க்கப்படவில்லை. உண்மையில், கலையின் வளர்ச்சி அந்த நாட்டின் கலாச்சார வளர்ச்சியுடன் தொடர்புடையது.

அனுபவத்தை காட்டிலும் அறியாமை வலிமையானது! – அலெக்சாண்ட்ரோ கான்சல்ஸ் இனாரிட்டு

மெக்சிகோ தேசத்து இயக்குனரான அலெக்சாண்ட்ரோ கான்சல்ஸ் இனாரிட்டு (Alejandro Gonzalez Inarritu) தனது மரண வரிசை திரைப்படங்களான Amores perros, 21 Grams மற்றும் Babel படங்களின் மூலமாக உலகளவில் புகழ்பெற்ற இயக்குனராவார். அலெக்சாண்ட்ரோவின் Birdman or (The unexpected virtue of ignorance) திரைப்படம் ஆஸ்கார் விருது வழங்கும் விழாவில் சிறந்த திரைப்படம், சிறந்த இயக்குனர், சிறந்த மூலத் திரைக்கதை, சிறந்த ஒளிப்பதிவு போன்ற பிரிவுகளின் கீழ்விருதுகளை குவித்திருக்கிறது. Birdman கதாப்பாத்திரம் ஏற்று நடித்த முன்னால் ஹாலிவுட் நடிகர் ஒருவர், தனது இறுதி காலத்தில் நட்சத்திர அந்தஸ்தை தக்க வைத்துக்கொள்ள மேற்கொள்ளும் பிரயத்தனங்களை சுற்றி நகரும் இத்திரைப்படம் யதார்த்தத்திற்கும், புனைவெளிக்குமான இடைவெளியை ஆராய்கிறது. ஒரேஷாட்டில் படம்பிடிக்கப்பட்டுள்ளதைப் போன்ற உணர்வை ஏற்படுத்தும் இத்திரைப்படம், இதுவரை உலகெங்கிலும் 122 விருதுகளை பெற்றிருக்கிறது. அலெக்சாண்ட்ரோ கான்சல்ஸ் இனாரிட்டிடம் பத்திரிகையாளர் எல்விஸ் மிட்செல் மேற்கொண்ட நேர்காணலின் தமிழ் வடிவமிது.

Birdman திரைப்படத்திற்கு The unexpected virtue of ignorance என்று மற்றொரு தலைப்பிட்டதன் காரணம் என்ன?

நான் எப்போதும் கூறி வருவதைப்போல, அறியாமை என்பது அனுபவத்தை காட்டிலும் வலிமையானது. சமயங்களில், மனிதர்கள் ஒரு குறிப்பிட்ட சூழலுக்குள் சிக்கிக்கொள்ளும்போது, அவர்களது அறியாமையும், அனுபவமின்மையுமே, அவர்களை அப்பழுக்கற்றவர்களாக எண்ணச் செய்து, எளிதாக அந்த சிக்கலிலிருந்து அவர்களை விடுவித்துவிடும். Birdman கதாப்பாத்திரம் அத்தகைய ஒன்றே.

ரேமண்ட் கார்வரின் "நாம் காதலை பற்றி உரையாடும்போது,

எதைப்பற்றி பேசுவோம்" எனும் கதையை உங்கள் திரைப்படத்தில் எதனால் பயன்படுத்தினீர்கள்?

அது ஒரு பயங்கரமான யோசனை (சிரிக்கிறார்). என் இளம் வயதிலிருந்தே ரேமண்ட் கார்வரின் எழுத்துக்களை வாசித்து வருகிறேன். அவர் எனக்கு மிகமிக பிடித்தமான எழுத்தாளர். ஆனால், அவருடைய கதை ஒன்றை எனது திரைப்படத்தில் பயன்படுத்தலாம் என்று முடிவு செய்தது முற்றிலும் தற்செயலானதே. இது கிட்டத்தட்ட உங்கள் முதல் கேள்வியுடன் தொடர்புடையது. நீங்கள் எத்தகைய பணியினை செய்துக்கொண்டிருக்கிறீர்கள் என்கின்ற தெளிவு உங்களிடம் இல்லாதபோது, ரேமண்ட் கார்வரை பயன்படுத்திக்கொள்வது எளிதான, அதே சமயத்தில், நன்மையோ அல்லது தீமையோ விளைவிக்கக்கூடிய செயல். ரேமண்ட் கார்வர் இறக்கும் முன்பாக எழுதிய அழகான கவிதை ஒன்றின் வரிகளிலிருந்துதான், என்னுடைய திரைப்படம் துவங்குகிறது. அக்கவிதை நாம் நமது வாழ்க்கையில் எதை தேடி அலைகிறோம் என்பதை பற்றியது. ரேமண்ட் கார்வர் தனது 50வது வயதில் உயிரிழந்தார். அக்காலத்தில், அவர் தான் மற்றவர்களால் நேசிக்கப்பட வேண்டும் என்று விரும்பினார். கிட்டத்தட்ட என்னுடைய மனநிலையும் அப்படிதான் சமீபமாக சிந்தித்துக்கொண்டிருக்கிறது. அதோடு, அந்த சிறுகதையும், வாழ்க்கையில் தொலைந்து, குழப்பமுற்று, அன்புக்காக ஏங்கும் மனிதர்களை பற்றியது. அச்சிறுகதையும், என் திரைப்படத்தின் நாயகன் ரிஜ்ஜன் தாம்சன் தேடி அலையும் கேள்வியும் ஒரே புள்ளியில் இணைந்தது.

நீங்கள் சொல்வதை பார்த்தால், தல்ஸ்தோயின் A Confession–ஐ நீங்கள் தழுவி இருப்பதாக தோன்றுகிறதே?

ரேமண்ட் கார்வர் உயிர் துறக்கும் முன்பாக, தல்ஸ்தோயின் A Confession -ஐ தான் வாசித்துக் கொண்டிருந்தார். A Confession தல்ஸ்தோயால், புகழின் உச்சத்தில் இருந்த காலக்கட்டத்தில் எழுதப்பட்டது. தல்ஸ்தோய் மிகுந்த புகழ்பெற்ற எழுத்தாளர். எனினும், இந்த புத்தகத்தை அவர் தற்கொலை செய்துக்கொள்ளும் மனநிலையில் எழுதியிருந்தார். அவர் மிகுந்த செல்வந்தராக வாழ்ந்திருந்தாலும், அவரது வாழ்க்கை வெறுமையால் நிரம்பியிருந்தது. வாழ்வதற்கான அர்த்தங்களை தேடினார். கிட்டத்தட்ட ரேமண்ட் கார்வரும், அதே வயதில் தல்ஸ்தோய் போலவே ஆழ்ந்த மன நெருக்கடிக்கு உள்ளானார். எனக்கு, தல்ஸ்தோய் பிடிக்கும். ரேமண்ட் கார்வரையும் பிடிக்கும். 51 வயதை கடந்தவனாக, நானும் கிட்டத்தட்ட இதே விதமான நெருக்கடியைத்தான், மனதில் உணருகிறேன். வாழ்க்கை என்பது என்ன? அதன் அர்த்தம் என்ன? என்று சிந்திக்க சிந்திக்க மனம் சோர்ந்துவிடுகின்றது. நாம் எல்லோருமே இதேபோலத்தான் அன்புக்காக

ஏங்குகிறோம். ரேமண்ட் கார்வரின் கவிதை நம் எல்லோருடைய மனதையும் விவரிப்பதைப்போல எழுதப்பட்டிருந்தது. அதனால், அக்கவிதையை என் திரைப்படத்தில் பயன்படுத்திக்கொண்டேன். படத்தில், ரிஜ்ஜர் தாம்சனின் முன்னாள் மனைவி, "நீங்கள் அன்பையும், மரியாதையையும் போட்டு குழப்பிக் கொள்கிறீர்கள்" என்கிறாள். இதுதான், அந்த கதாப்பாத்திரத்தின் குணம். நம்மில் பலரும் இதுப்போலத்தான், அன்புக்கும், மரியாதைக்குமான இடைவெளியை சரியாக புரிந்துக்கொள்வதில்லை. ஆனால், இந்த இடைவெளியை புரிந்துக்கொள்ளாமல் இருப்பது மிகவும் ஆபத்தானது.

Amoresperros திரைப்படத்திலும், ஒருவன் "என் வாழ்க்கையில் என்ன மிச்சமிருக்கிறது?" என்று கேட்கிறான். A Confessionனிலும் இதே கேள்விதான் ஆராயப்படுகிறது. 21 Grams திரைப்படத்திலும் சீன் பீன் கதாப்பாத்திரம் இதே கேள்வியைதான் கேட்கின்றது.

நான் ஒரே கதையைத்தான் எனது அனைத்து திரைப்படங்களிலும் சொல்லிக் கொண்டிருக்கிறேன்.

இல்லை. இல்லை. நான் அதனால் இக்கேள்வியை கேட்கவில்லை. மைக்கேல் ஜாக்சனும், ரேமண்ட் கார்வரும் உங்கள் வயதில், இதேப்போலத்தான் எண்ணியிருக்கிறார்கள். தங்களது இறுதி காலத்தில் முழுக்க முழுக்க விரக்தி அடைந்த நிலையிலேயே பேசியிருக்கிறார்கள்.

நீங்கள் அறிந்திருப்பீர்களா என்று தெரியவில்லை. மேகத்தில் எவ்வளவு கருமை படிந்திருக்கிறது என்பதை பொறுத்தது அது. ஆனால், வாழ்க்கையில் நீங்கள் திருப்தி அடையும் காலம் ஒன்றுண்டு என்று நினைக்கிறேன். அப்போது, நீங்கள் உங்கள் வாழ்நாளில் அதி முக்கியமாக கருதி வந்த விஷயங்கள், ஒன்றுமில்லாதவை என்று உணருவீர்கள். நமக்கான நேரம் குறுகி வருகிறது, மெழுகுவர்த்திகள் சுடர் விடுகின்றன. இனியும் நமது நிழல் இப்பூமியில் உலவப் போவதில்லை என்று கருதுவீர்கள். இத்தகைய எண்ணங்கள்தான் தல்ஸ்தோய்யின் A Confessionனில் நிரம்பியிருக்கின்றன. ஆனால், தல்ஸ்தோய் இந்த புத்தகத்தை எழுதி முடித்த பின்பும் 30 ஆண்டுகள் வாழ்ந்திருக்கிறார்.

தல்ஸ்தோய், கார்வர், மைக்கேல் ஜாக்சன் மற்றும் ரிஜ்ஜின் தாம்சன் நால்வரும் மிகுந்த செல்வந்தர்களாக வாழ்ந்தவர்கள். ஆனாலும், தங்களது இறுதி காலத்தில் மன நிம்மதியின்றி வாழ்ந்ததன் காரணமென்ன?

அதைத்தான் இப்படத்தில் நான் ஆராய விரும்பினேன். என்னளவில்,

மிகச்சரியாக இப்பணியினை மேற்கொண்டேன் என்று முழுமையாக நம்புகிறேன். ஒரு குறிப்பிட்ட வயதிற்கு பிறகு, நீங்கள் அவசர அவசரமாக முரண்பட்ட கருத்துக்களை உங்கள் மனதினுள் அடுக்குகிறீர்கள். எனக்கு இத்தகைய முரண்பாடுகளின் மீது நம்பிக்கை இல்லை. நான் அவற்றை அறவே வெறுக்கிறேன். முரண்பாடு திரைப்படத்தில் நாம் கையாள மிகவும் ஏதுவான ஒரு கருதான். அது ஒரு அறிவுப்பூர்வமான கருவும் கூட. அதனை நாம் மிகவும் சிறப்பாக நமது திரைக்கதைகளில் பயன்படுத்திக்கொள்ள முடியும். ஆனால், கடந்த 50 ஆண்டுகளில், இத்தகைய முரண்பாட்டை ஒரு கருவியாக மிகுதியாக பயன்படுத்தியன் காரணமாக, இன்று பாப் கலாச்சாரமே அழிவுறும் நிலையில் உள்ளது. இனியும் நாம் அதையே மீண்டும்மீண்டும் பயன்படுத்திக் கொண்டிருக்க முடியாது. நான் என் சிறு வயதிலிருந்தே பார்த்து வருகிறேன். முரண்பாடு என்பதை கலையில் சலிக்க சலிக்க பயன்படுத்திவிட்டார்கள். இனி அதில் உபயோகிக்க எதுவுமே மிஞ்சி இருக்கவில்லை. அதனால், நான் நகைச்சுவையை கருவியாக பயன்படுத்துவதன் மூலமாக நாம் இழைத்த தவறுகளை சரிசெய்து விட முடியும் என்று நம்புகிறேன். நமது ஈகோவை தலைக்கீழாக பார்வையிடும்போது, அது மிகுந்த கோமாளித்தனம் நிறைந்தது என்பதை உணர முடியும். ஆனால், அது மிகவும் துயர் மிகுந்த நகைச்சுவை. அபத்த நகைச்சுவை.

அபத்த நகைச்சுவை அதீத துயரைக்கூட சிரிக்க வைத்து விடுகிறதே?

நீங்கள் துயரத்தை ஆழ்ந்து யோசித்துப் பார்த்தால் அது மிகவும் வேடிக்கையாகத்தான் இருக்கும். இவ்வகையிலான நகைச்சுவையே நான் பெரிதும் விரும்புகிறேன். நான் ரிஜ்ஜின் தாம்சனின் கதாப்பாத்திரத்தை டான் குயுக்ஸோட்டை போலவே உருவாக்க விரும்பினேன். தன்னை ஒரு மிகத் தீவிரமான பெருங்கலைஞனாக காட்டிக்கொள்ள ஒருவன் செய்யும் எத்தனிப்புகளையும், ஆனால், யதார்த்தம் அவன் செயல்பாட்டிற்கு முற்றிலும் நேர்மாறாக இருப்பதையும் சுற்றியே என் திரைக்கதையை எழுத வேண்டுமென்று தீர்மானித்தேன். இதுதானே, நம் எல்லோருடைய கதையாகவும் இருக்கிறது (சிரிக்கிறார்).

உங்கள் திரைப்படங்களில் கவிந்திருக்கும் துயரைப் பற்றி உரையாடும்போதுகூட, “அவர் அதிகம் சிரிக்க விரும்பும் மனிதர்” என்றுதான் பேசுகிறேன்.

நான் உருவாக்கும் மிகத் தீவிரமான திரைப்படங்களில் அத்தகைய விழுமியங்களும் இல்லாவிட்டால், மிகுந்த சிக்கலாகிவிடும். உலகின் மிகச்சிறந்த நகைச்சுவை நடிகர்கள் எல்லோருக்கும் யதார்த்தத்தில்

மிகவும் இறுக்கமான மனிதர்களாக இருப்பார்கள். நானும், அவர்களைப் போலத்தான். என் திரைப்படங்களில், நிச்சயமாக நகைவச்சுவை மெலிதாக இழையோடி இருக்கும்.

Birdman திரைப்படம் ஒருவனுடைய கனவின் மரணத்தைப் பற்றி பேசுகிறது இல்லையா?

காலத்திற்கேற்ப ஓட இயலாத கலைஞன் ஒருவனின் ஆவேசம்தான் Birdman இல்லையா. என்னை பொறுத்தவரையில், கலைக்காக நாம் மேற்கொண்ட பிரயத்தனங்கள் யாவும் காலத்தை விஞ்சி நிற்க வேண்டுமென்று நினைப்பது சிறுபிள்ளைத்தனமானது. நம்முடைய பங்களிப்பு என்பது இப்பிரபஞ்ச வெளியில் கண நேர நிகழ்வு மட்டுமே. அதனால்தான், பூமியின் ஆயுளின் முன்னால் மனித ஓட்டம் எத்தனை சில்லரைத்தனமானது என்பதை விளக்க, படத்தில் சாம் கதாப்பாத்திரம் டாய்லெட் பேப்பரின் சுருளை எடுத்து வரும். அது என் மகளிடமிருந்து நான் கற்றுக்கொண்ட சுய பாடமே. முடிவற்ற காலத்தின் முன்னால், நாம் கொள்கின்ற சுய ஆவேசம் எத்தனை அவசியமற்றது என்பதை எனக்கு அழகாக புரியச் செய்த செயல் அது. அதனால், நான் ரிஜ்ஜனின் கதாப்பாத்திரத்தின் மூலம் இதேக்கேள்வியை ஆராய விரும்பினேன். காலத்தை விஞ்சி நிற்க, அவன் எண்ணற்ற கதாப்பாத்திரங்களை உருவாக்கிக்கொண்டிருக்கும்போது, அவனது சொந்த ஈகோவே அவனை, “நீ ஒன்றிற்கும் லாயக்கற்றவன்” என்று சொல்லும்.

நிலையாமை பற்றி பேசுகையில், படத்தின் இறுதிக்காட்சி எனக்கு நினைவுக்கு வருகிறது. அது மிகவும் தைரியமான ஒரு காட்சி.

படப்பிடிப்பு துவங்கிய பிறகுதான், எனக்கு அப்படியொரு முடிவை வைக்கலாம் என்று தோன்றியது. துவக்கத்தில் முடிவு வேறு விதமாக இருந்தது. ஆனால், அந்த முடிவில் எனக்கு ஏனோ உடன்பாடில்லை. அது நேர்மையற்று இருந்தது. அதனால், நாங்கள் தொடர்ந்து முடிவு குறித்து சிந்தித்தபடியே இருந்தோம், திடீரென்று ஒருநாள், அதிகாலையில் எனக்கு இப்படியான முடிவு தோன்றியது. உடனே படுக்கையில் இருந்து எழுந்து, எனக்கு நானே, “இதுதான் சரியான முடிவு” என்று சொல்லிக்கொண்டேன்.

இந்த படத்தை ஒரே தொடர்ச்சியான ஷாட்டில் படம் பிடிப்பது என்று எப்போது முடிவு செய்தீர்கள்?

நான் திரைக்கதையை எழுதி முடித்த உடனேயே, இதன் வடிவம் எனக்கு தெளிவாகியது. படத்தொகுப்பாளர் வால்டர் முர்ச்சுடனான கலந்துரையாடலில், நமது வாழ்க்கை கையடக்க கேமராவால் பதிவு செய்யப்படுவதைப்போல உணரப்படுகிறதா? அல்லது ஸ்டெடி

கேமராவால் பதிவு செய்யப்படுவதைப்போல தொடச்சியான காட்சி பிம்பங்களால் உணரப்படுகிறதா? என்று கேட்டேன். பிறகு, ஒரு 51 வயது மனிதனாக, வாழ்க்கை தொடச்சியான காட்சிகளின் கோர்வைகளால்தான் நகர்கின்றது என்பதை புரிந்துக்கொண்டேன். காலையில் நாம் நம் கண்களை திறப்பதிலிருந்து அன்றைய நாள் முழுவதையும் எவ்வித வெட்டும் இல்லாமல் தொடர்ச்சியாக நாம் நமக்குள் பதிவு செய்துக்கொள்கிறோம். நம் வாழ்க்கையை நினைவில் மீட்டெடுத்து பார்க்கின்றபோதும், வாழ்க்கையை பற்றி உரையாடும்போதும் மட்டுமே வெட்டு தேவைப்படுகிறது. அதனால், நான் இடைவெட்டில்லாத தொடர்ச்சியான காட்சிகளால் படத்தை நகர்த்துவது என்று முடிவு செய்தேன். அதோடு, படத்தொகுப்பாளர் வால்டர் முர்ச்சு என்னிடம் பகிர்ந்துக்கொண்ட தகவல் மிகவும் சுவாரஸ்யமாக இருந்தது. நம் கண்கள் ஒரு புள்ளியிலிருந்து, மற்றொரு புள்ளிக்கு நகர்கையில் இயல்பாக அவ்விடத்தில் ஒரு சிறிய இடைவெளி தோன்றிவிடுகின்றது. ஆனால், நம் மூளை முதல் புள்ளியின் நினைவை அந்த இடைவெளியில் இட்டு நிரப்புவதனால் நம்மால் அந்த இடைவெளியை உணர முடிவதில்லை.

ஜான் ஹாஸ்டன் நாம் ஒவ்வொரு முறை நம் கண்களை மூடுவதும், ஒரு இடைவெட்டைப் போலத்தான் என்று கூறுகிறார். நாம் எவ்வளவு நேரம் நம் கண்களை திறந்து வைத்திருக்க முடியுமோ அவ்வளவு நேரத்திற்கு ஒரு ஷாட்டை வைக்கலாம்.

இதையேதான், வால்டர் முர்ச்சும் கூறினார். அதுவொரு, மிக நீண்ட உரையாடல்.

கீட்டன் எவ்வாறு உங்கள் திரைப்படத்தில் நடிக்க ஒப்புக்கொண்டார் என்று வியப்பாக இருக்கிறது. நீங்கள் உங்கள் நடிகர்களிடம் அதிகமாக வேலை வாங்குவீர்கள் என்று கேள்விப்பட்டிருக்கிறேன். யாரோ ஒருவர், "எனக்கு அலெக்சாண்ட்ரோவை மிகவும் பிடிக்கும்.. ஆனால், அது மிகவும் கடினமானது" என்றார்.

(சிரிக்கிறார்) எனக்கு இதனால் அவப்பெயர் உண்டாகியுள்ளது என்று தெரியும். ஆனாலும், நான் இதை சரியான காரணத்தால்தான் செய்துக்கொண்டிருக்கிறேன். எனக்கு எப்போதும் என் கதாப்பாத்திரங்களின் தேவை புரியும். அதனால், என் படத்தில் நடிக்கும் நடிக/ நடிகையர்களுக்கு என்னால் இயன்ற அளவுக்கு என் திரைக்கதைக்கான கதாப்பாத்திரமாக உருமாற உதவுவேன். நான் அவர்களிடம் எதிர்பார்ப்பதெல்லாம், என்னை அவர்கள் முழுமையாக நம்ப வேண்டும் என்பது மட்டுமே. இது நல்லதா அல்லது கெட்டதா என்பதுப்பற்றியெல்லாம் எனக்கு கவலையில்லை. முழுமையாக

உண்மையாக இருந்தால், அவர்கள் என்னுடன் பணியாற்றலாம். இல்லையெனில், அவர்கள் வெளியேறிவிட வேண்டியதுதான். அத்தகைய பொறுப்புணர்ச்சிதான் கலைஞனுக்கான அடையாளம். நான் என் நடிகர்களிடம், பிலிப் பெட்டிட்டின் புகழ்பெற்ற டிவின் டவர் புகைப்படத்தை கொடுத்து விடுவேன். அதில், ஒரு மனிதர் இரு கோபுரங்களுக்கிடையில் ஒரு நீண்ட கயிற்றை கட்டி நடந்துக்கொண்டிருப்பார். நான் என் நடிகர்களிடம், "நாம் அதை செய்யப் போகிறோம். நீங்கள் செய்யும் சிறுசிறு தவறுகளை அந்த கயிற்றின் மீதேறி நின்ற பிறகு செய்ய முடியாது. நான் என் தவறுகளை பொறுத்துக்கொள்ள முடியாது. நாம் எதையும் போலியாக செய்யப்போவதில்லை. நாம் படம் பிடித்துவிட்ட பிறகு, நமது சிறுசிறு தவறுகளை இறுதிக்கட்ட பணியின்போது பூசி மொழுக முடியாது. பெருத்த யானை கூட்டமொன்று ஒரே சமயத்தில், அந்த கயிற்றில் நடப்பதைப் போல நாம் நடக்கப் போகிறோம். வாழ்த்துக்கள்" என்று சொல்லிவிடுவேன். பணிகள் மிகத் தீவிரமாக நடக்க துவங்கிவிடும். நான் மீண்டும் மறுநாளும் இதே செய்கையை தொடருவேன்.

பசோலினியின் பேரார்வம்

– நத்தானியல் ரிச்

1.

பியர் பாவ்லோ பசோலினியின் கொலை அவருடைய பெரும்பாலான கலை செயல்பாடுகளைப்போலவே அதிர்ச்சியினையும், பொது விவாதத்தையும் தூண்டும் வகையில் அரங்கேறியுள்ளது. அவருடைய சிதிலமடைந்த உடல் ரோம் நகருக்கு வெளியே ஓஸ்டியா எனுமிடத்தில் 1975 ஆம் ஆண்டின் நவம்பர் 2ஆம் தேதி கண்டெடுக்கப்பட்டது. அவர் தொடர்ச்சியாக அபாயகரமான கருவிகளை கொண்டு தாக்கப்பட்டும், உயிரோடு இருக்கும்போதே அவரது தலையின் மீது தனது சொந்த காராலேயே ஏற்றியும் கொலைச் செய்யப்பட்டிருக்கிறார். மறுநாளே ரோம் நகர போலிசாரிடம் கைசொப்பி பிலோசி எனும் இளைஞன் ஒப்புதல் வாக்குமூலம் ஒன்றினை அளித்தான். அதில் பிலோசி பிரபல எழுத்தாளரும் திரைப்பட இயக்குனருமான பசோலினி தனக்கு பாலியல் தொல்லை கொடுத்ததாகவும், அதன் காரணமாக தன்னை தற்காத்துக்கொள்வதற்காகவே பசோலினியை கொலை செய்ததாகவும் தெரிவித்திருந்தான். ஆனால், பசோலினியின் உடலினை ஆராய்கையில் பிலோசி போலீசாரிடம் தெரிவித்த கருத்துக்கள் அனைத்தும் ஜோடிக்கப்பட்டவை என்பதை உணர்ந்துக்கொள்ள முடிந்தது. குறிப்பாக, பிலோசி அவ்விடத்தில் தானும் பசோலினியும் மட்டுமே தனித்து இருந்ததாக சொல்லியதில் துளி உண்மையும் இருந்ததாக தெரியவில்லை.

துவக்கத்தில் பிலோசியின் வாக்குமூலத்தை தீவிர விசாரணைக்கு உட்படுத்தவில்லை என்பதற்கான காரணம், பசோலினி ஓரினைச் சேர்க்கையாளர் என்பது மக்களிடத்தில் அவர் மீது பெரும் விமர்சனத்தை உண்டாக்கியிருந்தது. அதோடு, பசோலினியை தீவிர பாலியல் வேட்கையுடையவர் என்றும் பெரும்பாலானோர் கருதி வந்தார்கள். மூன்று முறை பசோலினியின் மீது குறைந்த வயது ஆண்களை தனது பாலியல் இச்சைகளுக்கு உட்படுத்தியதாக குற்றம் சாட்டப்பட்டுள்ளது. அதோடு, ஒருமுறை ஆயுத கொள்ளையில் ஈடுபட்டதாகவும் அவர் மீது

குற்றம் சுமத்தப்பட்டது. இருப்பினும், ஒருபோதும் அவர் மீதான குற்றசாட்டுகள் நிருபிக்கப்படவில்லை. பசோலினி தனது பாலியல் கொள்கைகளை ரகசியமாக வைத்துக்கொள்ளவில்லை. ஓரினச்சேர்க்கையாளர்கள் கூடும் டிபர்டினோ நகர ரயில் நிலைய பகுதிகளில் பசோலினி பலமுறை காணப்பட்டுள்ளார். இந்த ரயில் நிலைய பகுதியில்தான் பசோலினி பிலோசியையும் சந்தித்தார். தனது பெரும்பாலான செயல்பாடுகளில் – திரைப்படங்கள், நாவல்கள், கவிதைகள், ஆய்வு கட்டுரைகளை – அவர் ரோம் நகரத்தின் குற்ற வாழ்க்கையினை நேரிடையாக ஆராய்ந்து அதனை தமது படைப்புகளில் பிரதானப்படுத்தியுள்ளார். இதன் காரணமாக நீண்ட காலமாகவே அவர் ஆபத்து சூழத்தான் வாழ்ந்துக்கொண்டிருந்தார். இத்தகைய ஆபத்து அவரை கொலை வரையிலும் இழுத்துச் சென்றுவிட்டது. பசோலினியுடன் தனியே இருந்தது பற்றி பிலோசி தெரிவித்த கருத்து பொய் என்றால், அவனுடன் ஏனைய இளங்குற்றவாளிகளும் இருந்திருக்க வேண்டும்.

ஆனால், உண்மையில் பிலோசியுடன் இருந்தது இளங்குற்றவாளிகள் அல்ல. பசோலினியின் கிறிஸ்தவ ஜனநாயக அரசாங்கத்துடனான சமூகமற்ற உறவும், பாசிஸ்டுகள், கம்யூனிஸ்ட்டுகள், தேவாலய திருச்சபை மற்றும் மாஃபியாக்கள் ஆகியோருடனான கசப்பான பொது சண்டைகளையும் கணக்கில்கொண்டு அலசுகையில் மாபெரும் சதிச்செயல் ஒன்றின் பகடைக்காயாகவே பிலோசி பயன்படுத்தப்பட்டுள்ளான் என்று பல இத்தாலியர்களும் கருதுகின்றனர். அவரது மரணத்திற்கு பின்பாக தோன்றிய கோட்பாடுகள் அனைத்தும் பசோலினி கொலைசெய்யப்பட்டதன் காரணமாக சொல்லப்பட்ட கூற்றினை முற்றாக புறக்கணித்தன. அவருடைய முக்கிய நண்பர்களான ஓரியனா ஃபெலாசி, இடாலோ கால்வினோ, பெர்னாண்டோ பெர்ட்லூசி, நடிகை லாரா பெட்டி ஆகியோர் நியோ பாசிஸ கட்சியின் உறுப்பினர்கள்தான் பசோலினியை கொலை செய்திருக்க வேண்டுமென்று நம்பினர். நியோ பாசிஸ கட்சி பசோலினியின் மீது பலமுறை தாக்குதல் நடத்தி கொலை செய்ய முயன்றிருக்கிறது. அதே சந்தர்ப்பத்தில், நியோ பாசிஸ கட்சியின் அதிகாரப்பூர்வமான நாளிதழ் பசோலினி தொடர்ந்து பிற்போக்குத்தனமாக எழுதி வந்ததால் அவரை மார்க்சிஸ்ட்டுகள்தான் கொலை செய்திருக்கிறார்கள் என்று எழுதியது. அனைத்தையும்விட தன்னை ஒரு கம்யூனிஸ்ட்டாக அடையாளப்படுத்திக்கொண்ட பசோலினி 1960களின் இறுதியில் பல முற்போக்கான சீர்த்திருத்தங்களை கடுமையாக எதிர்த்து பேசியும் எழுதியுமிருக்கிறார். 1968ல் நடைபெற்ற மாணவர் கலகத்தை எதிர்த்தல், பெண்ணியவாதம், விவாகரத்து மற்றும் கருக்கலைப்பு போன்றவற்றை சட்டப்பூர்வமாக்குதல் என எல்லாவற்றையும் பசோலினி எதிர்த்தார்.

பசோலினியின் கொலை சம்பவத்தை பற்றிய மற்றொரு கோட்பாடு சிசிலியன் மாஃபியா ஒருவனை சிக்கவைத்தது. பாலியல் தொழில் புரிவோரை பற்றிய ஆவணப்படம் ஒன்றை இயக்க பசோலினி அவனை தொடர்புகொண்டு பல கேள்விகளை அவனிடம் கேட்டிருந்தார். அதோடு, அவன் கிறிஸ்தவ ஜனநாயக கட்சியின் மேல்மட்ட உறுப்பினர்கள் பலருடனும் தொடர்பில் இருப்பதாக பலோசினி கருத்துரைத்தார். இறுதியாக, சிலர் அரசின் ரகசிய படையினரின் மீதே சந்தேகம்கொண்டனர். தனது மரணத்திற்கு ஒரு வாரம் முன்னதாக, பசோலினி தான் தொடர்ந்து பத்தி எழுதிவந்த இத்தாலியின் முன்னணி பத்திரிகை ஒன்றில் கிருஸ்துவ ஜனநாயக கட்சியின் உயர்மட்ட அதிகாரிகளின் மீது பொதுமக்களை தவறாக வழி நடத்துவதற்காக வழக்கு தொடர வேண்டும் என்று எழுதினர்.

பசோலினி இறந்து முப்பது வருடங்கள் கடந்துவிட்ட பின்பும் புதிது புதிதாக முளைத்தெழும் கோட்பாடுகள் தொடர்ச்சியாக கவனம் பெற்று வருகின்றன. பசோலினியின் மர்ம மரணம் குறித்த விவாதங்கள் அவ்வப்போது அவருடைய மகத்தான கலைச்செயல்பாடுகளை குறித்து ஆராயப்படுவதால் வெளிச்சம் குன்றி விடுகின்றன. 2005ஆம் ஆண்டில் அதிக கவனம் பெறாத "பசோலினி கொலை செய்யப்படவில்லை. அவர் கொலை செய்யப்பட வேண்டுமென்று விரும்புனார்" என்ற புதிய கோட்பாடு ஒன்றினை பசோலினியின் நீண்டகால நண்பரும், ஓவியருமான கைசொப்பி ஸிகைனா முன்வைத்தார். பசோலினி தனது முழுமையான கலைச்செயல்பாடுகளுக்கான அர்த்தத்தை கொடுக்க, "தமது மரணத்தை தானே வடிவமைத்துக்கொண்டார்" என்று ஸிகைனா குறிப்பிடுகிறார். அதாவது, பசோலினி தனது மரணத்தை பல வருடங்களாக சிந்தித்துக்கொண்டிருந்தார் என்றும், அவருடைய பெரும்பாலான படைப்புகளில் தமது மரணம் எவ்விதம், எப்படி அமையப்போகிறது என்பதை அவர் வெளிப்படுத்தியுள்ளார் என்றும், அவரது மரணத்தை அவரே வடிவமைத்து அதனை ஏற்றுக்கொண்டார் என்றும் ஸிகைனா தனது கோட்பாட்டில் தெரிவித்துள்ளார்.

பசோலினியின் மரணம் பற்றிய குறிப்புகளை தமது திரைப்படங்களில் வெளிப்படுத்தியதை ஆராய்ந்து சொன்ன எழுத்தாளர் ஸிகைனா மட்டுமே அல்ல. பசோலினியுடன் முப்பது ஆண்டுகளுக்கும் மேலாக நட்புடன் பழகிய, அவரது கொலை சம்பவத்தை பற்றி தனியே ஒரு புத்தகம் எழுதிய ஆல்பர்டோ மோராவியா ஓஸ்டியாவில் நடந்த பசோலினியின் கொலை சம்பவத்தை, பசோலினியினுடைய இரண்டு நாவல்களில் தான் கண்டுணர்ந்ததாக தெரிவித்தார். "தி ராகாஸி" மற்றும் "தி வையலன்ட் லைஃப்". அதோடு பசோலினியின் முதல் திரைப்படமான "அகாட்டோன்"னிலும் அத்தகைய காட்சியை அவர்

கண்டுள்ளதாக தெரிவித்தார். ஆனால், ஸிகைனாதான் மிகவும் பொறுப்போடு இத்தகைய விவாதங்களை ஆராய்ந்துள்ளார்.

பசோலினியின் மரணத்தின் மீதான சதி கோட்பாடுகள் அவருடைய மரணம் உறுதி செய்யப்பட்ட உடனேயே துவங்கிவிட்டது. இத்தாலிய கம்யூனிஸ்ட் கட்சி தங்களுக்குள்ளாகவே பொய்யுரைத்துக்கொண்டு பசோலினியின் கலசத்தை கையில் ஏந்தியபடி புகைப்படங்களுக்கு "போஸ்" கொடுத்தார்கள். இத்தாலியன் ரேடிக்கல்ஸ் கட்சியின் நிறுவனர் பசோலினி தன்னை தாக்கியவர்களை காப்பாற்ற உயிர் துறந்த "எளிமையான துறவி" என்று அழைத்தார். இத்தாலிய வடதுசாரி இயக்கங்கள்கூட பசோலினியை கம்யூனிஸ்ட்டுகளை அழிக்க வலதுசாரிகளின் பக்கம் நின்றவர் என்று சொன்னார்கள். பசோலினியின் மர்மமான மரணம் தோற்றுவித்திருக்கின்ற பேரலை விவாதங்களை கண்ணுறும் ஒருவர் பசோலினி உண்மையில் யார்? அவர் யாருக்காக செயல்பட்டார் என்ற கேள்வியும் விவாதத்திற்குள்ளாகியுள்ளதை உணர முடியும்.

2.

பசோலினியின் வாழ்க்கையை விரிவாக அலசும் இரண்டு ஆங்கில நூல்கள் உள்ளன. ஆனால் அமெரிக்காவில் அவை இரண்டுமே அச்சில் இல்லை என்பது வருத்தத்திற்குரியது. முதலாவது நூல் பசோலினியின் மரணத்திற்கு பின்னர் மூன்று வருடங்கள் கழித்து வெளிவந்தது. அதனை எழுதியவர் இலக்கிய விமர்சகரும், பசோலினியின் நண்பருமான என்ஸோ சிஸிலியானோ. பசோலினியின் எண்ணங்களை ஊகத்தின் அடிப்படையிலும், உளவியல் ரீதியிலான ஆய்வுகளின் மூலமாகவே இந்நூல் எழுதப்பட்டிருந்தாலும், பசோலினியின் மூர்கமான உணர்ச்சிகளையும், பகைமைகளையும், ஏமாற்றங்களையும் பற்றிய அச்சுறுத்தக்கூடிய தோற்றத்தை பசோலினிக்கு இந்நூல் வழங்குகிறது. மற்றொரு புத்தகம் பார்த் டேவிட் ஸ்க்வார்ட்ஸ் எழுதிய பசோலினி ரெக்குவம் (1992). இந்நூல் பார்த் டேவிட் பதினைந்து வருட கால உழைப்பில் உருவானது. புத்தகத்தின் நூறு பக்கங்கள் பசோலினியின் மரணத்தை மட்டுமே விரிவாக அலசுகிறது. ஆறு பக்கங்கள் அவருடைய அண்டை வீட்டுக்காரர்களை பற்றியும், பசோலினி இறுதியாக உணவருந்திய உணவகத்தையும் அலசுகின்றன. ஆனால் இத்தகைய விடயங்களையும் மீறி பார்த் டேவிட்டின் எழுத்து என்ஸோ சிஸிலியானோவின் எழுத்துக்களைவிடவும் அதிக கவனத்துடன் பசோலினி வாழ்ந்துக்கொண்டிருந்த மாற்றமடையும் சமூக மற்ற அரசியல் சூழ்நிலைகளின் ஊடாக பசோலினியின் படைப்புகளை ஆராய்ந்துள்ளது.

இத்தாலிய சர்வாதிகாரியான முசோலினியின் பாஸிச கட்சி ஆட்சிக்கு வந்த 1922ஆம் ஆண்டு வட இத்தாலியின் ஃப்ரியூலி பிராந்தியத்தின் சிறிய விவசாய கிராமமான கசர்ஸாவில் ராணுவ பீரங்கிப்படை அதிகாரியான கார்லோ ஆல்பர்டோவுக்கும், கிராமிய பெண்ணான சூசானா கலோஸிக்கும் பசோலினி பிறந்தார். இருபது வயதில் கடலில் மூழ்கி உயிர்விட்ட இளங்கவிஞரான கார்லோ ஆல்பர்டோவின் சகோதரரின் பெயரையே பியர் பாவ்லோ என்று பெற்றோர் பசோலினிக்கு சூட்டினர். (பசோலினியின் இளைய சகோதரரும் தமது இருபதாவது வயதில் கம்யூனிச கிளர்ச்சியாளர்களால் இரண்டாம் உலக யுத்தத்தின் முடிவில் கொலைச் செய்யப்பட்டார்). சிஸிலியானோ பசோலினியின் தந்தையான கார்லோவை பற்றி விவரிக்கையில், “தனது பதவியை இழந்துவிட்ட பின்பும் கார்லோ தமது குடும்பத்தில் ராணுவ அதிகாரிப் போலவேதான் நடந்துக்கொண்டார்” என்று குறிப்பிடுகிறார். தனது தந்தையின் அதிகார தோரணையை விரும்பாத பசோலினி தன் தாய்க்கு நெருக்கமானவராகவே வளர்ந்தார். அதோடு, கோடை காலங்களை கசர்ஸாவில் தனது குடும்பத்துடன் பசோலினி கழித்து வந்தார்.

பசோலினியின் பெற்றோர் இருவருமே மத விவகாரங்களில் தனி விருப்பங்களை கொண்டிருந்தனர். கார்லோ ஆல்பர்டோ தேவாலயத்திற்கு செல்வதை ஒரு சமூக கடமையாகவே கருதியிருந்தார். சூசானா கலோஸி ஆன்மீக உணர்வற்ற கத்தோலிக்க திருச்சபையை முற்றாக நிராகரித்தார். ஆனால், பசோலினி தனது மிகச்சிறிய வயதிலேயே ஏசு கிருஸ்துவின் திருவுருவின் மீது அதீத மோகம் கொண்டிருந்தார். 1946ல் எழுதிய நாட்குறிப்பொன்றில் பிற மனிதர்களுக்காக சிலுவை சுமந்த, அப்பாவியாக வாழ்ந்ததற்காகவே கொலை செய்யப்பட்ட ஏசு கிருஸ்து தன்னில் பிரதிபலிப்பதாக தனக்கு மீண்டும்மீண்டும் கற்பனை தோன்றுவதாக எழுதியுள்ளார். “எனது கைகளில் ஆணி வார்க்கப்பட்டு, சிலுவையில் கைகளை விரித்து நான் தொங்குவதை பார்த்தேன். சிறிய அளவிலான துணி மூடியிருக்கும் எனது தொடையில் ஒளி ஊடுருவி படர்ந்திருந்தது. பெருந்திரளான மக்கள் எனக்கு முன்னால் நின்று, நான் சிலுவையில் அரையப்பட்டிருப்பதை பார்க்கிறார்கள். எனது பொதுமக்களுக்கான தியாகம் இறுதியில் என்னை ஒரு சிற்றின்பகாரனைப்போல அடையாளப்படுத்தியிருந்தன. முடிவில் நான் முழு நிர்வாணமாக சிலுவையில் தொங்கிக்கொண்டிருந்தேன்”.

வளர் பருவத்தில், தமது பாலியல் மற்றும் வன்முறை சார்ந்த மிகு கற்பனைகளை தனக்குள்ளாக அடக்கிக்கொண்டு, கிறிஸ்துவின் துன்பியலை தமக்கான களமாக அடையாளப்படுத்திக்கொண்ட பசோலினி அதனை தனது துவக்க கால கவிதைகளில் பிரதிபலித்துள்ளார்.

அவருடைய வெளியிடப்பட்ட முதல் கவிதைத்தொகுதி கசர்ஸாவின்

வட்டார மொழியான ஃப்ரியூலியில் எழுதப்பட்டிருந்தது. ஃப்ரியூலியின் மொழி தெளிவற்றதாகவும், அதிக இருள் நிறைந்ததாகவும் இருந்ததால் அதற்கு முன்பு அம்மொழியில் எதுவும் எழுதப்பட்டிருக்கவில்லை. பசோலினி தமது ஒவ்வொரு கவிதையையும் பேச்சு வழக்கில் எழுதி கூடவே தனது கவிதைக்கான இத்தாலிய மொழிப்பெயர்ப்பையும் இணைத்திருந்தார். அவருடைய கவிதைகள் ஆசை நிரம்பியதாகவும், இளம் காதலை வெளிப்படுத்துவதாகவும், இயற்கையின் மீது அக்கறைக்கொண்டதாகவும் எழுதப்பட்டிருந்தது. அதோடு, பத்தொன்பதாம் நூற்றாண்டின் துவக்கக்கால எழுத்தாளரான யூகோ ஃபோஸ்கொலோவின் தாக்கத்திலும் எழுதப்பட்டிருந்தது. 1941ஆம் ஆண்டு எழுதிய கடிதமொன்றில் ஃபோஸ்கொலோவை "எனது எழுத்தாளர், எனது குரு, எனது காப்பாளர்" என்று பசோலினி குறிப்பிட்டுள்ளார். ஃபோஸ்கொலோ இத்தாலியின் சுதந்திரத்திற்காக குரல் கொடுத்தவர் என்றால், பசோலினி ஃப்ரியூலி மொழி பேசும் மக்களின் தனித்த கலாச்சாரத்தையும், அடையாளத்தையும் பிரதானப்படுத்தி ஃப்ரியூலி பிராந்தியத்தின் விடுதலைக்காக குரல்கொடுத்துக்கொண்டிருந்தார்.

ஃப்ரியூலி மொழி உண்டாக்குகின்ற உணர்வுகளை புரிந்துக்கொள்ள ஒருவர் இத்தாலியன் மொழி அறிந்திருக்க வேண்டிய அவசியமில்லை.

பசோலினியின் ஃப்ரியூலி மொழி வேண்டுமென்றே கடுமையானதாகவும், மட்டுப்படுத்தப்பட்டதாகவும், மழுங்கடிக்கப்பட்டதாகவும் பிரயோகிக்கப்பட்டது. பசோலினி இத்தகைய கரடுமுரடான மொழியினை தன்னுடைய வசதிக்காக மட்டுமே பயன்படுத்தியிருக்கவில்லை. ஃப்ரியூலி மொழி பேசும் பிராந்தியத்தில் வளர்ந்திருந்தாலும், பசோலினி நடுத்தர வர்க்கத்தினரிடையே வழக்கத்திலுள்ள இத்தாலிய மொழியினையே பேசும்படி வளர்ந்தார். அதனால்ஃப்ரியூலி மொழியினை சேரிகளில் வளரும் சிறுவர்களின் மூலமாகவும், அருகாமையிலுள்ள நூலகங்களிலிருந்து எடுக்கப்பட்ட புத்தகங்களின் மூலமாகவுமே பசோலினி அறிந்துக்கொண்டார்.

ஜியான்பிரான்கோ கோன்டினி எனும் முக்கிய விமர்சகர் ஒருவர் பசோலினியின் ஃப்ரியூலி மொழி பிரயோகங்களை பற்றி உற்சாகமான விமர்சனம் ஒன்றை எழுதியிருந்தபோதும், அதனை வெளியிடுவதற்கு எந்தவொரு பத்திரிகையும் தயாராக இருக்கவில்லை. பிராந்திய மொழி ஒன்றினை பற்றி ஆதாரித்து எழுதியிருப்பதை வெளியிடுவது பாஸிச அரசுக்கு விரோதமானதாக அமைந்துவிடும் என்று அவரது கட்டுரையை பத்திரிகைகள் புறக்கணித்தன. பசோலினி இதனையெல்லாம் கேள்வியுற்று தான் அவமானப்படுத்தப்பட்டதாக உணர்ந்தார். "பாஸிச

ராம் முரளி 95

அரசு இத்தாலியில் தனித்த அடையாளத்துடன் சில இனக்குழுக்கள் வாழ்வதை முற்றாக மறுக்கிறது". ஆனால், இத்தகைய எதிர்மறையான அனுபவங்கள் எப்போதும் நிலைத்திருப்பதில்லை. பசோலினி விரைவிலேயே காதலையும், சில புனித கருபொருள்களையும் கரடுமுரடான ஃப்ரியூலி மொழியினுள் கொண்டுவந்தார். எரிச்சலூட்டக்கூடிய வெற்றிகரமான சூத்திரம் ஒன்றினை பசோலினி கண்டுக்கொண்டார்.

3.

*1949*ல் இருப்பத்தி ஏழு வயதான பசோலினி தன்னைவிட வயதில் இளையவர்கள் நால்வருடன் ஃப்ரியூலியில் நடைப்பெற்ற நடன விழா ஒன்றிலிருந்து பாதியிலேயே வெளியேறி ரகசியமாக மறைந்துவிட்டார். பசோலினியுடன் சென்ற நான்கு இளைஞர்களின் பெற்றோரும் பசோலினி தங்களது பிள்ளைகளுக்கு பாலியல் இச்சையை தூண்டிவிட்டிருக்கிறார் என்று குற்றஞ்சாட்டினார்கள். (இவ்வழக்கு போதிய ஆதாரமில்லாததால் பின்னர் கைவிடப்பட்டது). ஆனால் இந்நிகழ்வு பசோலினியை கம்யூனிஸ கட்சியிலிருந்து விலகும்படி செய்ததோடு, இத்தாலியை விட்டு வெளியேறி தனது தாயாரோடு ரோம் நகருக்கு நகரச் செய்தது. பசோலினி வாழ்க்கையில் நடந்த இச்சம்பவம்தான் அவரது பிற்காலத்திய கலை வாழ்க்கையை தீர்மானித்த மிக முக்கியமானதொரு நிகழ்வென்று பல விமர்சகர்களும் கருதுகின்றனர்.

உறுதியாகவே, இந்நிகழ்வு பசோலினி வாழ்வில் மேலெழும்புதலை உண்டாக்கியிருந்தாலும், அவரது எழுத்தில் தனது முந்தைய கால கவிதைகளில் வெளிப்பட்ட ஏற்றுக்கொள்ளவியலாத வாதங்களை முன்வைத்து உருவகித்த புனிதத்தை மீண்டும்மீண்டும் பிரயோகிக்கலானார். அவரது உத்தியும் முந்தயதைப்போன்றே, கரடுமுரடான ரோமானிய உழைக்கும் வர்க்க இளைஞர்களின் மொழியில் கவிதை எழுதுவதாக மாற்றமடைந்திருந்தது. அவர்களின் "அழுக்கேறிய ரோமன்" பசோலினியின் புதிய ஃப்ரியூலி மொழியானது. அவர் தனது தாயாரோடு புறநகர் பகுதியில் குடியேறினார். இப்பகுதியில் வசித்த இளைஞர்களுடன் சுற்றி திரிந்தார். அவர்கள் அவரோடு பொறுமையுடன் சுற்றி அலைந்ததற்காகவும், அவரோடு ஒத்திசைந்து பழகியதாலும் பீட்சா துண்டுகளை அவர்களுக்கு பசோலினி வாங்கிக்கொடுத்தார். 1955ல் வெளியான அவரது முதல் நாவலில் அவரது ரோமன் சேரிப்பகுதிகளில் சுற்றியலைந்த அனுபவங்கள் பதிவாகியுள்ளன. மூர்க்கமான இளைஞர்கள் சிலர் பாலியல் தொழிலாளர்களையும், சூதாட்டக்காரர்களையும் சந்திப்பதோடு மன்னிக்கவியலாத சிறுசிறு குற்றங்களில் ஈடுபடுவதை பதிவுசெய்திருந்த

96 காலத்தைச் செதுக்குபவர்கள்

அந்நாவல் அவரது சுய அனுபவங்களே. அவரது இரண்டாவது நாவலில் டோமஸோ புஸிலி எனும் இளைஞன் தனது குற்ற வாழ்விலிருந்து பாலியல் தொழில் புரிபவனாகவும், பின் அதிலிருந்து மீண்டு பாசிஸ்ட்டாகவும், கம்யூனிஸ்ட்டாகவும் மாறி இறுதி அத்தியாயத்தில் நாயகனாக உருமாற்றமடைகிறான். 1961ல் வெளியான அவரது முதல் திரைப்படமான 'அகாட்டோன்'னிலும் ரோமின் புறநகர் பகுதியில் குற்றப் பிண்ணனியுடன் வாழ்ந்த ஒருவன் அதிலிருந்து விடுபட்டு புனிதனாக வாழ மேற்கொள்ளும் போராட்டங்களே பசோலினி களமாக கொண்டிருந்தார்.

"கடவுளின் நகரத்திலிருந்து சில கதைகள்" நூலில் பசோலினி ரோம் நகரை, "வியக்கத்தக்க வகையில் அதீத முரண்பாடுகள் நிறைந்துள்ள நகரம்" என்று எழுதியுள்ளார். "நிச்சயமாக இத்தாலியின் மிக அழகான நகரம் ரோம்தான். உலகத்தின் அழகான நகராகவும் இருக்கலாம். அதே சமயத்தில், ரோம் ஒரு அசிங்கமான நகரமாகவும், அதீத நாடகீக நகரமாகவும், பணக்கார நகரமாகவும், மிகவும் இழிவான நகரமாகவும் விளங்குகிறது" என்று பசோலினி எழுதியுள்ளார்.

இதே வகையிலான முரண்பாடுகள் பசோலினியின் புனைவுகளையும், துவக்க கால திரைப்படங்களையும் ஆக்கிரமித்திருந்தன. அவரது ராகாஸி திரைப்படம் கொடூரமானதாக இருந்தபோதிலும், சில பிரத்யேக அழகியல் கூறுகள் அதனுள் வெளிப்பட்டிருந்தது. "ரோமன் இரவுகள்" திரைப்படத்தில் சேரிகளில் வாழ்கின்ற முரட்டு இளைஞர்கள் சிலரை பசோலினி தேவ தூதர்களாகவும், கிரேக்க கடவுளராகவும் தொடர்ந்து ஏழு நிமிடங்களுக்கு உருவகப்படுத்தியிருந்தார். அகாட்டோன் திரைப்படத்தில் வன்முறை நிகழ்வுகளை புகழ்மிக்க பேச்சின் இசையின் ஊடாக காட்சிப்படுத்தியிருப்பார். அவரது இரண்டாவது திரைப்படமான மாமா ரோமாவில், தனது மகனுக்கு ஒரு மரியாதையான வாழ்க்கையை ஏற்படுத்திக்கொடுக்க தனது உடலை விற்க துணியும் பாலியல் தொழிலாளி ஒருத்தியை உழைக்கும் வர்க்கத்தின் "தன்னலமற்ற தியாகி"யாக பசோலினி முன்னிறுத்தியிருந்தார். புனிதத்துவத்தையும் அதன் மீதான கவர்ச்சியையும் ஒன்றிணைத்து பசோலினி உருவாக்கிய இத்தகைய விநோதங்கள் இழிவானதாகவும், அற்பமானதாகவும் கருதப்பட்டது. ஆனால், இத்தகைய அருவருப்பான ரோம் நகர நிழலுகத்தில்தான் பசோலினி பலதரப்பட்ட கொந்தளிப்பான மனநிலைகளை கண்ணுற்றார். "நம்பிக்கையற்ற உயிர்" எனும் அவரது கவிதை தலைப்பொன்றும் ரோம் நகர நிழலுலக மனிதர்களின் வாழ்விலிருந்து பெறப்பட்டதே.

Ragazzi di vita நாவல் பசோலினியை இத்தாலியின் கவனிக்கத்தக்க எழுத்தாளர்களில் ஒருவராக அடையாளப்படுத்தியிருந்தாலும்,

உழைக்கும்வர்க்க மனிதர்களைப் பற்றிய அந்நாவலின் அபாயகரமான சித்தரிப்பால் வலதுசாரிகள் மட்டுமல்லாது இடதுசாரிகளையும் அந்நாவல் எரிச்சலூட்டியது. கம்யூனிச விமர்சகர் ஒருவர், "பசோலினி உழைக்கும் பாட்டாளிவர்க்க மக்களின் துயரார்ந்த வாழ்க்கையை எழுதுகிறார் என்கின்றபோதும், அவரது தனிப்பட்ட விருப்பங்கள் ஆரோக்கியமற்ற இழிவான செய்கைகளின் மீதே இருக்கிறது" என்று குற்றம்சாட்டினார். பழமைவாத கிருஸ்தவ ஜனநாயக கட்சியை சேர்ந்த இத்தாலியின் பிரதமரான அண்டோனியோ செஜ்னி புத்தக கடைகளிலிருந்து பசோலினியின் நாவலை பறிமுதல் செய்து, அவர் மீதும் அந்நாவலின் பதிப்பாளரின் மீதும் "ஆபாசமான எழுத்துக்களை வெளியிட்டதற்காக" வழக்கு தொடர்ந்தார். (இவ்வழக்கு நீதிமன்றத்திலிருந்து தூக்கி எறியப்பட்டது).

பசோலினியின் மற்றைய துவக்க கால கலைச்செயல்பாடுகளும் இத்தகைய சர்ச்சைகளையும், விவாதங்களையும் தோற்றுவித்திருந்தன. ரோம் நகரில் நடைபெற்ற பசோலினியின் அகாட்டோன் திரையிடலின்போது நியோ பாசிஸ இளைஞர்கள் சிலர் மக்களுக்கு இப்படம் காண்பிக்கப்படுவது பாதகமான விளைவுகளை உண்டாக்கும் என்று சொல்லி, படம் பார்க்க குழுமிய மக்களை தாக்கியதோடு, துர் மணத்தை பரப்பக்கூடிய கையெறி குண்டுகளை திரையரங்கினுள் வீசினர். அதோடு, திரையின் மீது இங்க் பாட்டில்களையும் வீசி அராஜகத்தில் ஈடுப்பட்டனர். பசோலினியின் அனைத்தும் படங்களின் திரையிடல் நிகழ்வின்போதும் நடைபெற்ற கலகங்களுக்கு இச்சம்பவம் ஒரு துவக்கமாக அமைந்திருந்தது. வெனிஸ் நகரில் நடைபெற்ற திரைப்பட விழாவின்போது, அதன் நகர்ப்புற போலிசார் மாமா ரோமாவில் அருவருப்பூட்டும் வசனங்கள் இடம்பெற்றிருப்பதாக சொல்லி, அப்படத்தின் திரையிடலை ரத்து செய்தனர். மீண்டுமொருமுறை பசோலினியின் வழக்கு நீதிமன்றத்திற்கு சென்றது. இறுதியில், பசோலினி இவ்வழக்கிலிருந்தும் விடுவிக்கப்பட்டார்.

இத்தகைய தாக்குதல்களுக்கான பசோலினியின் எதிர்வினை அவரது நோக்கங்களை தெளிவாக புரிந்துக்கொள்ள வழிவகை செய்கிறது. தமது செய்கைகள் சமூகத்தை ஆத்திரமூட்டுகிறது என்பதை உணர்ந்துக்கொண்ட பசோலினி மீண்டும் மீண்டும் தனது செய்கைகளை விரிவாகவும், ஆழமாகவும் மேற்கொண்டு, அவருடைய சமூக விமர்சனங்களை இன்னும் வெளிப்படையாக முன்வைக்கலானார். 1962ல் வெளியான அவரது குறும்படமான லா ரிகோட்டாவில் ஆர்சன் வெலஸ் இயேசு கிறிஸ்துவை பற்றிய படமொன்றை இயக்கும் திரைப்பட இயக்குனராக நடித்திருந்தார். இக்குறும்படத்தின் துவக்கத்தில் பசோலினி, "இயேசு கிருஸ்துவை பற்றி சொல்லப்பட்ட கதைதான் உலகில் சொல்லப்பட்ட

அனைத்து கதைகளைவிடவும் சிறப்பானது” எனும் குறிப்பொன்றை இடம்பெற செய்திருந்தபோதும், பார்வையாளர்கள் இப்படத்தால் சமாதானமடையவில்லை. படத்தின் ஓரிடத்தில் ஆர்சன் வெலஸ் “ஐரோப்பாவிலேயே இத்தாலியில்தான் அதிக கல்வி அறிவற்ற மக்களும், முட்டாள்தனமான முதலாளிகளும் நிரம்பியிருக்கிறார்கள். ஒரு சராசரி மனிதன் மிகவும் அச்சமூட்டக்கூடியவனாக இருக்கிறான். அதோடு, அவன் ஒரு இனவாதியாகவும், காலனிய ஆட்சியதிகாரத்தை ஆதரிப்பவனாகவும், அடிமைத்தனத்தின் பாதுகாவலனாகவும் இருக்கிறான்” என்று பேசுகிறார். இந்த ஒரு வரி பேச்சில் பசோலினி இடது வலதுசாரிகளை மட்டுமில்லாது ஒட்டுமொத்த இத்தாலிய மக்களின் மீதும் தனது விமர்சனத்தை முன்வைக்கிறார். 1963ஆம் ஆண்டு மார்ச் மாதத்தில், இக்குறும்படம் வெளியானதும் மீண்டும் பசோலினியின் மீது, “மக்களின் மத நம்பிக்கைகளை புண்படுத்துகிறார்” என்று குற்றம் சுமத்தப்பட்டு வழக்குத் தொடரப்பட்டது. இம்முறை, வழக்கு விசாரணையில் அவரது குற்றம் நிரூபிக்கப்பட்டபோதும், மேல்முறையீட்டின் காரணமாக மீண்டுமொருமுறை பசோலினி வழக்கிலிருந்து தப்பினார்.

பசோலினி மீதான தனிப்பட்ட தாக்குதல்கள் நாளும் வளர்ந்தபடியே இருந்தன. 1963ஆம் ஆண்டு ஜுன் மாதத்தில், அவர் மீதான மூன்றாவது பாலியல் குற்றச்சாட்டு விசாரணையில் இருந்தபோது, பேராசிரியர் ஒருவர் பசோலினியை முன்வைத்து செய்திருந்த உளவியல் ஆய்வொன்றை ஸ்டாம்பா இன்டர்நேஷனல் எனும் அமைப்பு பத்திரிகைகளுக்கு அனுப்பி பிரசுரிக்க பரிந்துரை செய்தது. அதன் ஆய்வு முடிவுகள் பசோலினியை உள்ளுணர்வு சிதைந்த மன நோயாளி என்றும், தனிப்பட்ட பாலியல் கொள்கைகள் உடையவர் என்றும், முழுமையான ஓரினச் சேர்க்கையாளர் என்றும் சமூகத்துக்கு மிகமிக அபாயகரமான மனிதர் என்றும் தெரிவித்திருந்தன. பத்திரிகையில் தலைப்புச் செய்தியாக இடம்பெற்ற இந்த ஆய்வுக் கட்டுரை உண்மையென்று நம்பப்பட்டதால், கத்தோலிக்க தேசம் தன்னை நாத்திகவாதி என்று பிரகடனப்படுத்திக்கொண்ட ஓரினச் சேர்க்கையாளரான திரைப்பட இயக்குனரின் மீது அதிர்ச்சியில் உறைந்துப்போனது.

இருந்தபோதிலும், பசோலினி தனது அடுத்தப்படமான இயேசு கிறிஸ்துவை பற்றிய “The Gospel according to St.Matthew” திரைப்படத்திற்கு நிதி முதலீட்டாளர்களை கண்டுப்பிடித்ததில் அதிக வியப்பில்லை. அதோடு, பசோலினியின் தலைசிறந்த படைப்பு என்று கொண்டாடப்படும் அப்படம் நம்ப முடியாத வகையில் கத்தோலிக்க திருச்சபையின் ஆசியினாலேயே சாத்தியமானது. 1958ல் நடைப்பெற்ற

பதிமூன்றாவது புனித போப் ஜான் தேர்தலும், 1962ல் உருவாக்கப்பட்ட இரண்டாவது வாடிகன் ஆலோசனை சபையும் தங்களது செய்தியினை பரப்புரை செய்ய புதிய உத்திகளை ஊக்குவித்துக்கொண்டிருந்தது. இதன் காரணமாக, கல்வி நிலையமான ஸிடடெல்லாவுக்கு பதிமூன்றாவது ஜான் "சுவிசேஷ கொள்கைகளின் அடிப்படையில் சமூகத்தை வழி நடத்தி செல்வதற்காக" தேவாலயத்தையும், முக்கியத்துவம் வாய்ந்த கலைஞர்களையும் இணைப்பதற்காக தங்களுக்கு உதவும்படி உத்தரவிட்டிருந்தார். பசோலினி சுவிசேஷங்களை தனது அறையில் வாசித்துவிட்டு, 1962ல் நடைபெற்ற ஸிடடெல்லா கூட்டத்தில் தான் மாத்யூவின் சுவிசேஷங்களை படமாக்க விரும்புவதாக தெரிவித்தார். பசோலினியின் இக்கோரிக்கையை ஸிடடெல்லா தலைவர்கள் ஏற்றுக்கொண்டதையடுத்து, தயக்கத்தில் இருந்த நிதி முதலீட்டாளர்களும் "The Gospel according to St.Matthew" திரைப்படத்தை தயாரிக்க ஒப்புக்கொண்டனர்.

பசோலினியின் மதக் கொள்கைகள் இத்திரைப்படத்தால் மாற்றமடைந்துவிடவில்லை. ஸிடடெல்லாவின் தலைவர் ஒருவருக்கு பசோலினி எழுதிய கடிதத்தில், "இயேசு கிருஸ்துவை கடவுளின் மகன் என்று அழைக்கப்படுவதை நான் முற்றாக மறுக்கிறேன். ஏனெனில், எனக்கு இத்தகைய மத விவகாரங்களில் துளியும் நம்பிக்கையில்லை - குறைந்தபட்சம் எனது சுய பிரக்ஞையின்படி" என்று குறிப்பிட்டுள்ளார். திரைப்படம் வெளியானதற்கு பின்னான ஏழு வருடங்கள் கழித்து, பசோலினி மற்றொரு கடித்தத்தில், "என்னளவில், இப்படம் நடைமுறையில் உள்ள கத்தோலிக்க சம்பிரதாயங்களை கணக்கில் கொண்டு உருவாக்கப்பட்டதல்ல. எனக்கு இப்படம் விரும்பத்தகாத, அச்சுறுத்தக்கூடிய, தெளிவற்ற தோற்றத்தையே வழங்குகிறது. குறிப்பாக, இயேசு கிருஸ்துவின் தோற்றம்". இருப்பினும், இத்திரைப்படத்தில் வருகின்ற இயேசுவின் பகுதிகள் மிகவும் வலிமையானதாக உருவாக்கப்பட்டிருந்தது. பசோலினியின் வார்த்தைகளிலேயே சொல்ல வேண்டுமென்றால் அவருடைய இயேசு "ஒரு புரட்சியாளர்".

இத்தாலிய பார்வையாளர்கள் இத்திரைப்படம் படம்பிடிக்கப்பட்ட பகுதிகளை, உடனடியாக கண்டுக்கொண்டனர். தெற்கு இத்தாலியின் வளர்ச்சி அடைந்திராத சிறு சிறு கிராமப்பகுதிகளை பசோலினி விவிலியத்தில் வருகின்ற நகரங்களாக உருமாற்றியிருந்தார். அதோடு, உள்ளூர் விவசாயிகளையே படத்தில் நடிக்கவும் செய்திருந்தார். திரைப்படத்தில் துவக்கக் காட்சியைப்போலவே எண்ணற்ற காட்சிகளில் பசோலினி கேமராவை ஒருவர் முகத்திலிருந்து மற்றவர் முகத்துக்கு மாற்றி அவர்களுடைய வறண்ட முகங்களில் ஆன்மீக அர்த்தத்தை தேடுவதைப்போல காட்சிகளை அமைத்திருந்தார். பசோலினி அவரது

நடிகர்களை பயிற்றுவிக்கவும் இல்லை. அதோடு, இத்திரைப்படத்திற்கென்று தனியாக வசனங்கள் எதையும் பசோலினி எழுதியிருக்கவில்லை. சுவிசேஷத்தில் வருகின்ற வாசகங்களையே ஒழுங்கற்றதாகவும், கடினமானதாகவும் மாற்றி திரைப்படத்தில் பசோலினி பயன்படுத்திக்கொண்டார்.

பசோலினி சாத்தியப்படும்போதெல்லாம், சுவிசேஷத்தில் வருகின்ற அமானுட அம்சங்களை குறைத்துவிட்டார். Enrique Irazoqui எனும் ஸ்பானிஷிய பொருளாதார மாணவன் ஏற்றிருந்த பசோலினியின் இயேசு கிருஸ்து தெய்வீக அம்சங்களை விடவும் ஒரு சமூக சீர்த்திருத்தவாதியாகவே இருந்தார். அவர் தனது அற்புத செய்கைகளை விடவும் வர்க்கங்களுக்குள் நிலவும் அநீதிகளை எதிர்ப்பதன் மூலமாகவே தமது சீடர்களை வசப்படுத்துகிறார். பசோலினியின் புனைவுகளும், அவரது முந்தைய திரைப்படங்களும் அபசாரமான கதாப்பாத்திரங்களுக்கும், அமைப்புகளுக்கும் புனிதத்தன்மையை கொடுக்க முயன்றன என்றால், The Gospel according to St.Matthew திரைப்படத்தின் மூலமாக சமகால இத்தாலிய சமூகத்தில் உள்ள கீழ்மட்ட ஏழை மக்களின் வாழ்க்கையை சொல்ல ஏசு கிருஸ்துவின் கதையை பசோலினி பயன்படுத்திக்கொண்டார்.

முழுமையடைந்த The Gospel according to St.Matthew திரைப்படம் தேவாலயத்தை மிகுந்த சந்தோஷத்தில் ஆழ்த்தியது. சர்வதேச கத்தோலிக்க திரைப்பட குழு, இத்திரைப்படத்திற்கு மிக உயரிய விருதினை அளித்தது. வாடிகன் நகர பாதிரியார்களுக்கான பிரத்யேகமான திரையிடலின்போது, படம் முடிவடைந்த பின்பு இருபது நிமிடங்களுக்கு தொடர்ச்சியாக பாதிரியார்கள் கைத்தட்டி ஆர்ப்பரித்தார்கள். இருப்பினும், பல கம்யூனிஸ்ட்டுகள் பசோலினி "புரட்சிக்கு எதிராக" மத திரைப்படம் ஒன்றினை உருவாக்கியுள்ளார் என்று அதிர்ச்சியடைந்தார்கள். வலதுசாரிகளும் பசோலினி தேவாலயத்தின் ஆதரவினை பெற்றிருப்பதை அறிந்து கோபமடைந்தனர்.

அவருடைய அடுத்தடுத்த திரைப்படங்களான Oedipus Rex (1967), Teorema (1968), Porcile (1969) ஆகிய மூன்றும் சமூக அந்தஸ்துடனும், செல்வ செழிப்புடனும் வாழ நேர்ந்திடும்போதும், அவ்வாழ்க்கையில் நிலவுகின்ற வெறுமையை பற்றியதாக இருந்தது. பசோலினி இவைகளை பிரசார தொனியிலோ அல்லது போதனையாகவோ வெளிப்படுத்தியிருக்கவில்லை. இப்படங்களில் மனிதன் இயற்கையுடன் தனித்து விடப்படுவதான உயிரோட்டமான காட்சிகளை பசோலினி உருவாக்கியிருப்பார். தங்களது அன்றாட வாழ்விலிருந்து துண்டிக்கப்பட்ட இத்திரைப்படங்களின் கதாப்பாத்திரங்கள் சமூகத்தின் ஒரு சிறு கூறாக மாறிவிடுகின்றனர். பசோலினி இக்கதாப்பாத்திரங்களின் மாற்றங்களை

ராம் முரளி 101

“தமது பாவங்களிலிருந்து விடுபட மனிதர்கள் மேற்கொள்ளும் போராட்டங்கள்” என்று குறிப்பிடுகிறார்.

சர்வதேச அளவில் மிகச்சிறந்த இயக்குனராக கவனிக்கப்பட்ட நிலையில், பசோலினி இத்தாலியில் பரவலாக கவனிக்கப்படட அரசியல் விமர்சகராகவும் வளர்ச்சி அடைந்திருந்தார். உண்மையில், இது வழக்கத்துக்கு மாறான வளர்ச்சியாகவே இருந்தது. “பசோலினி இந் நூற்றாண்டின் இறுதி பாதியில் எழுத வந்த இத்தாலியின் மிக முக்கியமான கவிஞர்” என்று குறிப்பிட்ட அவரது நண்பர் மோராவியா, நேர்காணல் ஒன்றில், “பசோலினியின் அரசியல் செயல்பாடுகள் ஒரு சராசரி குடிமகனைப்போல எந்தவொரு எதிர்வினையும் ஆற்றாத ஏனைய பெரும்பான்மையான இத்தாலிய எழுத்தாளர்களிலிருந்து அவரை தனித்து அடையாளப்படுத்துகிறது” என்று கூறினார். பசோலினியின் அரசியல் பார்வைகள் ஒருபோதும் யூகிக்கக்கூடியதாக இருக்கவில்லை. அவர் ஐயத்துடனேயே 1960களில் இத்தாலியில் நிகழ்ந்த சமூக மற்றும் அரசியல் சீர்த்திருத்தங்களை வரவேற்றார் – இச்சீர்த்திருத்தங்கள்தான் இத்தாலியை பொருளாதாரத்தில் வலுவடைந்த நாடுகளில் ஒன்றாக மாற்றியது. அவருடைய பொது அறிக்கைகளில் முரண்பாடுகள் தொடர்ந்து பெருகியபடியே இருந்தன. 1966ல் நேர்காணல் ஒன்றில் பசோலினி, சிறிய முதலாளிகளின் மீதும் அவருடைய கண்ணாடி பிரதிபலிப்புகளான சில இடதுசாரிகளின் மீதும் தான் போர் தொடுக்கப்போவதாக தெரிவித்தார். 1968ஆம் ஆண்டு மே மாதத்தில் நடைபெற்ற மாணவர் கலகத்தின்போது, பசோலினி வாராந்திர நாளிதழ் ஒன்றில் கவிதை ஒன்றை வெளியிட்டிருந்தார். அதில் அவர் போராட்டத்தில் பங்குகொண்ட மாணவர்களை ஏளனம் செய்ததோடு, அவர்களை எதிர்த்து நின்ற காவல்துறையினரை அதிக கரிசனத்தோடும் அணுகியிருந்தார்.

நான் காவல்துறையினரை நினைத்து பரிதாபமடைகிறேன்!

ஏனெனில் அவர்கள் ஏழைகளின் மகன்கள்.

அவர்கள் புறநகர் பகுதியிலிருந்து வந்த விவசாயிகள் அல்லது நகரத்தை சேர்ந்த எளியவர்கள்.

1973ல் பசோலினி இத்தாலியின் அதீத வாசகப் பரப்பை கொண்ட நாளிதழ் ஒன்றிற்கு எழுதத் துவங்கினார். அவருடைய முதல் கட்டுரை, “நீளமான மயிருக்கு எதிராக”. அப்போதும் அவர் அளித்த நேர்காணல் ஒன்றில், “இனியும் புரட்சியின் மீது எனக்கு நம்பிக்கையில்லை. அதோடு, கலகம் புரிந்துக்கொண்டிருக்கும் இளைஞர்களின் பக்கம் என்னால் ஒருபோதும் நிற்க முடியாது” என்று தெரிவித்தார். ரொம்பவும் வெளிப்படையாக, “எனக்கு நிலவுகின்ற முரண்பாடுகளின் மீதும்

நம்பிக்கையில்லை. நான் எதிர்பார்ப்பது தூய்மையான எதிர்ப்பை" என்று தெரிவித்தார்.

பசோலினியின் அடுத்த மூன்று திரைப்படங்களான "வாழ்க்கையை பற்றி திரைப்பட வரிசை" (The Decameron, The Canterbury Tales, A Thousand and One Nights) அவரது முந்தைய திரைப்படங்களில் பிரயோகிக்கப்பட்டிருந்த பகட்டான செட்டுகளையும், பிரகாசமான ஒளியமைப்பினையும் அதன் அதி புனைவுகளையும் முற்றாக புறக்கணித்திருந்தன. அவருடைய பத்திரிகை வாழ்க்கையில் தினமும் மோதல்களும், வெறுப்புகளும் வளர்ந்துக்கொண்டிருந்தபோதும், பசோலினி இத்திரைப்படங்களை "உள்ளார்ந்த சிக்கல்கள் எதுவுமில்லாத மகிழ்ச்சிகரமான" திரைப்படங்கள் என்று வகைப்படுத்துகிறார். இவ்வகையிலான திரைப்படங்களை இயக்க, "சித்தாதங்கங்களை தவிர்த்து கதையினை சொல்வதிலும், அதனை விவரித்துக் காட்டுவதிலும் உள்ள சந்தோஷமே" தனக்கு தூண்டுகோலாக இருந்ததாக பசோலினி சொல்கிறார். வரலாற்றின் பகட்டான பக்கங்களை தவிர்த்து, பாரம்பரியமாக சொல்லப்பட்டு வரும் கதைகளில் பெருக்கெடுக்கும் இன்பத்தையே இப்படங்கள் முன்னிலைப்படுத்தின. குறிப்பாக, காமத்தை. ஆனால், இத்திரைப்படங்களுக்கு அடுத்ததாக பசோலினி இயக்கிய திரைப்படத்தை கருத்தில்கொண்டு பார்க்கும்போது அவர் மீதான அச்சுறுத்தக்கூடிய அம்சம் மீண்டும் வெளிப்பட்டிருப்பதை ஒருவர் உணர்ந்துகொள்ள முடியும். மிகவும் அடர்த்தியான, முன்னொருபோதும் திரைப்பட வரலாற்றில் செய்திராத வகையில் தொந்தரவுப்படுத்தக்கூடியதாக அத்திரைப்படம் உருவாகியிருந்தது.

4.

பசோலினியின் ஸலோ (1975) திரைப்படம் மார்கிஸ் டி சேடி எழுதிய "ஒன் ஹன்ட்ரட் அன்ட் டுவன்டி டேஸ் ஆஃப் சோடம்" நாவலின் அடிப்படையில் உருவாக்கப்பட்டது. 1943 - 1945 காலகட்டத்தில் நாஜிக்களின் ஆதரவுடன் இத்தாலியை ஆட்சி செய்துக்கொண்டிருந்த முசோலினியின் கீழிருந்த ஸலோ எனும் நகரத்தில் நடப்பதைப்போன்று திரைப்படத்திற்காக நாவலின் களத்தை பசோலினி மாற்றியிருந்தார். சேடியின் நாவலில் வருகின்ற எவ்விதமான தார்மீக கொள்கைகளும் அற்ற அதீத சுதந்திரமான நான்கு மனிதர்களை பசோலினி பாசிஸ மதவாதிகளாக மாற்றிவிட்டார். இவர்கள் இளம் பெண்களையும் ஆண்களையும் தங்களது வசிப்பிடத்திற்கு கடத்தி வர ராணுவத்தை ஏவி விடுகின்றனர். தங்களது வக்கிரமான சீரழிவின் மீதான வேட்கையில், பிடித்து வரப்பட்ட இளைஞர்களை கொடூரமான சித்திரவதைகளுக்கும், வினோதமான பாலியல் துன்புறுத்தல்களுக்கும் உட்படுத்துகின்றனர். அதி சுதந்திரமான மனிதர்களின் வெறித்தனமான காம களிப்பிற்கும்,

சர்வாதிகாரத்தின் அராஜகமான செயல்பாடுகளுக்கும் இடையிலான வித்தியாசங்களை நாம் தெளிவாக உணர்ந்துக்கொள்ள முடிகிறது. நான்கு பாசிஸ மதவாதிகளும் கொடூரங்கள் நிறைந்த தங்களது சட்டப் புத்தகத்தை எழுதுவதிலிருந்து திரைப்படம் துவங்குகிறது. "மிதமிஞ்சியதாக இருக்கும்போது எதுவுமே சிறந்ததுதான்" என்பது படத்தின் துவக்கத்தில் நால்வரில் ஒருவர் சொல்லும் வசனம்.

பசோலினியின் அணுகுமுறை, அந்த நான்கு அதி சுதந்திர மனிதர்களின் செய்கைகளுக்கு ஒத்ததாகவே இருக்கின்றது. ஸலோ திரைப்படம் இயந்திரத்தனமாக தார்மீக, சமூக, அரசியல் நியாயங்களை புறக்கணித்தபடியே முன்னேறுகிறது. "வாழ்க்கையை பற்றி திரைப்பட வரிசை"யில் வெளிப்படுத்தப்பட்டிருந்த கேளிக்கைகளுக்கு முற்றிலும் நேர்மாறாக ஸலோ உருவாக்கப்பட்டிருந்தது. படத்தின் துவக்கக்காட்சிகளில், தங்களது தரத்தை நிர்ணயம் செய்வதற்காக கால்நடைகளைப்போல வரிசையில் நிற்கும் அழகான இளைஞர்களின் நிர்வாண உடல்கள் நாம் காண்கின்றோம். கருத்தொருமித்த உடலுறவுக்கு கால் மூட்டினை தளர்த்திடும் தண்டனை வழங்கப்படுகிறது. எவ்விதமான மத செயல்பாடுகளுக்கும் மரண தண்டனை நிறைவேற்றப்படுகிறது. புனிதத்துவத்துடன் உயிரிழப்பவர்கள்கூட கேலி செய்யப்படுகிறார்கள். இறுதி காட்சியில், அரண்மனை முற்றத்தில் அரங்கேறும் அதி பயங்கர சித்திரவதைகளுக்கு பிறகு, கடத்திவரப்பட்ட இளைஞர்கள் அனைவரும் முற்றாக அழித்தொழிக்கப்படுகிறார்கள். சட்டென்று, கேமரா அங்கிருந்து விலகி அரண்மனையில் இரண்டு இளைய பாசிஸ காவலர்கள் ஒருவரை ஒருவர் தழுவிக்கொண்டு, கன்னத்தோடு கன்னம் உரசியபடியே நடனம் ஆடுவதை காட்சிப்படுத்துகிறது.

ஸலோ திரைப்படம் பாசிஸ ஆட்சிக்கு மட்டுமேயான பசோலினியின் கண்டனமல்ல. நுகர்வு கலாச்சாரத்தின் அத்துமீறல்களையும் பசோலினி இத்திரைப்படத்தில் வெகுவாக சாடியுள்ளார். (படத்தில் இடம்பெற்ற அதீத அருவருப்பூட்டக்கூடிய மனித மலத்தை உண்ணும் காட்சி துரித உணவங்களின் (Fast Food Industry) மீதான தனது விமர்சனமே என்று பசோலினி குறிப்பிட்டுள்ளார்). மதம், சட்டத்தின் விதிமுறைகள், சர்வாதிகாரம், பாலியல் சுதந்திரம், அதிகாரத்துவம் போன்றவைகளின் அத்துமீறல்களுக்கான அவரது எதிர்வினையே ஸலோ திரைப்படம். பல வழியிலும், பசோலினி தனது முந்தைய காலத்தில் எழுதிய, பேசிய விழுமியங்களே இவை அனைத்தும். ஆனால், பசோலினியின் மேதமையை கட்டியெழுப்பிய காரணிகளை வெளிப்படுத்திய படைப்பு ஸலோதான். ஸலோ திரையிடப்படுவதற்கு மூன்று வாரங்களுக்கு முன்னதாக பசோலினி இறந்துவிட்டார்.

ஸலோவுக்கு அடுத்ததான பசோலினியின் படைப்பாக்கம் என்னவாக

இருந்திருக்கும்? அவருடைய முடிவடைந்திராத மூன்றாவது நாவலான Petrolio விலிருந்து சில முன்முடிவுகளுக்கு நாம் வர முடியும். அந்நாவலின் மையம் தெளிவற்றதாகவும், குழப்பமானதாகவும் இருந்ததோடு, நடைமுறையில் சாத்தியமில்லாத தெளிவற்ற சிறுசிறு குறிப்புகளையும் கொண்டதாகவும் இருந்தது. அதோடு, தொன்மைத்தின் சில கூறுகளும் அதி புனைவுகளும் அக்குறிப்புகளில் காணப்பட்டன. எனினும், பசோலினி தமது படைப்பிற்கு இறுதி வடிவத்தை அளிப்பதற்கு முன்பாக உயிரிழந்துவிட்டார். அவரது மரணத்திற்கு பின்பாக, இக்குறிப்புகள் வெளியிடப்பட்டன. முடிவடைந்த அவரது நாவல் எவ்விதமான விளைவுகளை உண்டாக்கியிருக்குமோ அதே அளவிலான விளைவுகள் அப்படைப்புக்கும் கிடைத்திருந்திருந்தது.

5.

2005ஆம் ஆண்டின் மே மாதத்தில், ஸிகைனா தமது ஆய்வறிக்கையை புத்தக வடிவில் வெளியிட்டதற்கு பிறகு, மீண்டும் பசோலினி செய்திதாள்களில் தலைப்பு செய்தியானார். பசோலினியை கொலை செய்தவனாக கருதப்படும் பிலோசி, தொலைக்காட்சி நேர்காணல் ஒன்றில் தான் அளித்த வாக்குமூலத்தை திரும்பப் பெறுவதாகவும், தான் ஒரு அப்பாவி என்றும் தெரிவித்தான். நாகரீகமற்ற மூன்று பேர் பசோலினியை, "அசுத்தமான கம்யூனிஸ்ட்" என்று சொல்லி கொலை செய்ததாகவும் பிலோசி தெரிவித்தான். அதற்கு பதிலளிக்கும் வகையில், பசோலினியுடன் நீண்டகாலம் இணைந்து பணியாற்றிய செர்ஜியோ சிட்டி, பசோலினியை கொலை செய்தது மூன்று அல்ல ஐந்து பேர் கொண்ட குழுவென்று தனக்கு ரகசிய தகவல் கிடைத்திருப்பதாகவும், அதோடு பசோலினி உடல் ஓஸ்டியாவில் வைத்து சிதைக்கப்பட்டது என்கின்றபோதிலும், பசோலினி கொலை செய்யப்பட்டது வேறொரு இடத்தில்தான் என்றும் கூறினார். பிலோசி பசோலினியை கொலை செய்வதற்கு ஒரு தூண்டிலாகவே பயன்படுத்தப்பட்டான் என்றும் செர்ஜியோ சிட்டி கூறினார். இவ்விரு நேர்காணல்களும் மீண்டும் பசோலினியின் வழக்கை விசாரிக்க தூண்டின. ஆனால், சில மாதங்களுக்கு பிறகு போதிய ஆதாரமில்லாததால், இப்புதிய விசாரணை கைவிடப்படுவதாக அறிவிக்கப்பட்டது. பசோலினி கொலை செய்யப்பட அன்றைய இரவில் நடந்த உண்மை நிகழ்வுகள் ஒருபோதும் எவருக்கும் தெரியப்போவதில்லை.

பசோலினியின் வாழ்நாளின் இறுதி தினத்தில் ஒரு பத்திரிகையாளர் அவரிடம், "ஏன் நீங்கள் ஏராளமான விஷயங்களை எதிர்க்கிறீர்கள்? நிறுவனங்கள், அதிகாரத்துவம், மக்கள், நம்பிக்கைகள் என எல்லாவற்றையும் எதிர்க்க வேண்டியதன் அவசியம் என்ன?" என்று கேட்டார். "நிராகரிப்பு. நிராகரிப்புதான் சமூகத்தை கட்டமைக்கின்ற

மாபெரும் சக்தி'' என்று உடனடியாக பசோலினி பதிலளித்தார். ''ஞானிகள், துறவிகள், புத்திஜீவிகள், வரலாற்றை மாற்றியவர்கள் எல்லோருமே நிராகரிப்பின் வழியாகவே புதிய புதிய சாத்தியங்களை உண்டாக்கினார்கள். நிராகரிப்பு என்பது சிறியதாகவும் விவேகமானதாகவும் இல்லாமல், முழுமையானதாக இருக்க வேண்டும்''. பசோலினியின் இத்தகைய நிராகரிப்பின் மூலமாக அவர் அனைத்து வகையிலான அரசியல் சித்தாங்களுக்கும், நிறுவப்பட்ட சமூக ஒழுங்கினால் உண்டாகின்ற உள்ளார்ந்த தன்னிறைவுக்கும், மத நிறுவனங்களில் பெருகியிருக்கும் ஊழலுக்கும் எதிராக செயல்பட்டார் என்பதை நம்மால் புரிந்துக்கொள்ள முடிகின்றது. பசோலினி ஏதாவதொன்றின் பக்கம் நின்றிருப்பார் என்றால், அது இத்தாலியின் உழைக்கும் வர்க்க பாட்டாளிகளின் பக்கமாகத்தான் இருக்கும். கிராமப்புறங்களில் வாழும் விவசாயிகளையும், நகர்ப்புற சேரிகளில் வாழ்கின்ற விளிம்புநிலை மனிதர்களையுமே தமது படைப்புகளில் அவர் துல்லியத்துடன் வெளிக்கொணர்ந்தார். ஆனால், அவருடைய இந்த நிராகரிப்பு அவரது செயல்பாடுகளுக்கு ஆத்திரமூட்டக்கூடிய, கொந்தளிப்பான, அதீத உக்கிரமான சித்திரத்தையே வழங்குகின்றன. ஸிகைனாவின் வார்த்தைகளில் சொல்வதென்றால், அவரது மரணம் ஒரு கதறலை உண்டாக்காமல், அதற்கு எதிரான விளைவுகளையே உண்டாக்கியிருந்தது.

★★★

சமநிலைத்தன்மை என்பது ஒருபோதும் மனிதர்களிடத்தில் நிலவ சாத்தியமில்லை – க்ரிஸ்டோப் கிஸ்லோவ்ஸ்கி

விவிலியத்தில் மோசஸால் அருளப்படுகின்ற மனிதநேய விதிகளின் பட்டியலான பத்து கட்டளைகளை, தற்கால வாழ்க்கைப் போக்கில் பொருத்திப் பார்த்து அதன் நடைமுறை சிக்கல்களை தமது திரைப்படங்களின் மூலமாக ஆராய்ந்தர் போலந்து தேசத்து திரைப்பட இயக்குனரான க்ரிஸ்டோப் கிஸ்லோவ்ஸ்கி (Krzysztof Kieslowski). ஒவ்வொரு கட்டளைகளையும் தனித்தனி திரைப்படமாக இவர் உருவாக்கியிருந்தார். நவீன மனிதர்கள் விவிலிய விதிகளிலிருந்து முற்றிலும் முரண்டுபட்டு வாழ்ந்துக்கொண்டிருப்பதை தமது படங்களின் வாயிலாக அவர் வெளிக்கொணர்ந்தார். தன்னை ''ஒவ்வொன்றிலும் அபத்தத்தையும், எதிர்மறை விளைவுகளையுமே எதிர்ப்பார்க்கக்கூடிய அவநம்பிக்கைவாதி'' என குறிப்பிடும் கிஸ்லோவ்ஸ்கி ''மூன்று நிறங்கள்'' திரைப்பட தொகுதியில் ஐரோப்பியாவில் நிலவுகின்ற தனிமனித சுதந்திரத்தையும், சமநிலைத்தன்மையையும், சகோதரத்துவத்தையும் வெவ்வேறு தேசங்களின் பிண்ணனியில் ஆய்வுக்குட்படுத்தி இருக்கிறார்.

''I'm So So'' எனும் தன் வரலாற்று புத்தகத்தில் அவர் குறிப்பிடுகின்ற ஒரு சம்பவம் சுவாரஸ்யமானது. சிறுவயதில் போலந்து தெருக்களில் தனது தாயாருடன் சென்றுக் கொண்டிருந்த தருணமொன்றில் யானையை தான் பார்த்ததாகவும், பல வருடங்களுக்கு பிறகு அதனை தமது தாயாரிடம் நினைவுக்கூர்ந்து விவரித்தப்போது, தன்னுடன் அவர் நடந்து வந்த எந்தவொரு தினத்திலும் அவ்வாறாக யானை அவர்களது பாதையில் குறுக்கிட்டிருக்கவில்லை எனவும் அவர் மறுத்துவிட்டதாக குறிப்பிடுகிறார். அதனால் யானையை தான் பார்த்தது உண்மையா அல்லது தனது கற்பனையாக என தன்னால் உறுதிபட கூறவியலாது என்று அவர் எழுதியிருக்கிறார். கிஸ்லோவ்ஸ்கியின் வாழ்க்கை முழுவதிலும் இவ்விதமான யதார்த்தமும், கற்பனைகளும் பிணைந்ததாகவே இருந்திருக்கிறது. அவரது ''வெரோனிக்காவின் இரட்டை வாழ்க்கை'' எனும்

திரைப்படத்தில் இதனை நாம் உணர்ந்துக்கொள்ள முடியும். தினசரி நமக்கு ஏற்படுகின்ற எதிர்பாராத சந்திப்புகள் பின்னொரு தினத்தில் நமது வாழ்க்கையில் குறுக்கிட்டு மிகப்பெரிய தாக்கத்தை உண்டாக்கி விடுகின்றன என்பதை தொடர்ச்சியாக தமது படங்களில் இவர் பதிவு செய்திருக்கிறார்.

"கொலை செய்வதைப் பற்றிய குறும்படம்" எனும் அவரது திரைப்படத்தில், மரண தண்டனையை எதிர்பார்த்து காத்திருக்கும் மனிதனொருவனின் மன பதற்றத்தை கிஸ்லோவ்ஸ்கி காட்சிப்படுத்தியிருப்பார். மனிதர்களையும், அவர்தம் அகவய உணர்ச்சிகளின் வெளிபாடுகளையும், வாழ்க்கையின் நெறிகளை கையாள முயலும்போது ஏற்படுகின்ற தடுமாற்றங்களையும் அவரது திரைப்படங்கள் தொடர்ந்து பேசுகின்றன. மிகச்சிறிய காகிதத் துண்டுக் கூட அவரது திரைப்படங்களில் விஷேசத்தன்மை பெற்றுவிடுகிறது. சிறுவயதில் பலமுறை தமது கனவுகளில் பல வண்ணச் சிதறல்கள் தம்மை சூழ்ந்து சுழன்றபடி இருந்ததாக குறிப்பிடும் அவர் தனது திரைப்படங்களில் நிறங்களின் அரூப நிழல்களை கனவுகளுக்கு உயிர் கொடுப்பதைப்போல பிரயோகித்திருக்கிறார். வண்ணங்களால் வடித்தெடுக்கப்படும் சட்டகத்தினுள்ளாகவே அவரது கதாப்பாத்திரங்கள் தமது உணர்ச்சிகளை வெளிப்படுத்துகிறார்கள்.

நுரையீரல் பாதிப்பும், பலவீனமான உடலும் அவரை பிறருடன் அதிகம் நெருங்கிப் பழக அனுமதிக்கவில்லை. எப்போதும் தனியராக தனது வசிப்பிடத்தில் இருந்தபடியே புத்தகங்களை வாசித்துக்கொண்டிருப்பதை தனது ஒரே பொழுதுப்போக்காக கொண்டிருந்தவர் கிஸ்லோவ்ஸ்கி. மிகச்சிறிய வயதிலே அவரது தந்தை உயிரிழந்துவிட்டதும் புறயுலக வாழ்க்கையிலிருந்து ஒதுங்கி தனித்திருக்கும் தன்மையை அவரை வழங்கிவிட்டிருக்கிறது. கட்டாய இராணுவ சேவையிலிருந்து தப்பித்துக்கொள்வதற்காகவே திரைப்பட கலையின் திசையில் நகர்ந்துவிட்டதாக சொல்லும் இவர், உலகின் மிக உயரிய விருதுகளான கான்ஸ், வெனிஸ், பெர்லின் போன்றவைகளை பிற்காலங்களில் தமது திரைப்படங்களுக்காக பெற்றிருக்கிறார். "I'm So So" புத்தகத்தில் இடம்பெறும் அவரது நேர்காணலின் தமிழ் வடிவமிது.

நீங்கள் ஏன் பிரான்ஸ் தேசியத்தின் கொள்கைகளாக முன்னிறுத்தப்படும் தனிமனித சுதந்திரம், சமநிலை மற்றும் சகோதரத்துவம் ஆகியவற்றின் மீது தீவிர பிடிப்புக் கொண்டிருக்கிறீர்கள்?

"பத்து கட்டளைகளின்" (Ten Commandments) மீது நான்

எதற்காக விரும்பம் கொண்டிருக்கின்றேனோ அத்தகைய நோக்கில்தான் பிரான்ஸ் கொள்கைகளின் மீதான எனது ஈர்ப்பினையும் கருத்தில் கொள்ள முடியும். வாழ்க்கையின் அடிப்படை அம்சங்களையே பத்து கட்டளைகள் போதிக்கின்றன. சுதந்திரம், சமநிலை மற்றும் சகோதரத்துவம் ஆகிய கோட்பாடுகளும் இத்தகைய கருத்தினையே வலியுறுத்துகின்றன. இத்தகைய கொள்கைகளை மக்களிடத்தில் நிறுவுவதற்காக பல லட்சம் மனிதர்கள் உயிர் துறந்திருக்கிறார்கள். அதனால், நாங்கள் இத்தகைய கருத்தாங்கள் இன்றைய அன்றாட வாழ்க்கையில் எவ்விதமான தாக்கங்களை உருவாக்கியிருக்கிறது என்பதை உணரவும், இத்தகைய கொள்கைகளை கடைப்பிடிக்கும் முறைமையினை நடைமுறைப்படுத்தும் சாத்தியக்கூறுகளை ஆராயவும் திரைப்படத்தில் இதனை கையாளலாம் என்று முடிவு செய்தோம்.

அப்படியானால் வாழ்க்கைதான் உங்களது விருப்ப பாடுப்பொருளாக இருக்கிறது அல்லவா? அதனால்தான் நீங்கள் முன்பு செய்துக்கொண்டிருந்த வடிவமைப்பாளர் வேலையினை துறந்துவிட்டு ஆவணப்படங்களை இயக்க கற்றுத்தரும் பள்ளியில் இணைந்துக்கொண்டீர்களா?

நான் உலகத்தினை பற்றி ஆராய விரும்பினேன். அதே தருணத்தில் காட்சி பிம்பங்களின் மூலமாக என்னை வெளிப்படுத்திக்கொள்ள வேண்டும் என்றும் நினைத்திருந்தேன். ரிச்சர்ட் லீகாக், ஜோரீஸ் ஐவனீஸ் போன்ற மிகச் சிறந்த ஆவணப்பட இயக்குனர்கள் கோலொச்சிய காலகட்டம் அது. இன்று தொலைக்காட்சி அவ்வகையிலான திரைப்பட கலை வடிவத்தை முற்றிலுமாக புறக்கணித்து அதன் இறுதி காலக்கட்டத்தை நோக்கி தள்ளிவிட்டது. தொலைக்காட்சி ஊடகம் உலகத்தில் நிலவுகின்ற சிடுக்குகளை ஆழமான கண்ணோட்டத்தில் அனுகுவதில்லை. மாறாக, அது மிக பலவீனமான கருத்தோட்டங்களை மட்டுமே முன்வைக்கிறது. இது கறுப்பு, இது வெள்ளை, இது நன்மையை பயவிக்கக்கூடியது, இது பாழ்ப்படுத்தக்கூடியது என்பதாகத்தான் அதன் கருத்தாய்வுகள் அமைந்திருக்கின்றன.

பிரான்ஸ் கொள்கைகளை அடிப்படையாக கொண்டு நீங்கள் இயக்கிய மூன்று திரைப்படங்களையும் ஒவ்வொன்றும் மற்றதோடு தொடர்புடையதைப்போல எவ்வாறு அமைத்தீர்கள்?

நாங்கள் அந்த மூன்று கருத்துக்களையும் தனித்தனியே அவை எவ்வாறு அன்றாட வாழ்வில் தாக்கம் புரிகின்றன என்பதை மிக அதிக கவனத்துடன் கூர்ந்து கவனித்தோம். அதுவும் தனிமனித

கண்ணோட்டத்திலேயே எங்களது ஆய்வினை அமைத்துக்கொண்டோம். இந்த கருத்தாக்கங்கள் மனித இயல்புக்கு முற்றிலும் நேர்மறையாக விலகி நிற்கின்றன என்பதை இறுதியில் அறிந்துக்கொண்டோம். நம்மால் இந்த கொள்கைகளை நமது வாழ்க்கையினில் நடைமுறைப்படுத்த முயலும்போது, உண்மையில் நாம் எப்படி நமது வாழ்க்கையை வாழவேண்டுமென்றே அதீத குழப்பத்திற்கு அவை நம்மை உந்திச்செல்கின்றன. உண்மையில் மக்களுக்கு சுதந்திரம், சமநிலை மற்றும் சகோதரத்துவம் அவசியப்படுகிறதா? அது உரையாடல்களுக்கு மட்டுமே பொருந்துகின்ற கோட்பாடுகள் அல்லவா? நாங்கள் எப்போதும் தனிமனிதர்களின் கண்ணோட்டதையே முதன்மையாக எங்களது படைப்புகளில் வெளிப்படுத்தியிருக்கிறோம்.

அதனால்தான் நீங்கள் புனைவு வெளிகளுக்குள் நகர்கிறீர்கள், எனினும் இயல்புத்தன்மையுடன் உங்களது திரைப்படத்தை உருவாக்குகிறீர்கள்.

வாழ்க்கை இலக்கியப் பிரதியைவிடவும் அறிவுப்பூர்வமானது என கருதுகின்றேன். அதோடு நான் மிக நீண்ட காலமாக ஆவணப்படங்களில் பணியாற்றிக்கொண்டிருந்தேன் என்பது ஒரே தருணத்தில் எனக்கு அருளப்பட்ட வரமாகவும், எனது படைப்புகளில் ஒருவித தடையேற்படுத்தும் காரணியாகவும் அமைந்துவிட்டிருக்கிறது என்பது உணர்கிறேன். ஆவணப்படங்களில் திரைக்கதை எழுத்து என்பது உங்களை ஒரு குறிப்பிட்ட திசையில் நகர்த்தி செல்வதற்கான குவிமையம் மட்டுமே. எவ்விதமாக அந்த ஆவணப்படம் நிறைவுக்கொள்ளும் என்பதை துவக்கத்திலேயே நம்மால் தீர்மானிக்க முடியாது. படப்பிடிப்பின்போது, நம்மால் இயன்ற அளவுக்கு காட்சிகளை நாம் சேகரித்துக்கொள்ள வேண்டும். படத்தொகுப்பாளர் மேசையில்தான் உண்மையில் ஆவணப்படத்தின் உருவாக்கம் நிறைவுக்கொள்கிறது. இன்றைக்கும் நான் இதே வகையில்தான் எனது பணிகளை மேற்கொண்டு வருகிறேன். நான் படம்பிடிக்கும் காட்சிகளை யாவும் ஒரு முழுமையான திரைப்படமாக தம்மளவில் உருக்கொண்டுவிடுகின்றன. நான் எழுதி நிறைவு செய்திருக்கின்ற கதையினை படம்பிடிப்பதே இல்லை. அதனால், திரைக்கதையில் இல்லாத பல அம்சங்களும் படப்பிடிப்பின்போது தன்னிச்சையாக சேர்ந்துக் கொள்கின்றன. போலவே, திரைப்படத்துக்கு பொருந்தாத இவ்வகையில் படம்பிடிக்கப்படும் பல காட்சிகள் படத்தொகுப்பின்போது வெளியேறிவிடுகின்றன.

நீங்கள் இவ்வகையிலேயே தொடர்ந்து இயங்கிக்கொண்டிருந்தால், திரைக்கதை எழுத்து என்பது வெறும் படப்பிடிப்பு தளத்திற்கு தேவையான குறிப்புகளாக மட்டுமே அமைந்துவிடாதா?

இல்லை. இல்லை. நிச்சயமாக இல்லை. என்னை பொருத்தளவில் எந்தவொரு திரைப்படத்திற்கும் அதன் திரைக்கதைதான் மையம். அதன் மூலமாகத்தான் எனது குழுவில் சேர்ந்து உடன் பணியாற்றுகின்ற ஒவ்வொருவருடனும் என்னால் தொடர்பினை உருவாக்கிக்கொள்ள முடிகிறது. திரைக்கதை வெளிப்பார்வைக்கு திரைப்படத்தின் மேம்போக்கான வரி வடிவமாக தெரியக்கூடும். ஆனால், திரைக்கதைதான் மறுக்கவியலாத ஒவ்வொரு திரைப்படத்திற்குமான அடித்தளம் என்பதில் எனக்கு பிறிதொரு கருத்து கிடையாது. பெரும்பாலான காட்சிகள் மாற்றியமைக்கப்படலாம். இறுதி காட்சியென நாம் எழுதியது படத்தின் துவக்கமாக அமைந்துவிடலாம். ஆனால் வரிகளுக்கிடையில் நான் எழுதி உருவாக்கிய கருத்துருவங்கள் முழுமையடையும் திரைப்படத்திலும் நிச்சயமாக உருவாகியிருக்கும்.

கலைஞன் என உங்களை அடையாளப்படுத்திக்கொள்ள விரும்பாமல் அதற்கு நேர் எதிர் பொருள் தரக்கூடிய திரைக்கலை நிபுணன் என்று உங்களை சுருக்கிக் கொள்வதன் காரணம் என்ன?

உண்மையான கலைஞர்கள் தேடல்களில் தம்மை முழுமையாக அமிழ்த்தி அர்ப்பணித்துக்கொண்டு சுய வாழ்க்கையினை இழப்பவர்கள். திரைக்கலை நிபுணனின் அறிவு என்பது அவன் பயின்று வைத்திருக்கின்ற திறன்களுக்குள்ளாகவே தேங்கிவிடுகின்றது. உதாரணமாக சொல்ல வேண்டுமென்றால், நான் லென்ஸ் பற்றி அதிகமாக அறிந்து வைத்திருக்கின்றேன். எனக்கு படத்தொகுப்பு அறை எவ்வாறு அமைந்திருக்குமென்று தெரியும். மைக்ரோஃபோனை எப்படி இயக்க வேண்டுமென்றும் ஓரளவுக்கு தெரிந்து வைத்திருக்கிறேன். ஆனால் இவையெல்லாம் அறிவு அல்ல. உண்மையான அறிவு என்பது எவ்வாறு நாம் வாழ வேண்டும்? எதன் பொருட்டு நாம் படைக்கப்பட்டுள்ளோம் போன்றவைகளை கேள்வி எழுப்புவதும், அதற்கான பதில்களை தேடியலைவதிலும்தான் இருக்கிறது.

பிரான்ஸ் கொள்கைகளை மையமாக கொண்டு நீங்க இயக்கிய மூன்று திரைப்படங்களையும் இயக்க, ஒவ்வொன்றுக்கும் இடையில் போதிய இடைவெளிகளை எடுத்துக்கொண்டீர்களா?

நாங்கள் "நீலம்" (Blue) திரைப்படத்தை செப்டம்பர் 1992ல் துவங்கி நவம்பரில் படப்பிடிப்பு பணிகளை நிறைவு செய்துவிட்டோம். அதன் இறுதி தின படப்பிடிப்பு அன்றே "வெள்ளை" (White) திரைப்படத்தை நீதிமன்ற காட்சியை படமாக்குவதன் மூலமாக துவங்கிவிட்டோம். ஏனெனில், நீதிமன்ற காட்சியில் நீங்கள் இரண்டு படங்களிலும் பங்குக்கொள்ளும் கதாப்பாத்திரங்களை காண நேரிடும். பாரிஸ்

நீதிமன்றத்தில் படப்பிடிப்பை நிகழ்த்துவது மிகுந்த சிரமத்திற்குரிய பணி என்பதாலும், எங்களுக்கு அன்றைய தினத்தில் அனுமதி அளிக்கப்பட்டிருந்ததாலும் உடனடியாக நாங்கள் படப்பிடிப்பினை துவங்கி தொடர்ந்து பாரிஸ் நகரத்தின் வெவ்வேறு நிலப் பகுதிகளில் படத்தினை வளர்த்தெடுத்தோம். வெள்ளை திரைப்படத்தின் 30 சதவீத காட்சிகள் பாரிஸில்தான் நிகழ்கின்றன. போலந்தில் அதன் விடுப்பட்ட காட்சிகளை படம் பிடித்து முடித்ததும், பத்து தினங்கள் ஓய்வு எடுத்துக்கொண்டதற்கு பின்னர், ''சிவப்பு'' (Red) திரைப்படத்தை துவங்கினோம். சுவிட்சர்லாந்தில் மார்ச் மாதத்திலிருந்து மே 1993 வரை படப்பிடிப்பு நிகழ்ந்தது.

மூன்று திரைப்படங்களின் திரைக்கதைகளும் முன்னதாகவே எழுதி முடிக்கப்பட்டுவிட்டதா?

படப்பிடிப்பு துவங்குவதற்கு ஆறு மாதங்களுக்கு முன்பாக திரைக்கதைகள் எழுதி நிறைவு செய்யப்பட்டுவிட்டன. படப்பிடிப்புக்கான நிலவெளிகளை தேடி அலைந்த தினங்களை மறக்கவியலாது. நூற்றுக்கும் மேற்பட்ட காட்சிகளை நிகழ்த்தி முடிப்பதற்கான வெளிகளை கவனமாக தீர்மானிக்க வேண்டும். மூன்று விதமான நிலங்களையும், மூன்று ஒளிப்பதிவு இயக்குனர்களையும் தெளிவுற முடிவு செய்ய வேண்டும். அனைத்தையும் ஒரு ஒழுங்குக்குள் கொண்டுவந்து தயாரிப்பாளரிடம் குறிப்பிட்டிருந்த உரிய தினத்தில் அவர்களை ஒன்றிணைக்க வேண்டும். அதற்குத்தான் ஆறு மாத காலம் தேவைப்பட்டது.

படத்தொகுப்பு வேலைகளை மூன்று திரைப்படங்களையும் நிறைவு செய்திடும் முன்னதாகவே துவங்கிவிட்டீர்களா?

ஆமாம். நான் படப்பிடிப்பு துவங்கிய முதல் வாரத்திலிருந்தே படத்தொகுப்பு பணிகளையும் துவங்கியிருந்தேன். அவ்வப்போது கிடைத்த கால இடைவெளிகளிலும் படத்தொகுப்பு வேலைகள் நடந்துக்கொண்டிருந்தன.

உங்களது திரைப்படங்கள் அதிக இறுக்கத்துடனும் திண்மையாகவும் உருவாக்கப்படுகின்றன. அண்மை காட்சிகளை அதிகளவில் பிரயோகிக்கிறீர்கள். கதாப்பாத்திரங்களின் மீதும் பொருள்களின் மீதும் அதிக நெருக்கதில் உங்களது காட்சி பதிவுகள் நிலைக்கொண்டிருக்கின்றன. காட்சிகளில் பதிவு செய்யப்படுகின்ற இறுக்கத்தையும் மீறி வேறெதையோ நீங்கள் தேடுவதாக தோன்றுகிறதே?

ஆமாம். நான் இறுக்கத்தை ஊடுருவி அதனை கடந்து ஆழமாக

பயணிக்கவே விரும்புகின்றேன். ஆனால் அது மிகவும் கடினமானது. மிக கடினமானது.

நீங்கள் எதை பதிவு செய்ய விரும்புகிறீர்கள்?

அநேகமாக நான் ஆன்மாக்களை கேமிராவின் ஊடாக துலாவி தேடிப் பார்க்கலாம். நான் இதுவரையிலும் உணர்ந்திராத உண்மையை தேடிப் பயணிக்கலாம். அல்லது கன நேரத்தில் கடந்துவிடுகின்ற காலத்தை பதிவு செய்வதாகவும் இருக்கலாம்.

கதாப்பாத்திரங்களின் பெயர்களுக்கு ஏதேனும் காரணமிருக்கிறதா?

கதாப்பாத்திரங்களின் பெயர்களை தேர்வு செய்தபோது, அவை பார்வையாளர்களால் எளிதாக உள்வாங்கிக்கொள்ள முடிகிறதாகவும், அந்தந்த கதாப்பாத்திரங்களின் குண இயல்புகளை பிரதிபலிப்பதாகவும் இருக்க வேண்டும் என விரும்பினேன். யதார்த்தத்தில் நாம் சில பெயர்களை கேள்வியுறும்போது ஆச்சர்யம் கொள்கின்றோம் ஏனெனில் அப்பெயர் அந்த மனிதருக்கு பொருத்தமில்லாமல் இருப்பதால்தான்.

"வெரோனிக்காவின் இரட்டை வாழ்க்கை" (Double life of Veronique) திரைப்படத்திற்கு வெரோனிக்கா எனும் பெயரை சுவிசேஷத்தில் இருந்து எடுத்துக்கொண்டீர்களா?

தாமதமாகத்தான் அது நேர்ந்தது. நான் அந்த பெயரை தேர்ந்தெடுத்தபோது சுவிசேஷத்தை நினைத்துக் கொள்ளவில்லை. அது மிக அற்புதமாக நிகழ்ந்தேறியது. "சிவப்பு" திரைப்படத்தின்போது அதன் நாயகியான ஐரீன் ஜாபக்கிடம், சிறுமியாக இருந்தபோது அவருக்கு மிகவும் விருப்பமான பெயர் எதுவாக இருந்தது என கேட்டேன். ஐரீன் "வேலண்டைன்" என்று தெரிவித்தார். அதனால் அவரது கதாப்பாத்திரத்திற்கு அந்த பெயரையே சூட்டிவிட்டேன். "வெள்ளை" நாயகன் கரோலுக்கு சார்லி சாப்ளினின் நினைவாக சார்லி என பெயரிட்டேன். கரோலிடம் சாப்ளினின் தன்மைகளான அப்பாவித்தனமும் புத்தி கூர்மையும் மிகுந்திருந்தன.

"பத்து கட்டளைகள்" தொகுதியில் எதிர்பாராத சந்திப்புகளும், அதில் சிலர் தோல்வியுற்றவர்களாகவும், சிலர் வெற்றியாளர்களாகவும் வளம் வருகின்றனர். அதேப்போல, "மூன்று நிறங்கள்" (Three Colors) திரைப்பட தொகுதியிலும் ஒவ்வொரு திரைப்படத்திலும் மனிதர்கள் ஒன்றிலிருந்து மற்றொன்றிற்கு தாவியோடியபடியே இருக்கிறார்கள்.

எதிர்பாராத சந்திப்புகளை நான் பெரிதும் விரும்புகின்றேன். வாழ்க்கை இவ்வாறான எதிர்பாராத சந்திப்புகளால்தான்

ராம் முரளி 113

நிரம்பியிருக்கிறது. தினசரி நான் பிரக்ஞை இல்லாமலேயே பல மனிதர்களை – நான் அறிந்திருக்க வேண்டிய மனிதர்களை கடந்து சென்றுக்கொண்டிருக்கிறேன். இந்த தருணத்தில், நாம் முற்றிலும் முன்னறிமுகமற்ற மனிதர்களுக்கு இடையில்தான் அமர்ந்து உரையாடிக் கொண்டிருக்கிறோம். ஒவ்வொருவரும் எழுந்து, இவ்விடத்தை விட்டகன்று தமது பாதைகளில் இறங்கி பயணத்தை தொடர்ந்து முன்னகர்த்தி செல்வார்கள். ஒருபோதும் மீண்டும் இவர்கள் ஒருவரை ஒருவர் சந்தித்துக்கொள்ள போவதில்லை. ஒருவேளை சந்தித்துக்கொண்டாலும், முன்னதாக தாங்கள் ஓரிடத்தில் இவ்வாறு குழுமி அமர்ந்திருக்கிறோம் என்பதை உணந்திருக்க மாட்டார்கள். இத்தகைய விழுமியங்களில் ''கொலை செய்யப்படுவதை பற்றிய குறும்படம்'' (A short film about killing) எனும் திரைப்படத்தைவிடவும் இதில் அதிக முக்கியத்துவமின்றியே உபயோகிக்கப்பட்டிருக்கிறது. கொலை செய்யப்படுவதை பற்றிய குறும்படத்தில் வக்கீலும் கொலைக்காரனும் சந்தித்திருக்க வேண்டிய முக்கிய காட்சியில் அருகருகே அமர்ந்திருந்தாலும் சந்தித்திருக்க மாட்டார்கள். ''மூன்று நிறங்கள்'' திரைப்பட தொகுதியில் ரசிகர்களை மூன்று திரைப்படங்களும் உள்ள ஒப்புமைகளை உணர்ந்துக்கொள்ளவும், அவர்களை களிப்புற செய்யவுமே பயன்படுத்தப்பட்டது. அவர்களுக்கு அவ்வகையிலான யுத்திகள் சுவாரஸ்யமான விளையாட்டை போன்றது.

ஒவ்வொரு திரைப்படத்திலும் வயதான கதாப்பாத்திரம் ஒன்று குப்பைத் தொட்டியில் கண்ணாடி குப்பியொன்றை வீசுவதாக காட்சி வைத்திருக்கிறீர்கள். இது எதனை குறிக்கின்றது?

நான் அவ்வப்போது முதுமை நம் எல்லோருக்காகவும் காத்துக் கொண்டிருக்கிறது என நினைத்துக்கொள்வேன். என்றாவதொருநாள் நம்மால் ஒரு சிறிய கண்ணாடி குப்பியைக்கூட குப்பைத் தொட்டியில் சேர்ப்பிக்க இயலாத நிலை உருவாகலாம்.

நீங்கள் சகோதரத்துவத்தையும், சுதந்திரத்தையும் பற்றி பேசினாலும்கூட இறுதியில் அன்பினை முன்னிலைப்படுத்தித்தானே உங்களது திரைப்படங்களை நிறைவு செய்கிறீர்கள்?

என் திரைப்படங்களின் மையக்கூறுகளுக்கு எதிராகவே அன்பு என்பது இருந்துக்கொண்டிருக்கிறது என்பதை நான் ஒப்புக்கொண்டுதான் ஆக வேண்டும். அன்பு குழப்பத்தையும், துயரங்களையும் உருவாக்குகிறது. நம்மால் அன்பின் வழி நின்றே அனைத்தையும் அனுசரித்து வாழ்ந்திடவும் முடியாது. அன்பற்ற வாழ்க்கையினையும் செலுத்திவிட முடியாது. மிக அரிதாகவே எனது திரைப்படங்களில் உங்களால் மகிழ்ச்சிகரமான முடிவினை எதிர்கொள்ள முடியும்.

சிவப்பு திரைப்படம் உங்களுக்கு சகோதரத்துவத்தின் மீது நம்பிக்கையுள்ளது என்பதாக உணர்த்துகிறது. அதேப்போல நீலம் படத்தின் இறுதியில் ஜூலி அழுவதின் மூலமாக நன்மையின் மீதான நம்பிக்கையுடன் அத்திரைப்படம் நிறைவடைகிறது என்றும் கருதலாம் அல்லவா?

நீங்கள் அப்படியா நினைக்கிறீர்கள்? என்னைப் பொருத்தளவில் நன்மையில் நம்பிக்கை கொள்வதென்றால் சூரிய உதயத்தின்போதோ அல்லது சூரியன் மறைகின்ற மாலைவேளையிலோ உங்களுக்கு விருப்பமான மனித உயிரொன்றோடு கைக்கோர்த்தபடியே உலா செல்வது. ஆனால் உங்களுக்கு "நீலம்" அவ்வாறான நல்லவிதமான முடிவை கொண்டிருப்பதாக தோன்றினால், அதற்கு முற்றிலும் முரண்பட்டு நான் "வெள்ளை" திரைப்படமே மகிழ்ச்சிகரமான முடிவினை கொண்டுள்ளது என சொல்வேன்.

சிறையில் இருக்கும் தனது மனைவியை காண தயாராகிறான் அவளது கணவன். இதனையா மகிழ்ச்சிகரமான முடிவு என்று சொல்கிறீர்கள்?

ஆனால், அவர்கள் ஒருவரையொருவர் நேசிக்கிறார்கள். படத்தின் முடிவில் அவன் வார்சா நகரிலும், அவள் பாரிஸிலும் இருந்தாலும் இருவருக்குமிடையில் நேசமில்லாது வெறுப்பு மிகுந்திருந்தால் அப்போது அதனை மகிழ்ச்சிகரமான முடிவு என்று சொல்வீர்களா?

சமநிலைத்தன்மையை முதல் பார்வைக்கு "வெள்ளை" திரைப்படத்தில் வெகு வெளிப்படையாக உணர்ந்துக்கொள்ள முடியவில்லை.

வெவ்வேறு தளங்களில் அதனை புரிந்துக்கொள்ள முடியும். கணவனுக்கும் மனைவிக்கும் இடையிலோ அல்லது பொருள் முன் நிற்கின்ற யதார்த்தத்துக்கும், கற்பனவாதத்துக்கும் இடையிலோ நிலவுவதாக உணர்ந்துக்கொள்ளலாம். "வெள்ளை" திரைப்படம் சமநிலைத்தன்மையை விட சமநிலையற்றத்தன்மையையே பிரதானப்படுத்துகிறது. போலந்தில் மக்கள், "எல்லோரும் மற்றவரைவிட கூடுதலான சமநிலையுடன் கருதப்பட வேண்டுமென்று விழைகின்றனர்" என்றொரு பழமொழியை அவ்வப்போது உதிர்த்தபடியே இருப்பார்கள். இதன் பொருள் என்னவென்றால், சமநிலைத்தன்மை என்பது ஒருபோதும் சாத்தியமில்லை. மனித இயல்புக்கு சமநிலைத்தன்மை என்பது முற்றிலும் நேரெதிரானது. அதனால்தான் கம்யூனிஸம் வீழ்ச்சியுற்றது. ஆனால் அதுவொரு நயமான சொல். சமநிலைத்தன்மையை நிறுவ மேற்கொள்ளப்படும் ஒவ்வொரு முயற்சியின்போதும் இது ஒருபோதும் சாத்தியமில்லை

என்பதனை மனதில் உணர்ந்தபடியே அதனை செய்துக்கொண்டிருக்கிறோம்.

நீங்கள் பிரான்ஸில் ஒரு வருடத்துக்கும் மேலாக வாழ்ந்து வருகிறீர்கள். சுதந்திரத்தன்மை குறித்து நீங்கள் கொண்டிருந்த பார்வையை இந்த ஒரு வருட வாழ்க்கை மாற்றியமைத்திருக்கிறதா?

இல்லை. முந்தைய இரண்டு திரைப்படங்களைப் போலன்றி ''நீலம்'' திரைப்படம் அரசியலோடு எவ்வகையிலும் தொடர்புக் கொண்டிருக்கவில்லை. நான் உள்ளார்ந்த அகவயப்பட்ட சுதந்திரத்தன்மையையே நீலம் படத்தில் மையப்படுத்தி இருக்கிறேன். வெளிப்படையான புற உலகம் தொடர்பான சுதந்திரத்தன்மை எனும் கருத்தாக்கத்தை பேச விழைந்திருந்தால் நான் பிரான்ஸை விட போலந்தையே அதற்கான களமாக தெரிவு செய்திருப்பேன். ஏனெனில், இன்னமும் போலந்தில் பல செயல்பாடுகளில் பின் தங்கியுள்ளது. உதாரணத்திற்கு, உங்களிடம் பாஸ்போர்ட் இருந்தால்போதும் உங்களால் எளிதாக அமெரிக்காவுக்கு சென்றுவிட முடியும். ஆனால் என்னால் முடியாது. பிரான்ஸ் சன்மானத்தை வைத்துக்கொண்டு விமான பயணச்சீட்டை உங்களால் எளிதாக வாங்கிவிட முடியும். ஆனால், போலந்து சன்மானத்தில் பிற தேச பயணச்சீட்டுகள் வாங்குவது அத்தனை எளிதானதன்று. அதனால்தான், நான் அகவய சுதந்திரத்தன்மையை ''நீலம்'' திரைப்படத்தில் மையப்பொருளாக எடுத்துக்கொண்டேன். அகவய சுதந்திரத்தன்மை என்பது எல்லா தேசங்களுக்கும் பொருந்தக்கூடியது. உலகளாவியத்தன்மை கொண்டிருப்பது.

உங்களது ஒவ்வொரு திரைப்படமும் முந்தையதன் தொடர்ச்சியைப் போலவே இருக்கின்றதே?

உண்மைதான். ஏனெனில் நான் எப்போதும் ஒரே திரைப்படத்தைதான் உருவாக்கிக் கொண்டிருக்கின்றேன். அவையும் பிரத்யேகமாக எதனையும் கொண்டிருக்கவில்லை. அனைத்தும் முன்பே சொல்லப்பட்டவைகள்தான். அனைத்து திரைப்பட இயக்குனர்களும் இவ்வகையில்தான் இயங்குகிறார்கள். அதேப்போல அனைத்து நூலாசிரியர்களும் ஒரே புத்தகத்தைத்தான் தொடர்ந்து எழுதிக் கொண்டிருக்கிறார்கள். நான் தொழிற்முறை எழுத்தாளர்களை பற்றி சொல்லவில்லை. நூலாசிரியர்களையே குறிப்பிடுகின்றேன். கவனம். நான் கலைஞர்களை சொல்லவில்லை. நூலாசிரியர்களையே குறிப்பிடுகின்றேன்.

ஒவ்வொரு நிறமும் வெவ்வேறு நாடுகளில் படம் பிடிக்கப்பட்டிருக்கிறது. ஐரோப்பிய திரைப்பட அமைப்புகளின் கடமையென இதனைக்

கொள்ளலாமா?

ஐரோப்பிய திரைப்பட நிறுவனமென்பது முற்றிலும் செயற்கையானது. சில நல்ல திரைப்படங்களும் இருக்கின்றன. மிக மோசமான திரைப்படங்களும் இருக்கின்றன. அவ்வளவுதான். சிவப்பு திரைப்படத்தை எடுத்துக்கொள்ளுங்கள். நாங்கள் பொருளாதார காரணங்களால் அதனை சுவிட்சர்லாந்தில் படம் பிடித்தோம். சுவிட்சர்லாந்தின் கூட்டிணைவின் மூலமாகவே அத்திரைப்படம் தயாரிக்கப்பட்டது. ஆனால், நாங்கள் "சிவப்பு" போன்ற கதை நிகழும் சாத்தியங்களுள்ள இடங்களை சிந்தித்துப் பார்த்தோம். முதலில் இங்கிலாந்தையும், பின்னர் இத்தாலியையும்கூட பரிசீலனைக்கு எடுத்துக்கொண்டோம். பிறகுதான் சுவிட்சர்லாந்து இக்கதைக்கு மிகவும் பொருத்தமாக இருக்கும் என்று தீர்மானித்தோம். ஏனெனில் சுவிட்சர்லாந்து சற்றே ஐரோப்பிய பொதுத்தன்மைகளிலிருந்து ஒதுங்கியிருக்கும் நாடு. அது மெல்ல மெல்ல தனித்திருக்கும் நிலை நோக்கி நகர்ந்து வருகிறது. சுவிட்சர்லாந்து ஐரோப்பியாவின் மத்தியில் தனித்திருக்கும் தீவு போன்றது. சிவப்பு திரைப்படம் அத்தகைய தனிமையைப் பற்றியதே.

பிரான்ஸில் வசிக்கும் நீங்கள் அம்மொழியை பேசாமலேயே படப்பிடிப்பு நிகழ்த்துவது கடினமாக இருக்கிறதா?

ஆமாம். ஆனால் எனக்கு வேறு வாய்ப்புகளும் இல்லை. எனக்கு இங்கு நிறைய பொருளாதார ரீதியிலான உதவிகளும் கிடைக்கின்றன. அதோடு இங்கு பணியாற்றுவது நான் அறிந்தவரையில் மற்றவிடங்களில் இயங்குவதைவிட மனதுக்கு மிகவும் உவப்பானதாக இருக்கிறது. இந்த நிலம் எனது பல எண்ணங்களை செழுமைப்படுத்திக்கொள்ள உதவுகிறது. முற்றிலும் மாறுப்பட்ட தேசமொன்றை நான் கண்டுபிடித்திருக்கின்றேன். மிக சிக்கலான அதே சமயத்தில் மிகவும் உயர் தரத்திலிருக்கும் அதன் மொழியினை கண்டு வியக்கின்றேன். வசனங்களில் சிறிய மாற்றத்தை நான் முன்மொழிந்தால்கூட (போலிஷ் மொழியில்தான்), பிரான்ஸில் இருபது விதமான மாற்றங்களை அவர்கள் எனக்கு ஆர்வத்துடன் பரிந்துரை செய்கின்றனர்.

உங்களது மூன்று திரைப்படங்களின் மூலமாக ஐரோப்பிய சிம்பொனியை நீங்கள் உருவாக்கியிருக்கிறீர்கள்.

நீங்கள் தொகுத்து கூறுவதைப்போல நாங்கள் பிரென்சு, ஆங்கிலம், போலிஷ் மற்றும் ஜெர்மன் மொழிகளை பேசுகிறோம். எல்லோரும் சுய அடையாளங்களோடும், சுதந்திரமாகவும் இயங்கும் சூழலை நாங்கள் உருவாக்கியிருக்கிறோம். வெவ்வேறு மொழி பேசுகின்ற

வெவ்வேறு தேசத்தின் மக்களுடன் இணைந்து பணியாற்றுவதில் எனக்கு எவ்விதமான சிரமங்களோ சங்கடங்களோ எதுவுமில்லை.

நீங்கள் ஐரோப்பியனாக உங்களை உணருகிறீர்களா?

இல்லை. நான் என்னை எனக்குரிய தேசமான போலீஷ்காரனாகவே உணருகிறேன். இன்னும் துல்லியமாக சொல்லவேண்டுமானால், வடக்கிழக்கு போலந்தில் எனது வசிப்பிடம் அமைந்திருக்கும் சின்னஞ்சிறிய கிராமத்தை சேர்ந்தவனாகவே என்னை உணருகிறேன். அங்கு அமர்ந்து நிதானமாக எனது நேரத்தை செலவழிப்பதே எனக்கு விருப்பமுடையதாக இருக்கிறது. ஆனால் அங்கு நான் திரைப்படங்கள் சார்ந்து பணியெதுவும் செய்வதில்லை. நான் அங்கு மரங்களை வெட்டும் வேலையையே செய்வேன்.

தணிக்கை குழுவினருடனான எனது அனுபவங்கள் - க்ரிஸ்டோப் கிஸ்லோவ்ஸ்கி

அடிப்படையில் தணிக்கை என்பது நமக்குள்ளாகவே நிகழ்ந்துவிடுகிறது. திரைக்கதையாசிரியர்கள், இயக்குனர்கள், நாடகத்துறையை சேர்ந்தவர்கள் தணிக்கை குறித்தான எச்சரிக்கை உணர்வை துவக்கத்திலேயே பெற்றிருக்கிறார்கள். தொழிற்முறையாக நமது படைப்பாக்கங்களில் குறுக்கீடு செய்ய பயிற்றுவிக்கப்பட்டவர்கள் சில அரிதான சமயங்களில் நமக்கு உதவியும் செய்கிறார்கள். இடையூறு ஏற்படுத்த வேண்டும் என்பது மட்டுமே அவர்களது நோக்கமாக இருப்பதில்லை. நிச்சயமாக அது அவ்வகையில் இல்லை. சிலர் நமக்கு உதவி புரியவும் முயற்சிப்பதுண்டு.

முரண்பாடாக, தங்களை கலாச்சார தணிக்கையாளர்களாக அடையாளப்படுத்திக் கொள்ளும் சிலர், கலை வடிவத்தில் கலாச்சார மீறல்களை ஒரு நிலை வரையில் மட்டுமே அனுமதிப்பார்கள். அவர்களது இருத்தல் என்பதே அவர்களது கலாச்சாரத்தின் உயிர்ப்புத்தன்மையில்தான் நிலைத்திருக்கிறது. கலாச்சாரம் குறித்தான போதிய அக்கறை தேவையில்லை எனில், தணிக்கைத்துறைக்கு அவசியமில்லை அல்லவா?

நிச்சயமாக, தணிக்கை குழுவினரின் மீது நான் அச்சங்கொண்டிருந்த தருணங்கள் உண்டு. 'அச்சம்' என்பது மிக மென்மையான வார்த்தை. திரைப்படம் எனது வாழ்க்கையின் அங்கமாக அமையுமென்று நான் ஒருபோதும் கருதியதில்லை. இப்பொழுதும் எனது நிலைபாடு அதுவே. ஆனால், திரைப்படம் என்பது எனது தொழில். அதனால், எனக்கு அதுக்குறித்த பதட்டங்கள் உண்டு. என்னால் அடுத்த திரைப்படத்தை இயக்க முடியாமல் போகலாம் என பல தருணங்களில் நான் சிந்தித்திருக்கிறேன். அது மிகவும் துன்பகரமானது. இருள் நிரம்பிய பாதையொன்றில், வழித்தடம் புரிபடாமல் முன்னகரும் அனுபவத்தை ஒத்தது அது.

தணிக்கை குழுவினரிடம் நிற்கும்போது, அவர்களை

ராம் முரளி

எதிர்கொள்வதற்கான திட்டமிடல்களை எப்போதும் எனக்குள்ளாக நிகழ்த்திப் பார்ப்பது வழக்கம். இதுபோன்ற சமயத்தில், கத்தியின் கூர்முனைப் போன்ற குவிமையத்தை நாம் அடைய பிரயத்தனப்பட வேண்டியிருக்கும். தணிக்கை குழுவினரின் மீது உள்ளூர அச்சமிருந்தாலும்கூட, அதனை வெளிக்காட்டிக் கொள்ளாமல், அவர்களுடன் கவனத்துடன் நாம் விளையாடி பார்க்க வேண்டும். நாம் நமது திரைப்பட உருவாக்கத்தில், தோற்றுவிட்டதாகவும், நிறைவடைந்த திரைப்படம் நமது எதிர்பார்ப்புக்கு எதிர்மறையாக அமைந்துவிட்டதென்றும் பாசாங்கு செய்ய வேண்டும்.

'அமைதி' என்றொரு தொலைக்காட்சி படத்தை நான் இயக்கியிருந்தேன். எனக்கு மிகப் பிடித்தமான படம் அது. தணிக்கை குழுவினரின் அழுத்தத்தின் பேரில் அதில் சில மாற்றங்களை நான் செய்ய வேண்டியிருந்தது என்றாலும், அந்த படம் எனக்கு தனிப்பட்ட முறையில் மிக விருப்பமானதே.

அப்போது இருந்த மாநில தொலைக்காட்சி துறையின் துணை தலைவர் மூர்க்கமான மனிதரென பெயரெடுத்திருந்தார். அவர் என்னை சந்திக்க வர வேண்டுமென அழைப்பு விடுத்திருந்தார். அவர் என்னை அழைத்ததன் நோக்கத்தை முன்னதாக நான் அறிந்து வைத்திருந்தேன். சில வெட்டுகளை நான் மேற்கொள்ள வேண்டும் என்று சொல்லவே அவர் என்னை அழைத்திருந்தார். அவர் மிகவும் அமைதியானவராகவும் அதே சமயத்தில் மிகுந்த புத்திக்கூர்மை கொண்டவராகவும் காட்சியளித்தார். அவருக்கு எனது படம் பிடித்திருந்தது. படத்தை பற்றி நீண்ட உரையாடலை என்னுடன் அவர் நிகழ்த்தினார். மனித மனங்களில் ஊர்ந்துக்கொண்டிருக்கும் மிக நுணுக்கமான உணர்வுகளை கூட அவர் புரிந்துக்கொண்டிருந்தது எனக்கு ஆச்சர்யமளித்தது. ஆனால், அவர் என்னை விதந்தோதி கைக்குலுக்கி பாராட்ட அழைத்திருக்கவில்லை. அவருக்கு ஒரு காட்சியில் வெட்டு அவசியமாக இருந்தது. கட்டுமான பணியொன்றில் ஈடுபட்டுக்கொண்டிருக்கும் நாயகன் (முன்காலங்களில் சிறையில் இருந்தவன்) தனது சக சிறைவாசி ஒருவரை சந்திக்கும் காட்சி அது. அவர்கள் அவ்விடத்தில் பணியாற்றுகிறார்கள்.

துணை தலைவர் அக்காட்சியை நீக்க வேண்டுமென்று தெரிவித்தார். சர்வதேச பார்வையாளர்களிடத்தில் அப்படம் காண்பிக்கப்படும்போது, சிறை கைதிகள் கட்டுமான பணிகளில் ஈடுபடுவது சட்டவிரோதமானதாக கருதப்படும் என்றார். அவரிடம் "சரி" என்று தெரிவித்த நான், "ஜன்னலுக்கு வெளியே சற்றே எட்டிப் பாருங்கள்" என்றேன். (தொலைக்காட்சி துறை கட்டிடத்திற்கு வரும் வழியில் நான் சிலவற்றை கண்ணுற்றிருந்தேன்).

"வெளியே நிகழ்ந்துக் கொண்டிருக்கும் கட்டுமான பணியிடத்தை பாருங்கள், உங்களுக்கு துலங்கும் காட்சியை என்னிடம் தெரிவியுங்கள்" என்றேன்.

ஜன்னலை நெருங்கிச் சென்று வெளியில் பார்வையிட்ட அவர் அமைதியாக, "சில மனிதர்கள் வேலை செய்துக்கொண்டிருப்பதை என்னால் பார்க்க முடிகிறது" என்றார்.

"இன்னும் தீர்க்கமாக பாருங்கள்"

"சிறைக் கைதிகள்"

"ஆம். சிறைக் கைதிகள். கட்டுமான பணிகளில் சிறை கைதிகள் ஈடுபடுகிறார்கள் என்பது உண்மைதான் அல்லவா?"

"அதனால்தான் அந்த காட்சி திரைப்படத்தில் இடம்பெறக்கூடாது என்று திட்டவட்டமாக சொல்கிறேன். போலந்தில் சிறைக் கைதிகள் பணியாற்றுவது தடை செய்யப்பட்டிருக்கிறது. சர்வதேச சட்ட விதிகளும் அதனை அனுமதிக்காது"

"ஆனால் அவர்கள் வேலை செய்துக் கொண்டுதான் இருக்கிறார்கள். நீங்களே அதனை பார்த்தீர்கள் அல்லவா?"

"நிச்சயமாக என்னால் பார்க்க முடிகிறது. அதனால்தான் படத்தில் அந்த காட்சி இருக்கக்கூடாது என சொல்கிறேன்"

அதனால் நான் அந்த காட்சிகளை நீக்க வேண்டியிருந்தது. எனது திரைப்படங்களில் மைய கருத்தாங்களை சிதைவுப்படுத்தாத எவ்வித முன்மொழிவுகளையும் ஏற்க நான் தயாராக இருக்கிறேன். எனது பல திரைப்படங்களில், அவ்வகையில் நான் காட்சிகளை வெட்டி நீக்கியிருக்கிறேன். ஆனால், சில தருணங்களில் நான் காட்சிகளை நீக்க ஒப்புக்கொண்டதில்லை. அல்லது அவ்வாறு வெட்டப்பட்ட காட்சிகளால் எனது திரைப்படம் குறையுடல் கொண்டதாக உருமாறிவிட்டதென நான் கருதியபோது அப்படங்களை நான் வெளியிட விரும்பியதில்லை. அதனாலேயே, எனது 'அமைதி' திரைப்படம் ஒருபோதும் திரையிடப்படவில்லை.

நான் 1970களை "சமூக அறங்களின் மீது தார்மீக பதட்டம்" கொண்டிருந்த காலகட்டம் என்று வரையறுப்பேன். அக்காலகட்டத்தில் திரைப்பட படைப்பாளிகளும், பார்வையாளர்களும் தணிக்கை குழுவினரின் தலைமை பொறுப்பாளர்களுடன் நேரடியான தொடர்பினை கொண்டிருந்தார்கள். எங்களை போன்ற படைப்பாளிகள் பல சுய பரிசோதனைகளை மேற்கொள்ள வேண்டியிருந்தது. எங்களது திரைப்படங்கள் ஒரே சமயத்தில் பார்வையாளர்களுக்கு விளங்கும்

ராம் முரளி

விதமாகவும், தணிக்கை குழுவினருக்கு புரியாதபடியும் உருவாக்க வேண்டியிருந்தது.

அதனால் நாங்கள் உலக வாழ்க்கை பற்றிய உண்மைகளை எங்களது திரைப்படங்களில் மாற்று காட்சியமைப்புகளின் வாயிலாக சிறிய அளவிலேயே காண்பிக்க துவங்கினோம். நாங்கள் இவ்வகையில் இயங்க துவங்கியதற்கு காரணம், அக்காலங்களில் திரைப்படங்களில் அசலான வாழ்க்கையை பதிவு செய்வதை அதிகார அமைப்புகள் விரும்பவில்லை. தணிக்கை குழுவினரும், அரசும், அதிகார வர்க்கங்களும் உண்மையை பேசுபொருளாக திரைப்படங்கள் கொண்டிருப்பதை விரும்பவில்லை. தணிக்கை குழு இயங்க வேண்டியதன் அவசியம் என்ன? போலியான வாழ்க்கையை திரைப்படங்களில் உருவாக்குவதை ஊக்குவிப்பதற்காகவா? ஆனால் நாங்கள் உண்மையை எங்களது திரைப்படங்களில் பேச விழைந்தோம். உண்மையை பேசுவதற்கான வழிமுறைகளை திட்டமிட துவங்கினோம்.

க்ரிஸ்டோப் கிஸ்லோவ்ஸ்கி எழுதிய "I'm So So" புத்தகத்தில் இடம்பெற்ற கட்டுரையின் தமிழாக்கம் இது.

புத்தகங்களும் திரைப்படங்களும் மட்டுமே புரட்சியை உண்டாக்கிவிடாது! - மிருணாள் சென்

இந்திய திரைப்பட இயக்குனர்களில், சத்தியஜித் ரேவிற்கு பின் பெரும் மதிப்புக்குரியவரான மிருணாள் சென் கடந்த சில வருடங்களாக இந்திய மாற்று சினிமாவின் காட்பாஃதராகவே கருதப்படுகிறார். வங்காளதேசத்தில் பிறந்து வளர்ந்த மிருணாள் சென் தமது இளம் வயதில், கல்வி பயில்வதற்காக கல்கத்தா நகருக்கு வந்து சேர்ந்தார். கல்வி பயின்றுக்கொண்டிருந்தபோது, இடதுசாரி இயக்கங்கள் நடத்திக்கொண்டிருந்த நாடகங்களில் இணைந்து செயல்படத் துவங்கினார். அப்போதிலிருந்தே தமக்கான சீரிய அரசியல் பார்வையை கொண்டிருந்தார். 1956ஆம் ஆண்டில் தனது முதல் திரைப்படத்தை இயக்கியதை தொடர்ந்து பல ஆவணப்படங்களையும் திரைப்படங்களையும் மிருணாள் சென் இயக்கியிருக்கிறார். அவரது படைப்புகள் அனைத்தும் இந்திய சமூகத்தில் நிலவுகின்ற 'தற்காலத்திய பிரச்சனைகளை' மையமாக கொண்டிருந்தன. 1969ல் அவர் இயக்கிய BhuvanShome *திரைப்படத்தின் மூலமாக இந்தியாவில் மிகக் குறைந்த செலவில் அரசே தயாரிப்பில் ஈடுப்பட்டு கலை திரைப்படங்களை உருவாக்கும் சூழல் உண்டாகியது. கல்கத்தாவில் கலகங்களும், நக்சலைட்டுகளின் வளர்ச்சியும், வங்கதேச போரும் ஒரு கொந்தளிப்பான சூழலை உருவாக்கியிருந்த காலகட்டத்தில் வெளியான* BhuvanShome *திரைப்படம் வெற்றியடைந்திருந்தது. அக்காலகட்டமே மிருணாள் சென் தமது திரைப்பட வாழ்க்கையில் மிகத் தீவிரமாக செயல்பட்ட காலமாகவும் கருதப்படுகிறது.* The Interview *(1971)*, Calcutta *'71 (1972)*, Padatik *(*The Guerilla Fighter, *1973)*, Chorus *(1974) என தொடர்ச்சியாக அவர் இயக்கிய படங்கள் அனைத்தும் அவருடைய அரசியல் செயல்பாடுகளே. மிருணாள் சென்னின்* AakalerSandhaney *பெர்லினில் தங்க கரடி விருதினை பெற்றது. அதன் பிறகான அவரது திரைப்படங்கள் அனைத்தும் சர்வதேச விருதுகளை பெற்று கவனத்தை தொடர்ச்சியாக பெற்று வருகின்றன. தற்போது 92 வயதாகும் மிருணாள் சென்னிடம் சுமிதா* S.*சக்கரவர்த்தி மேற்கொண்ட நேர்காணலின் தமிழ் வடிவமிது.*

உங்களுடைய திரை பயணத்தின் எந்த தருணத்தில், இப்போது நீங்கள் வந்தடைந்திருக்கும் இடத்தை உணர்ந்தீர்கள்? நேற்றிரவு (ஏசியன் சொசைட்டி நடத்திய நவ இந்திய சினிமா எனும் கருத்தரங்கில்) நீங்கள் தொடர்ச்சியாக உங்களையும் உங்களது கலை செயல்பாடுகளையும் நீங்களே பரிசோதித்தும், மதிப்பிட்டும் வந்ததாக தெரிவித்தீர்கள். நீங்கள் உங்களது திரைப்படங்களின் மூலமாக அடைய நினைத்த இலக்கை அடைந்துவிட்டதாக கருதுகிறீர்களா?

உண்மையில், இது எல்லோருக்கும் நடக்கக்கூடியதுதான். அனைத்து திரைப்பட கலைஞர்களுக்கும் - இன்னும் தெளிவாக குறிப்பிட வேண்டுமென்றால், கலை செயல்பாடுகளில் ஈடுபட்டுள்ள எல்லோரும் தமக்குள்ளாக சுய பரிசோதனை மேற்கொள்ள வேண்டியது அவசியம். நான் என்னுடைய திரைப்படங்களை உருவாக்கும்போது, காளையின் கண்களை என்னால் வீழ்த்த முடியும் என்றும், என்னால் மக்களுடன் எனது திரைப்படத்தின் மூலமாக தொடர்பேற்படுத்திக்கொள்ள முடியும் என்றும் நினைத்துக்கொள்வேன். ஏனெனில், சமூகத்துடனான எனது எதிர்வினைகளையும், என்னை சுற்றியுள்ள உலகின் மீதான எனது கருத்துக்களையும் மக்கள் எவ்வாறு எதிர்கொள்கின்றனர் என்பதை அறிந்துக்கொள்வது எனக்கு மிகமிக முக்கியமானது. மக்கள் எனது கருத்துக்களை முழுமையாக ஏற்றுக்கொள்ள வேண்டுமென்கிற அவசியமெதுவுமில்லை. ஆனால், ஒரு விவாதத்தை நம்முடைய திரைப்படம் தூண்டிவிட வேண்டும். ஒரு ஆரோக்கியமான விவாதத்தை தூண்டும் வகையில் நமது செயல்பாடு இருக்க வேண்டும். எனது வாழ்நாள் முழுவதும் இதைதான் நான் தொடர்ந்து செய்துக்கொண்டிருக்கிறேன்.

திரைத்துறையில் எனது நுழைவென்பது மிகவும் தற்செயலானதே. எனது மாணவ பருவத்தில், நான் திரைப்படங்களுக்கு தொடர்ச்சியாக செல்கிறவனாக இருக்கவில்லை. அதோடு, திரைப்படங்களை இயக்குவது பற்றி அப்போது நான் சிந்தித்ததும் கிடையாது. ஆனால், அக்காலத்தில்தான் என்னை சூழ்ந்துள்ள அரசியலை நான் புரிந்துக்கொள்ள துவங்கினேன். 1953ல் நான் எனது முதல் படத்தை இயக்கினேன். அது ரொம்பவும் கொடூரமானதாக இருந்ததால், திரைப்படக் கலை எனக்கு பொருந்தாது என்று எனக்கே நானே சமாதானம் கூறிக்கொண்டேன். அதன்பிறகு, மருந்துகளை பற்றி எவ்வித பிரக்ஞையும் இல்லாமலேயே மருந்துகளை சில காலம் விற்றுக்கொண்டிருந்தேன். ஐந்து வருடங்களுக்கு பிறகு நான் மீண்டும் ஒரு படத்தை இயக்கினேன். இப்போது, அந்த படத்தை பற்றி நினைவுக்கூர்ந்துப் பார்கையில், மிகவும் உணர்ச்சிப்பூர்வமாக

அப்படத்தை உருவாக்கியிருந்ததை உணர முடிகிறது. ஆனாலும், அதில் நான் வெளிப்படுத்தியிருந்த அரசியல் கருத்துக்களின் மீது இப்போதும் எனக்கு ஏற்புண்டு. காலனித்துவ மக்களுக்கு எதிரான தேசிய விடுதலை போராட்டத்திற்கும் பாசிஸத்துக்கு எதிரான உலக ஜனநாயகத்தின் போராட்டத்திற்கும் மெலிதான தொடர்பொன்றிருக்கிறது என்பதையே நான் அப்படத்தில் சொல்ல முயன்றேன். நான் அப்படத்தை 58 - 59களில் உருவாக்கினேன். ஆனால், அப்படத்தின் கதை நிகழும் காலம் 1930. அப்போது தேசிய விடுதலை இயக்கம் இந்தியாவில் வலிமையுடன் செயல்பட்டுக்கொண்டிருந்தது. உலகளவில், ஜானநாயக அமைப்புகள் பாசிஸ அரசக்கு எதிராக போராடிக்கொண்டிருந்தது. மக்களுக்கு அப்படம் பிடித்திருந்தது. அதோடு, அவர்கள் என்னை புரிந்துக்கொண்டார்கள். அதுதான் சினிமாவின் மீதான எனது புதிய அணுகுமுறைக்கான துவக்கம். அதன்பிறகு, அரசியலோடு நேரடியாகவோ அல்லது மறைமுகமாகவோ தொடர்புள்ள திரைப்படங்களையே இயக்கிக்கொண்டிருக்கிறேன்.

மாறிவரும்காலத்திற்கு ஏற்றாற்போல் நானும் மாறிக்கொண்டிருக்கிறேன். நான் என்னுடைய சொந்த காலத்தாலேயே துரத்தப்பட்டேன். அது எனது கழுத்தின் மீதேறி அமர்ந்துக்கொண்டு, என்னை தொடர்ந்து இயங்க உத்வேகப்படுத்தியது. அதைத்தான் நான் பல வருடங்களாக செய்துக்கொண்டிருந்தேன். சிலர் நான் இப்போது அரசியல் படங்களை இயக்குவதில்லை என்று சொல்கிறார்கள். நான் அவர்களுக்கு "இல்லை" என்றே பதில் சொல்வேன்.

ஏன் அவர்கள் அப்படி கருதுகிறார்கள்?

ஏனென்றால், ஒரு அரசியல் திரைப்படத்தை உருவாக்க, அரசியல் சூழல்களை திரைப்படத்தில் கையாள வேண்டுமா என்றால், தேவையில்லை என்றே பதிலளிப்பேன். ஆண் பெண் உறவு பற்றிய திரைப்படமொன்றை இந்திய சூழலில் எடுத்துவிட்டு, அதற்கு அரசியல்ரீதியாக அணுகுமுறையை உண்டாக்க முடியும். உங்களுடைய கருத்தை எவ்வாறு வெளிப்படுத்துகிறீர்கள் என்பதை பொறுத்தே இதனை நாம் சாத்தியப்படுத்த முடியும். நாம் சமூக - அரசியல் அல்லது சமூக - பொருளாதாரம் சார்ந்த கருத்துக்களையே நம் திரைப்படங்களின் மூலமாக முன் வைக்க வேண்டும்.

தற்போது நான், மேற்கு வங்கத்தில் நிலவுகின்ற அரசியல் சூழ்நிலையை சுய விமர்சனம் செய்துப் பார்க்கிறேன். உங்களுக்கு தெரியுமா? மேற்கு வங்கத்தில் மார்க்சிஸ்ட் கட்சிதான் ஆட்சி புரிந்து வருகிறது. அதே தருணத்தில், சமூகத்தில் நிலவுகின்ற சமநிலையற்றதன்மைக்கு எதிரான அரசின் தீவிர நடவடிக்கைகள் ஒரு

திரைப்பட இயக்குனராக எனக்கு ஏராளமான எண்ணங்களை எழுப்புகின்றன. அதோடு, கட்சிக்குள் சூழ்ந்துள்ள உட்பூசல்களும் என்னை வெகுவாக பாதிக்கின்றன. இத்தகைய சுய கட்டுபாடற்றதன்மை இந்திய கம்யூனிஸ கட்சி மட்டுமே எதிர்கொள்கின்ற பிரச்சனை அல்ல. உலகம் முழுவதுமுள்ள அனைத்து அரசியல் அமைப்புகளும் இத்தகைய பிரச்சனைகளை எதிர்கொண்டு வருகின்றன. இடதுசாரி கட்சி ஆட்சியில் இருக்கும்போது, அது தனது செயல்பாடுகளில் ஒருவித மெத்தனப் போக்கையே கடைபிடித்து வருகிறது. இங்குதான் நான் எளிதாக பாதிக்கப்படுகிறேன். இங்குதான் எனக்கு நானே, பல கேள்விகளை கேட்டுக்கொள்கிறேன். என்னுடைய பணியினை கண்டுக்கொள்ளும் வரையில் நானும் மெத்தனப் போக்கையே கடைப்பிடிக்கிறேன். எனது தனிப்பட்ட வாழ்க்கையில் எவ்வித சிக்கல்களுக்கும் ஆட்படாமல் இருக்கிறேன். இத்தகைய யதார்த்த நிலையை எதிர்கொள்ள நாம் நம்மையும், நமது சுய நெறிகளையும் கேள்விகளுக்கு உட்படுத்த வேண்டும்.

அதனால்தான் இரண்டு வருடங்களுக்கு முன்பு, நான் Ek Din Prati Din என்றொரு திரைப்படத்தை இயக்கினேன். அப்படம் ஆணாதிக்க மனோபாவத்திற்கு எதிரானது என்றபோதிலும் வெறுமனே பெண்ணியத்தை மட்டுமே நான் அதில் முக்கியத்துவப்படுத்தவில்லை. அது அரசியல் - சமூக - பொருளாதார வெளிப்பாட்டையும் தனக்குள் கொண்டுள்ளது. இந்திய சமூகத்தில் நிலவுகின்ற ஏராளமான தடைகளை அப்படம் முன்னிலைப்படுத்தியது. என்னுடைய மனைவி அப்படத்தில் தாய் வேடத்தில் நடித்திருந்தார். நான் உங்களுக்கு ஒரு நிகழ்ச்சியை சொல்கிறேன். கடந்த வருட கேன்ஸ் திரைப்பட விழாவில் Ek Din Prati Din படத்தின் திரையிடலுக்கு பிறகு, ஒரு பத்திரிகையாளர் என் மனைவியிடம், "நீங்கள் உங்கள் கணவருடன் இணைந்து ஒரு திரைப்படத்தை உருவாக்கியிருக்கிறீர்கள். அவருடன் பணியாற்றியது குறித்து என்ன நினைக்கிறீர்கள்?" என்று கேட்டார். அதற்கு அவர், "நானும் எனது கணவரும் ஒன்றாகதான் படப்பிடிப்பு தளத்திற்கு செல்கிறோம். அங்கு அவர் என்னைவிடவும் அதிகமாக பணி செய்வதைப்போல என்னிடம் காட்டிக்கொள்வார். அது உண்மையும்கூட. அன்றைய கடின வேலைக்கு பிறகு, இருவரும் வீட்டிற்கு வந்ததும் உடல் அயர்ச்சியில் என் கணவர் கட்டிலில் சரிந்துவிட்டு, என்னை ஒரு தேநீர் தயாரித்து எடுத்து வர சொல்வார். நான் கிச்சனை நோக்கி நகர்வேன்" என்று பதிலளித்தார். நான் உடனடியாக பிடிப்பட்டேன். ஆணாதிக்க மனப்பான்மைக்கு எதிராக திரைப்படம் எடுத்துக்கொண்டே, என் சொந்த வாழ்க்கையில் நானும் அதையே செய்துக்கொண்டிருக்கிறேன்.

என்னுடைய அடுத்த திரைப்படமான AakalerSandhaneyல்

உண்மையை நாடி செல்கிறவராக என்னையே நான் கேள்விக்குட்படுத்திக்கொண்டேன். யதார்த்தத்தை நெருங்கி செல்கின்ற திரைப்பட பணியாளர்களின் நேர்மையை எனது திரைப்படத்தில் நான் பேசு பொருளாக எடுத்துக்கொண்டேன். எந்த எல்லை வரையில் என்னால் யதார்த்தத்தை நெருங்க முடிகின்றது என்று எனக்குள்ளாகவே கேள்வியெழுப்பிக்கொண்டேன். இத்தனை வருடங்களுக்கு பிறகு, திரையில் நம்மால் பதிவு செய்யப்படுகின்ற யதார்த்த சூழலுக்கும், அத்தருணத்தை பதிவு செய்கையில், உண்மையில் அங்கு நிலவுகின்ற சூழலின் மீது நமக்கு உண்டாகின்ற அனுபவத்திற்கும் சிறிய இடைவெளி இருப்பதை உணர முடிகிறது. ஓவியரையும், எழுத்தாளரையும்போல திரைப்பட இயக்குனன் இந்த இடைவெளியை போக்கவே முயற்சித்துக்கொண்டிருக்கிறான். AakalerSandhaney திரைப்படத்தில் இதனை நீங்கள் உணர முடியும். அத்திரைப்படத்தில் வருகின்ற திரைப்பட இயக்குனன் சீரிய வரலாற்று அறிவை பெற்றிருப்பதன் மூலமாக, தமது அறிவை கொண்டு திரைப்பட ஊடகத்தை பயன்படுத்தி ஐந்து மில்லியன் மக்களை பலிகொண்ட பஞ்சத்தை தனது திரைப்படத்தை மீள் உருவாக்கம் செய்கிறான். ஆனால், நிகழ்காலத்திலும் பஞ்சத்தின் கடுமையை நாம் எதிர்கொண்டு வருகிறோம். இக்காலத்தில் நிலவுகின்ற பஞ்சமென்பது 1943ல் நிலவிய பஞ்சத்தின் நீட்சியைப்போலவே இருக்கின்றது. அதனால், சமகால பஞ்சத்தின் கோரத்தை அறிந்துக்கொள்ளும் திரைப்பட இயக்குனர், அதனை எதிர்கொள்ள இயலாமல் ஓடி விடுகிறார். அந்த திரைப்படத்தின் இறுதியில் 1980ல் வாழ்கின்ற ஒரு பெண்ணை பற்றியை குறிப்புகளை நாம் பகிர்ந்துக்கொள்கிறோம். இது சிலருக்கு உவப்பானதாக இல்லை. ஆனால், எனக்கு அது மிகமிக அவசியமான கருத்தாகவே படுகிறது. அந்த பெண் தன் குழந்தையை பஞ்சத்தில் பறிக் கொடுத்தவள். அவளது கணவன் அவளை தனியே விட்டுவிட்டு ஓடி விடுகிறான். அவள் உண்மையை சேகரிக்க செல்லும் திரைப்பட பணியாளர்களை நோக்கி, “நீங்கள் எங்கே சென்றீர்கள் நகரத்துவாசிகளே? நீங்கள் பஞ்சத்தை பற்றிய திரைப்படம் எடுக்க வர மாட்டீர்களா? நீங்கள் எங்கே சென்றீர்கள்?” என்று கேட்கிறாள். இது என் சம காலத்திய அழுத்தமான காட்சி பதிவாகவே எனக்குப்படுகிறது.

என்னுடைய மற்றொரு திரைப்படம் நவ யுகத்திற்கு ஏற்றாற்போல், நாம் நமது வாழ்க்கைமுறையை நம்மை அறியாமலேயே எவ்வாறு மாற்றிக்கொண்டோம், நவ யுகதோடு நம்மை எவ்வாறு பொருத்திக்கொள்கிறோம் என்பதை பற்றியது. இத்திரைப்படம் பல திரைப்பட விழாக்களில் இவ்வாண்டு திரையிடப்பட்டது. இப்படத்தில், எத்தகைய பரபரப்பான நிகழ்வுகளும் நடைபெறாமலேயே நம்மை எவ்வாறு மாற்றிக்கொண்டோம் என்பதை ஆராய்ந்தேன். நான் அதனை

மிகவும் நாடகீக பாணியிலேயே படமாக்கி இருந்தேன். நாம் திரைப்படங்களை எப்போதும் நாடகீக சம்பவங்களை கோர்த்தே உருவாக்குகின்றோம். ஆனால், யதார்த்தம் இதற்கு முற்றிலும் நேர்மாறானது. நமது சராசரி வாழ்க்கையில் மிகச்சில தருணங்களில் மட்டுமே நாடகீய சூழல்களை நாம் எதிர்கொள்கின்றோம். அதனால், ஏன் நாம் அதனைப் பற்றி திரைப்படம் எடுக்கக்கூடாது - நாம் நாள்தோறும் வியக்கத்தக்க அளவில் மாறி வருகிறோம். அதாவது, ஒன்று அழிவை நோக்கி நகர்கிறோம் அல்லது வளர்ச்சியின் பாதையில் பயணிக்கிறோம். ஆனால், நமது சுய பிரக்ஞையே இல்லாமல், நாம் நம்மை இத்தகைய மாற்றத்திற்கு ஒப்புக்கொடுத்து விடுகிறோம். எனது சில நண்பர்கள் நான் எப்போதும் இருப்பதைப்போல கோபமாக இல்லை என்று சொன்னார்கள். ஆனால், நாம் நமது கோபத்தை எப்போதும் பொதுவில் வெளிப்படுத்த வேண்டுமென்கிற அவசியமெதுவுமில்லை. நாம் நமது கோபத்தை பல்வேறு முறைகளில் வெளிப்படுத்த முடியும். தனி மனிதனின் வீழ்ச்சியையோ அல்லது வளர்ச்சியையோ பதிவு செய்வதன் மூலமாக நம்மால் யதார்த்தத்தை நெருங்கிச் செல்ல முடியும்.

நீங்கள் இக்கேள்விக்கு முன்பே பலமுறை பதிலளித்துள்ளீர்கள். இருப்பினும், நான் அதையே மீண்டும் உங்களிடம் கேட்கிறேன். உங்களுடைய திரைப்படங்களை பொதுவாக "அரசியல் சினிமா" என்றே வகைப்படுத்துகிறார்கள். உங்கள் கருத்தின்படி, அரசியல் சினிமா என்பதை எவ்வாறு விளக்குவீர்கள்?

கோடார்ட் முன்பொருமுறை சொன்னதுப்போல, நீங்கள் நேரடி அரசியல் திரைப்படங்களையும் இயக்கலாம் அல்லது, ஒரு திரைப்படத்தை இயக்கிவிட்டு அதற்கு அரசியல்ரீதியான அணுகுமுறையையும் கொடுக்கலாம். ஒரு அரசியல் திரைப்படத்தை இயக்க நேரடி அரசியலில் நடைபெறும் சம்பவங்களைதான் காட்சிப்படுத்த வேண்டுமென்பதை நான் ஏற்றுக்கொள்ள மாட்டேன். அரசியல் திரைப்படம் எடுக்க உங்களின் மைய கதாப்பாத்திரம் ஒரு அரசியல் சேவையாற்றுகிறவனாக இருக்க வேண்டிய அவசியமில்லை. உங்களை சுற்றிலும் சூழ்ந்துள்ள அரசியலிடமிருந்து நீங்கள் தப்ப முடியாது. அதனால்தான் இதனை தெளிவுற விளக்க முடியாது. பார்வையாளராக உங்களுடைய கூருணர்வும், ஒரு திரைப்பட இயக்குனராக என்னுடைய கூருணர்வும் எவ்வாறு செயல்படுகிறது என்பதைப் பொறுத்ததே இது.

நீங்கள் ஆழமான தொடர்புக்கொண்டுள்ள கல்கத்தா நகரத்தின் இக்காலத்திய சமூக கலாச்சார விழுமியங்கள் ஒரு திரைப்பட இயக்குனராக உங்களது ஆக்கங்களில் எத்தகைய தாக்கத்தை ஏற்படுத்தியுள்ளது?

நான் கல்கத்தாவை ஆழமாக நேசிக்கிறேன். நான் கிழக்கு வங்காளத்தில் (வங்காளதேசம்) பிறந்து அங்கேயே கல்வியும் பயின்றிருக்கும்போதிலும், என்னையொரு கல்கத்தா நகரத்தை சேர்ந்தவனாகவே நான் கருதுகின்றேன். என்னுடைய சக திரைப்பட இயக்குனரான ரித்விக் கட்டக்கை போலல்லாமல், நான் முழுமையான கல்கத்தாவாசியாகவே உணர்கிறேன். கிழக்கு வங்காளத்தின் மீதான துயரார்ந்த நினைவுகள் எதுவும் என்னிடமில்லை. ரித்விக் கட்டக்கினுடைய கூருணர்வுகள் கிழக்கு வங்காளத்திலிருந்தே ஆழமாக வேர் கொண்டுள்ளன. ஆனால், என்னைப் பொறுத்தவரையில் கல்கத்தா நகரம்தான் எனது எல் டோரடோ. நான் அதிகமாக பயணங்களில் ஈடுபடுகிறவன். வருடத்திற்கு ஐந்து அல்லது ஆறு முறையாவது நான் வெளி நாடுகளுக்கு சென்று வருவேன். ஆனால், கல்கத்தாவுக்கு வெளியே பத்து நாட்களுக்கு மேலாக நான் தங்கியது கிடையாது. அசௌகர்யமான சூழல்களும், எண்ணற்ற சிக்கல்களும் ஏற்பட்டபோதும் கல்கத்தா நகரத்துடன் நான் உணர்வுப்பூர்வமாக பிணைக்கப்பட்டுள்ளேன். இதனை நான் தாழ்வு மனப்பான்மையில் குறிப்பிடவில்லை. கல்கத்தா தொடர்ந்து எனது சிந்தனையை தூண்டுகிறது. எனக்கு உணவு வழங்குகிறது. என்னை இளமையாக உணர செய்கிறது. ஆனால், நான் கல்கத்தாவை பற்றி திரைப்படம் எடுக்கின்றபோது, நான் ஒருவித நம்பிக்கையற்றத்தன்மையை கட்டமைக்கிறேன். உண்மையில், இது கல்கத்தாவுக்கு மட்டுமேயானதல்ல, ஒட்டுமொத்த இந்தியாவையும், இன்னும் சொல்வதென்றால், மூன்றாம் உலக நாடுகள் அனைத்தையும் கருத்தில் கொண்டுதான் நான் இத்தகைய நம்பிக்கையற்றத்தன்மையை உருவாக்குகிறேன். இன்னும் ஒரு அடி முன்னால் வைத்து, இது ஒட்டுமொத்த உலகத்தையும் பற்றிய எனது மதிப்பீடு என்றுக்கூட சொல்வேன். நாம் அவருவருக்கத்த கலாச்சாரத்தில் வாழ்ந்துக்கொண்டிருக்கிறோம். பொதுக் கலாச்சாரம் ஒன்றினை நோக்கி மிக விரைவாக நாம் முன்னோக்கி ஓடிக்கொண்டிருக்கிறோம். அறிவியல் மற்றும் தொழிற்நுட்ப துறைகளின் ஏற்பட்டுள்ள அபரிவிதமான வளர்ச்சி நியூ யார்க்கை சேர்ந்தவனுக்கும், கல்கத்தாவை சேர்ந்தவனுக்கும் ஒரு பொதுவான கலாச்சாரத்தை கட்டமைக்கிறது. நான் நமது தேசிய திரைப்படத்துறையையும் கேள்விக்குட்படுத்த விரும்புகின்றேன். திரைப்படம் தான் உருவாக்கப்படுகின்ற தேசியத்தின் நிலப்பரப்புகளை, அதன் கலாச்சாரத்தையும், மொழியையும், அதன் உணவு பழக்கங்களையும் பதிவு செய்வதையேதேசிய சினிமா தனது நோக்கமாகக் கொண்டுள்ளது. அதோடு, அது அந்நாட்டின் பணத்திலும் படமாக்கப்பட்டிருக்கும். அவ்வளவுதான். ஆனால், நீங்கள் இதனையெல்லாம் மிகவும் மேலோட்டமாக மட்டும் பதிவு செய்கிறீர்கள். இங்குதான் உங்களுக்கும் எனக்குமான வித்தியாசம் இருக்கிறது.

உதாரணத்துக்கு, என்னுடைய Ek Din Prati Din திரைப்படத்தை எடுத்துக்கொள்வோம். ஏழு உறுப்பினர்கள் கொண்ட குடும்பமொன்றில் பணிக்கு செல்கின்ற ஒரே நபரான இளம் பெண்ணொருத்தி ஓரிரவு வீட்டிற்கு வராததால் உண்டாகும் சிக்கல்களையே அப்படத்தில் நான் பேசியிருப்பேன். இதனால் அக்குடும்பத்தின் அமைதி குலைந்து ஒருவித கொந்தளிப்பான சூழல் உண்டாக்குகிறது. சமூக அமைப்பை ஒரு குறுக்குவெட்டு பார்வையில் அப்படத்தில் நான் அணுகியிருப்பேன். ஐரோப்பிய நாடுகளில் நடைபெற்ற திரைப்பட விழாக்களில் அப்படம் திரையிட்டபோது, பெரும் வரவேற்பை அத்திரைப்படம் பெற்றது. குறிப்பாக, பெண்கள் அப்படத்தால் மிகவும் கவரப்பட்டார்கள். திரையிடலுக்கு பிறகு, பல பெண்கள் திரைப்படத்தை பற்றி நிறைய கேள்விகளை எழுப்பினார்கள். நான் ஸ்காண்டிநேவிய நாடுகளை சேர்ந்த சிலரை மட்டும் கருத்தில்கொண்டு, “என்னுடைய சுய அறிவின்படி உங்களுடைய சமூகம் தாராளமய சமூகம் என்றே கருதுகிறேன். உங்களுடைய சமூகத்தில் ஓரிரவு வீட்டிற்கு வராமலிருப்பது அத்தகைய பெரும் பிரச்சனையை எழுப்பும் விஷயமாக கருதப்படுவதில்லை. என்னுடைய திரைப்படத்திற்கான உங்களுடைய எதிர்வினை என்ன?” என்று கேட்டேன். அவர்கள் உடனடியாக என்னுடைய திரைப்படம் ஆணாதிக்க மனோபாவத்தை பற்றியது என்றும் இதுவொரு உலகளாவிய பிரச்சனை என்றும் பதிலளித்தார்கள். இவ்வகையிலாக சர்வதேச பார்வையாளர்களின் கவனத்தை எனது திரைப்படங்கள் பெற்றுவிடுகின்றன. நான் எனது தேசிய சூழலை திரைப்படமாக பதிவு செய்ய விழைகின்றபோது, அது இந்தியாவிற்கு வெளியே உள்ள பார்வையாளர்களாலும் புரிந்துக்கொள்ள முடிகின்றது. இத்தகைய போக்கு தொடர்ச்சியாக நடந்துக்கொண்டுதான் இருக்கிறது. ஆணாதிக்க மனோபாவத்தை பற்றிய ரோமன் போலன்ஸ்கியின் மிகச்சிறந்த திரைப்படமான Knife in the water-ஐ நினைத்துப் பார்க்கிறேன். என்னுடைய சிறு கூறு அத்திரைப்படத்தில் பொதிந்துள்ளதை என்னால் உணர முடிகிறது. இவ்வாறாகதான் தேசிய சினிமா எனும் கருத்துருவின் மீது நான் கேள்வி எழுப்புகிறேன். திரைப்படம் அதன் விரிவடைந்த தொழிற்நுட்ப வளர்ச்சியின் காரணமாக தனக்கே உரித்தான பிரத்யேக திரைமொழியை கொண்டிருக்கிறது. அதற்கு, இந்த நாட்டு சினிமா என்கின்ற அடையாளங்கள் எதுவும் அவசியமில்லை.

உங்களுடைய திரைப்படங்களில் மற்றைய கலைகளின் தாக்கம் எந்தளவிற்கு படர்ந்திருக்கிறது? குறிப்பாக, நாடகக் கலையும் நாவல்களும் உங்களது திரைப்படங்களில் வெகுவாக ஆதிக்கம் செலுத்துவதை உணர முடிகிறது.

இத்தகைய தாக்கங்கள் எப்போதும் இருந்துக்கொண்டுதான் இருக்கின்றன. நாம் தேவையில்லாமல், கலைகளுக்கு இடையில் இடைவெளிகளை உருவாக்குகிறோம். இது கலைகளுக்குள்ளான வெளிகளை உடைக்கின்ற காலம். ஒரு திரைப்பட இயக்குனனாக, நான் நாடக கலையின் மீதே அதிகமான நெருக்கத்தை கொண்டிருக்கிறேன். நாடக கலையின் நுட்பங்களை எனது திரைப்படங்களுக்கு பயன்படுத்திக்கொள்கிறேன். அதோடு, எண்ணற்ற கவிதைகளும் என்னை ஆழமான பாதிப்புக்குள்ளாகி இருக்கின்றன. திரைப்பட கலையின் அழகியலை பற்றி எழுதும்போது, நாடகமும், கவிதைகளும் உண்டாக்குகின்ற காட்சி படிமங்களின் காரணமாக இவ்விரண்டிற்கும் இடையிலுள்ள தொடர்பினை வெளிப்படுத்திவிடுகிறேன். நாவல்களும் என்னை பெரிய அளவில் ஈர்க்கின்றன. நாவல்களிலிருந்து திரைப்படங்களை உருவாக்குகின்றபோது, நிறைய பயனுள்ள உரையாடல்களை சாத்தியப்படுத்த வாய்ப்புள்ளது. ஃபுயூட்வாங்கர் (Feuchtwanger) பேட்டில்ஷிப் பொட்டம்கின்னின் வடிவத்திலிருந்து நாவல் எழுதும் உந்துதலை பெற்றிருக்கிறார். இதே வகையில், ஐன்ஸ்டீன் ஹாலிவுட்டில் தான் இயக்கவிருந்த திரைப்படத்தில் மொனோலாக் வடிவத்தை பயன்படுத்துவதை பற்றி ஜேம்ஸ் ஜாய்ஸ்ஸுடம் நீண்ட விவாதத்தை மேற்கொண்டுள்ளார். ஆனால், அது நிகழவில்லை. அதனால், எல்லா கலைகளுக்குள்ளும் இயல்பாகவே தொடர்பு இருந்துக்கொண்டிருக்கிறது. தூய்மைவாதிகள் சொல்கின்ற பக்கம் செல்ல நான் விரும்பவில்லை. என்னை பொறுத்தவரையில், திரைப்படக்கலை என்பது பரந்த அளவில் மற்ற கலைகளின் அழகியல் தனக்குள் சுவீகரித்துக்கொள்ளக்கூடியது. ஏனெனில், திரைப்படக்கலை முற்றிலும் நவீன கலைவடிவம்.

அயல் தேசத்து இயக்குனர்களின் பாதிப்பு உங்களது திரைப்படங்களில் எவ்விதத்தில் பங்காற்றுகிறது? சத்தியஜித் ரே இத்தாலிய நியோ ரியலிச சினிமாக்களிலிருந்தும், கிரிஸ் கர்னாட் அகிரா குரோசாவா பற்றியும் குறிப்பிட்டுள்ளார்கள். யார் அல்லது எது உங்களது திரைப்படங்களில் பாதிப்பை உண்டாக்கியிருப்பதாகநீங்கள் கருதுகிறீர்கள்?

இத்தாலிய நியோ ரியலிச சினிமா எனது அறிவுப்பசிக்கு பெரும் தீனியாக இருக்கிறது. நான் இத்தாலிய நியோ ரியலிச சினிமாவால் பெரிதும் கவரப்பட்டுள்ளேன். உங்களது கதாப்பாத்திர வடிவமைப்பில் பெரிதும் பங்காற்றுகின்ற சூழல்களின் மீது பெரிய அளவில் மரியாதை செலுத்துங்கள் என்று குறிப்பிட்ட ஸவந்தியின் (Zavattini) மீது எனக்கு அதிகளவில் ஈர்ப்பு உண்டாகியிருக்கிறது. அவர் மேலும், “நாம் புற உலக யதார்த்தத்தைப் பற்றிய பிரக்ஞை இல்லாமல் இருக்கிறோம்.

அதோடு, அதனை அணுகவும் பேரச்சம் கொண்டுள்ளோம்" என்றும் குறிப்பிடுகிறார். இத்தகைய விழுமியங்களை எடுத்துக்கொண்டு அதனை நான் எனது திரைப்படங்களில் பயன்படுத்தியிருக்கிறேன். ஆனால், நான் வாழ்ந்துக்கொண்டிருக்கும் சம காலமே மற்ற எவற்றையும்விட எனது திரைப்படங்களில் அதிகளவில் ஆதிக்கத்தை செலுத்துகின்றது.

இந்தியாவின் எத்தகைய பார்வையாளர்களுடன் உங்களது திரைப்படங்களின் மூலமாக தொடர்புகொள்ள விரும்புகிறீர்கள்? படித்த நகரத்து மனிதர்களின் மீது கவனம் செலுத்துகிறீர்களா அல்லது கிராம மக்களை சென்றடைய விரும்புகிறீர்களா?

என்னுடைய திரைப்படங்களை மிகப்பெரிய எண்ணிக்கையிலான மக்களை சென்றடைகின்றது என்பதை போன்ற மகிழ்ச்சிகரமான செய்தி எனக்கு வேறொன்றில்லை. அப்படியொரு நிலையை எனது திரைப்படங்கள் அடையாதபோது, நான் உருக்குலைந்துப் போனதைப்போல உணருவேன். ஆனால், நான் அப்போது தெளிவாக நின்று, பரந்த அளவிலான மக்களின் கவனத்தை ஈர்க்க தவறிவிட்டேன் என்பதை ஒப்புக்கொள்ள வேண்டும்.

ஏன்?

ஏனெனில், நாம் எடுத்துக்கொள்கின்ற கதைக்களனோ அல்லது திரைப்பட நுட்பங்களோபெரும் திரளான மக்களை ஈர்ப்பதில்லை. இங்கு நான் ஒரு கருத்தை முன்வைக்க விரும்புகிறேன். மிக பிரபலமான ஊடகமாக கருதப்படும் திரைப்படத்தின் செல்லுபடியாகும் (Validity) காலத்தை நான் கேள்வியெழுப்ப நினைக்கிறேன். எனக்கு இதுவொரு அபாயகரமான விஷயமாகவே படுகிறது. ஒரு தீவிர வாசகர், படித்துக்கொண்டிருக்கும்போது எப்படி வாக்கியங்களுடன் குறுக்கீடு செய்கிறாரோ அதுபோலத்தான் திரைப்படங்களையும் பார்க்க பழக வேண்டும். ஓவியத்தை பார்க்கும்போதோ, இசையை ரசித்துக்கொண்டிருக்கும்போதோ, படித்துக்கொண்டிருக்கும்போதோ நாம் உண்டாக்குகின்ற குறுக்கீடு ஏன் திரைப்படங்களை பார்க்கும்போதும் நிகழக்கூடாது. திரைப்பட இயக்குனராக நான் எந்த அளவிற்கு மிகப்பெரிய பார்வையாளர்கள் வட்டத்துடன் வலுவான தொடர்பை ஏற்படுத்திக்கொள்ள விழைகிறேனோ அதே அளவில், என்னுடைய திரைப்படங்கள் எவ்வாறு புரிந்துக்கொள்ளப்படுகிறது என்பதும் எனக்கு மிகமிக முக்கியத்துவமானது. திரைப்படத்துறை பார்வையாளர்களின் கூருணர்வின் மீது எத்தகைய அவலமான தாக்கத்தை உண்டாக்கியுள்ளது என்பதை என்னால் புரிந்துக்கொள்ள முடிகின்றது. நான் தொடர்ச்சியாக இவ்வகையிலான போக்கினை எதிர்த்தபடியேதான் திரைப்படங்களை உருவாக்கிக்கொண்டிருக்கிறேன்.

எனது முந்தைய கால திரைப்படங்களில் கையாளப்பட்ட முறைமைக்கும் இப்போது கையாளப்படும் முறைமைக்கும் நிறைய வேறுபாடுகள் உள்ளதை என்னால் உணர முடிகின்றது. என்னுடைய படங்களின் சீரிய தரத்தைப்போலவே இப்போது பார்வையாளர்களிடமும் மகத்தான மாற்றங்கள் ஏற்பட்டிருக்கின்றது. முன்பு, நான் படங்களை இயக்கியபோது, ஒருவேளை இதுவேக்கூட எனது இறுதித் திரைப்படமாக இருக்கலாம் என்ற எண்ணத்திலேயேதான் திரைப்பட பணிகளில் ஈடுபடுவேன். ஆனால், இப்போது நானொரு சந்தைப்படுத்தலுக்கு ஏற்ற பண்டமாக மாறியிருப்பது புரிகிறது. ஏனெனில், சிலர் என்னிடம் இப்போது திரைப்படங்களை இயக்க அணுகுகிறார்கள். முந்தைய காலத்தில், இதுபோன்ற அனுபவம் எனக்கு உண்டானதில்லை. இப்போது, எனது திரைப்படங்களுக்கான பார்வையாளர்கள் அயல்நாடுகளில்கூட இருக்கிறார்கள் என்பதாலேயே இது சாத்தியமாகியுள்ளது. என்போன்ற தொடர்பாளருக்கு கிடைத்த மிகப்பெரிய விஷயமாக இதனை கருதுகிறேன்.

இத்தகைய போக்கு கடந்த ஐந்து வருடங்களாக இருந்துக் கொண்டிருக்கிறதா?

கடந்த ஐந்திலிருந்து ஏழு வருடங்களாக இப்போக்கு இருந்துக் கொண்டிருக்கிறது. மிகமிக மிதமாகவும், அதே சமயத்தில், வலிமையாகவும் இது நடந்துக்கொண்டிருக்கிறது. அதற்காக நான் உடனே ஒரு அலங்கரிக்கப்பட்ட திரைப்படத்தை எடுத்துவிட மாட்டேன். சிலர் நினைத்துக்கொண்டிருப்பதைப்போல வாழ்க்கை அழகாகவும் எளிதாகவும் நகர்ந்துக்கொண்டிருக்கவில்லை. அவர்கள் ஓரிரு திரைப்படங்களை உதாரணமாக சொல்வார்கள். ஷியாம் பெனகலின் சக்ரா (Chakra) திரைப்படத்தை எடுத்துக்கொள்வோம். வெகுஜன பார்வையாளர்களின் தேவையை பூர்த்திச் செய்துக்கொண்டே, நாம் விரும்புகின்ற வகையில் திரைப்படங்களை எடுக்கிறவர்களை பார்த்திருக்கிறேன். ஆனால், சக்ராவில் பலவும் தேவையற்றதாகவும், சகிக்க முடியாததாகவும் இருந்தது. பாக்ஸ் ஆபீஸ் கலெக்ஷனை நோக்கமாக கொண்டே இவ்வகையிலான ஜோடிப்புகள் விமர்சையாக திரைப்படத்தில் பயன்படுத்தப்படுகின்றன. இதுபோன்ற செயல்பாடுகள் என்னை மிக எளிதாக காயப்படுத்துவிடுகின்றன. என்னைப்போன்றவர்களை அபாயகரமான இடத்திற்கு நக்ர்த்திச் செல்லும் போக்கு இது.

நீங்கள் உங்களது திரைப்படங்களோடு சமரசம் செய்துக்கொள்ள விரும்பியதில்லையா?

நிச்சயமாக இல்லை. இப்போது வரையிலும், நான் எனது

மனசாட்சிக்கு நேர்மையாக இருந்தே எனது திரைப்படங்களை இயக்கிக்கொண்டிருக்கிறேன். பெருந்திரளான பார்வையாளர்களை நெருங்க முடியாததால், சிலமுறை நான் சிதைந்திருக்கிறேன். பல சமயங்களில் பட்டவர்த்தனமான தோல்வியையும், எதிர்பாராத வெற்றியையும் அடைந்திருக்கிறேன். ஆனால், நான் ஒன்றை குறிப்பிட விரும்புகிறேன். நம்முடைய துப்பாக்கியின் குறி ஒரு அங்குலம்கூட ஒருபோதும் விலகிவிடக்கூடாது என்பதில் நாம் நிச்சயத்துடன் இருக்க வேண்டும். நாம் பொருளற்ற வகையில் பிரபலமடைதல் கூடாது. அவ்வப்போது என்போன்றோருக்கு இதெல்லாம் நிகழக்கூடியதுதான். திரைப்பட விழாக்களில் நாம் தனித்து தெரியத் துவங்கும் தருணத்திலேயே நமது பிரபலத்துவம் கட்டமைக்கப்பட்டுவிடுகிறது. அதிக பிரபலமடைந்த திரைப்பட விழாவில் ஒன்றில், ஏதேனுமொரு இயக்குனர் கொண்டாடப்பட்டு, ஹாலிவுட் அவரை அணுகுகிறது என்றால், அதோடு அவருடைய படைப்புத்திறன் உதிர்ந்துவிடும் என்றே கருதுகிறேன். பலருக்கும் இது நிகழ்ந்திருக்கிறது. நான் அவர்களுடைய பெயர்களை குறிப்பிட விரும்பவில்லை, ஏனெனில் அவர்களில் பலரும் என்னுடன் நெருக்கமான நண்பர்களாக இருக்கின்றவர்கள்.

திரைப்பட தணிக்கைக் குழுவினருடன் எதிர்கொண்ட பிரச்சனைகளை பற்றி சொல்ல முடியுமா?

திரைப்பட தணிக்கைக் குழுவினருடன் இதுவரையில், பெரியளவில் மோதல்கள் எதுவும் எனக்கு ஏற்படவில்லை. ஒரு திரைப்பட இயக்குனராக, நாம் செயல்பட வேண்டிய எல்லையை நான் தெளிவாக அறிந்து வைத்திருக்கிறேன். அதே சமயத்தில், இந்தியாவிற்கு வெளியிலும் எனக்கு பார்வையாளர்கள் இருக்கிறார்கள் என்பதால், என்னுடைய திரைப்படத்தை அணுகும்போது தணிக்கைக் குழுவினர் அதிக விழிப்புடனே செயல்படுகிறார்கள். அதோடு, முந்தைய ஆண்டுகளைவிட அரசின் போக்கு சிறிய அளவில் மேம்பட்டிருக்கிறது. முன்பெல்லாம் தணிக்கைக் குழுவினரின் மிகமிக முட்டாள்தனமாக செயல்பட்டுக்கொண்டிருந்தார்கள். ஆனால், இப்போது படத்துக்கு தக்கவாறு அவர்களது அணுகுமுறையில் சில மாற்றங்கள் ஏற்ப்பட்டுள்ளது. இருப்பினும், நான் அமைதியாகதான் இருக்க வேண்டும். வருங்காலங்களில், தணிக்கைக் குழுவினரின் அணுகுமுறை எவ்விதத்தில் இருக்கும் என்பதுப் பற்றி எனக்கு எதுவும் தெரியாது.

உங்களுடைய AakalerSandhaney திரைப்படம் சத்தியஜித் ரேயின் AshaniSanketயின் உந்துதலில் உருவாக்கப்பட்டதா? ஏனெனில், இரண்டு திரைப்படங்களும் 1943ல் ஏற்பட்ட பஞ்சத்தையே பேசுபொருளாகக் கொண்டுள்ளன.

நிச்சயமாக இல்லை. நான் வங்கத்தில் நிலவிய பஞ்சத்திற்கு இடையில் வாழ்ந்திருக்கிறேன். அதனால், எனது மனதில் பல வருடங்களாகவே பஞ்சத்தை பற்றிய திரைப்படம் எடுக்க வேண்டுமென்கிற எண்ணம் இருந்தது. நான் 1960ல் BaisheySravan *என்றொரு திரைப்படத்தை இயக்கினேன். அப்படம் ஐந்து மில்லியன் மக்களை பலிகொண்ட பஞ்சம் நிலவிய வருடங்களில் ஒரு ஆணுக்கும் பெண்ணிற்கு இடையிலான உறவில் நிலவிய முரண்பாடுகளை பற்றியது. நான் அப்போது எண் விளையாட்டுகளில் (இறந்தவர்களின் எண்ணிக்கை) அதிக கவனத்தை குவிக்கவில்லை. அத்தகைய அபாயகரமான பேரழிவு எப்படி ஆண் - பெண் உறவுக்கு இடையில் அதீத குரூரத்தை உண்டாக்குகின்றது என்பதையே கவனத்தில் கொண்டிருந்தேன். அவர்கள் முழுதாக மனித பண்புகளை தொலைத்து மரணத்தின் நிழலில் நின்றுக்கொண்டிருப்பவர்கள். அவர்கள் அவ்வாறு மாறியதற்கு பஞ்சமே பிரதான காரணம் என்பதையே நான் அதில் தெளிவுப்படுத்த விரும்பினேன். 1960ஆம் ஆண்டின் வெனிஸ் திரைப்பட விழாவில் திரையிடப்பட்ட இப்படம்தான் (*BaisheySravan*) அயல் நாடுகளில் திரையிடப்பட்ட எனது முதல் திரைப்படமாகும்.*

அதனால், நீங்கள் குறிப்பிட்ட AshaniSanket *திரைப்படத்திற்கும் என்னுடைய* Aakaler Sandhaney *திரைப்படத்திற்கும் ஒரு தொடர்புமில்லை. ரேயின் மீதான விமர்சனமாக நான் இதனை குறிப்பிடவில்லை. ரேவை நான் மகத்தான படைப்பாளியாக கருதுகிறேன். அவர்தான் இந்திய சினிமாவில் முன்னோடியாக இருந்தவர். அதோடு, மாற்று சினிமாவிற்கான அடித்தளத்தை அமைத்துக் கொடுத்தவர். ஆனால் அவருடைய* AshaniSanket *என்னை ஈர்க்கவில்லை. பஞ்சத்தைத் பற்றிய அத்திரைப்படம் மிகவும் அழகாக உருவாக்கப்பட்டிருந்தது.*

இந்தியாவில் நவ சினிமாக்கள் உருவெடுக்கப் போகின்றனவா? 50களில் பிரெஞ்சும், 60களில் கிழக்கு ஐரோப்பாவும், 70களில் ஜெர்மனியும் சினிமாவை தங்கள் வசம் வைத்திருந்ததைப்போல 80களை இந்திய திரைப்படங்களின் காலக்கட்டம் என்று வரையறுக்கலாமா?

என்னால் எதையும் உறுதியாக சொல்ல முடியவில்லை. ஆனால், இந்திய சினிமாவில் இப்போது நிகழ்ந்துக்கொண்டிருக்கும் மாற்றங்களை வைத்துப் பார்க்கின்றபோது, ஒருவேளை வருங்காலங்களில், இந்திய சினிமா ஒரு வழிகாட்டுதலை நிகழ்த்தலாம். இப்போதெல்லாம், வளர்ந்த நாடுகளில் உருவாக்கப்படும் திரைப்படங்கள் தொடந்து எனக்கு அதிருப்தியைதான் உண்டாக்கி வருகின்றன.

மூன்றாம் உலக நாடுகளில் உருவாக்கப்படும் திரைப்படங்களை பற்றிய உங்களது அபிப்ராயம் என்ன? குறிப்பாக லத்தீன் அமெரிக்க மற்றும் ஆப்பிரிக்க நாடுகளில் உருவாக்கப்படும் திரைப்படங்களை எப்படி பார்க்கிறீர்கள்?

அங்கிருந்து உருவாக்கப்படும் பல திரைப்படங்கள் என்னை கவர்ந்திருக்கின்றன. அவர்கள் தங்களது சமூகத்தில் நிலவுகின்ற அநீதிகளை, தங்களுக்கு இழைக்கப்படும் துரோகங்களை திரைப்படங்களின் மூலமாக மிகவும் வலிமையாக உருவாக்குகிறார்கள். மூன்றாம் உலக நாடுகளில் திரைப்பட இயக்குனர்கள் பல அடுக்குகளில் இயங்கிக்கொண்டிருக்கிறார்கள். என்னுடைய வாழ்த்துக்கள் அவர்களுக்கு எப்போதும் உண்டு. ஆனால், சில முரண்பட்ட கருத்துக்களையும் நான் வெளிப்படுத்த வேண்டும். பலமுறை என்னிடம் அயல் நாடுகளில் வாழ்கின்ற இந்தியர்களின் அவல நிலையை படமாக்கச் சொல்லி அணுகியிருக்கிறார்கள். அவர்களுக்கு என்னுடைய பதில் “எப்போதுமே எனக்கு அவ்விவகாரங்களில் ஈடுபாடு இல்லை” என்பதே. சில ஆப்பிரிக்க இயக்குனர்கள் பாரீஸிலும் லண்டனிலும் வாழ்கின்ற ஆப்பிரிக்க மக்களின் துயரத்தை தங்களது திரைப்படங்களின் கதைக்களன்களாக எடுத்துக்கொள்கிறார்கள். ஆனால், அவர்கள் தங்களது நாட்டில் எதிர்கொள்கின்ற பிரச்சனைகளை தங்களது திரைப்படங்களில் வெளிப்படுத்த வேண்டும் என்றே விரும்புகிறேன்.

நவ இந்திய சினிமா சமூகத்தில் தீவிரமான மாற்றங்களை உண்டாக்கும் என்று நம்புகிறீர்களா?

சில மாற்றங்கள் நடக்கின்றன. ஆனால், திரைப்படம் ஒன்றும் துப்பாக்கி இல்லையே. உடனடியாக மாற்றங்களை உண்டாக்கிவிட. திரைப்படம் ஒரு சூழலை உண்டாக்குகிறது. அவ்வளவுதான். துப்பாக்கி தன்னுடைய பணியினை செய்திடும். புத்தகங்களும் திரைப்படங்களும் மட்டுமே புரட்சியை உண்டாக்கிவிடாது. அவ்வப்போது, எனது நண்பர்கள் சிலர் புரட்சிகரமான திரைப்படம் ஒன்றை இயக்கச் சொல்லி என்னை வற்புறுத்துவார்கள். அவர்கள் திரையில் ஒரு புரட்சியை பார்ப்பார்கள். அதோடு, எல்லாமும் முடிந்துவிடும். அதோடு, ஒரு போராளியின் பணி முடிவடைந்துவிடுகிறது. இயல்பு வாழ்க்கையில் புரட்சிக்கார நடவடிக்கைகளுக்கு வெகு சிறிய அளவில் பங்காற்றிக்கொண்டு, அவர்கள் வழக்கம்போல தங்களது தினசரி நடவடிக்கைகளில் ஈடுப்பட்டுக்கொண்டிருப்பார்கள்.

★★★

நாடுகள் உருவாகும் முன்பாகவே அகதிகள் உருவாகிவிட்டார்கள்!

– அய் வீய்வீய்

உலகம் முழுவதும் பல்வேறு காரணங்களால் சொந்த நாட்டிலிருந்து வெளியேறி அகதிகளாக அலைவுற்றுக் கொண்டிருக்கும் மனித குழுக்களின் பாடுகளை பதிவு செய்திருக்கிறது, அய் வீய்வீய் (Ai Wei-wei) இயக்கியுள்ள ஹியூமன் ஃபுளோ (Human Flow) எனும் ஆவணப்படம். அய் வீய்வீய் மிக பிரபலமான ஆவணப்பட இயக்குனர் என்பதோடு கள போராளியாகவும் தொடர்ந்து செயலாற்றிக் கொண்டிருக்கிறார். சீனா தேசத்தில் அரசுக்கு எதிரான அவரது செயல்பாடுகளுக்காக 81 தினங்கள் சிறையில் அடைக்கப்பட்டார். நிலநடுக்கமொன்றில் உயிரிழந்த பள்ளி மாணவர்களின் பெயர்களையும், எண்ணிக்கையும் களத்தில் இறங்கி பணியாற்றி பதிவு செய்ததாலேயே அவருக்கு இந்த தண்டனை வழங்கப்பட்டது. அதன்பிறகு, சீனாவில் இருந்து வெளியேறி தற்போது ஜெர்மனியில் உள்ள பெர்லின் நகரத்தில் வாழ்ந்துக் கொண்டிருக்கிறார்.

கடந்த பதினைந்து வருடங்களாக ஆவணப்படங்களை இயக்கிக் கொண்டிருக்கும் அய் வீய்வீய்யின் சமீபத்திய ஆவணப்படம் ஹியூமன் ஃபுளோ. ஹியூமன் ஃபுளோ வெனிஸ் திரைப்பட விழாவில் திரையிடப்பட்டது. உலகம் முழுக்க உறக்கமற்று அலைந்து திரியும் மனிதர்களை இப்படம் நமக்கு அறிமுகப்படுத்துகிறது. அரசுகள் தம் தரப்பு வாதங்களை முன் வைக்கின்றன. தன்னை சுற்றி நிகழும் எதுவொன்றை குறித்தும் புரிதலற்ற சிறுவர்கள் வெறித்துப் பார்த்தபடி இருக்கிறார்கள். கழுகு பார்வையில் எறும்புகளைப்போல நிலவெளியில் ஊர்ந்து திரிகிறார்கள் அகதிகள். அய் வீய்வீய்யின் இந்த ஆவணப்படம் சொந்த நிலத்திலிருந்து இடம்பெயரும் மனிதர்களின் பயணத்தை, அவர்களின் நம்பிக்கைகளை, அவஸ்தைகளை, புறக்கணிப்புகளை பதிவு செய்திருக்கிறது. மனித மாண்புகளை குறித்தும், அடுக்குமுறைகளுக்கு எதிராகவும் தனது படங்களில் துணிச்சலுடன் பேசுகின்ற அய் வீய்வீய்யிடம் அமெரிக்காவும் முண்ணனி பத்திரிகைகளில் ஒன்றான சினியேஸ்டே (Cineaste) மேற்கொண்ட நேர்காணலின் தமிழ் வடிவமிது.

ஹியூமன் ஃபுளோ உங்களது வார்த்தைகளில் "அகதிகளுடனான அகவய பயணம்". நீங்கள் உங்களது சொந்த நாட்டிலிருந்து வெளியேறி இருக்கிறீர்கள். அது இந்த ஆவணப்படத்தில் பதிவு செய்யப்படவில்லை. நீங்கள் உங்கள் சொந்த வாழ்க்கையை பற்றி பேசுவீர்களா?

நான் 1957ஆம் வருடம் பிறந்தேன். அதே வருடத்தில்தான், சீனாவில் மிக பிரபலமான கவிஞராக போற்றப்பட்ட எனது தந்தை அய் குயிங் (Ai Qing), நாடு முழுவதிலும் இருந்த அரை மில்லியன் அறிவார்ந்த மக்களுள் ஒருவராக, ஊழியர்கள் குடியிருப்புக்கு வலுகட்டாயமாக மாற்றப்பட்டார். அதனால், எனது குடும்பம் பீய்ஜிங் நகரத்திலிருந்து, மிக ஒதுக்குப்புறமாக இருந்த ஜிங்ஜியாங் பிரதேசத்திற்கு (Xingjiang Province) இடம்பெயர்ந்தது. அந்த ஊழியர் குடியிருப்பில்தான் நான் வளர்ந்தேன். 1966ல் துவங்கிய கலாச்சார புரட்சி நிலைமையை மேலும் மோசமானதாக மாற்றியது. எனது தந்தை பொது கழிப்பறைகளை சுத்தம் செய்யும்படி வற்புறுத்தப்பட்டார். நான் அக்காலங்களில் பள்ளியில் பயின்று கொண்டிருந்தேன் என்றாலும், என்னால் அன்றைய தினங்களில் நாங்கள் அனுபவித்துக் கொண்டிருந்த கொடுமைகளை இன்னமும் நினைவில் வைத்திருக்க முடிகிறது. கொடும் கனவை போல என்னுள் ஆழமாக அன்றைய தினங்கள் தங்கிவிட்டன. அரசு எங்களை மக்களுக்கு விரோதமானவர்களாகவும், புரட்சியாளர்களுக்கு எதிரானவர்கள் என்றும் பொய் பிரசாரம் மேற்கொண்டது. இதனால், எங்கள் மீது மிகவும் அருவருக்கத்தக்க பிம்பம் விழுந்துவிட்டது.

சிறுவயது நான் அனுபவித்த துயரங்கள் எனக்கு உணர்த்தியது என்னவென்றால், நமக்கு எதிரான சித்திரம் ஒன்று திட்டமிட்டு உருவாக்கப்படுகிறது என்றால், மக்கள் மனங்களில் நாம் என்றென்றைக்கும் அதே பிம்பங்களோடு வாழ பழகி கொள்ள வேண்டியதுதான். நம்மால் மக்கள் மனங்களை ஒருபோதும் மாற்ற முடியாது. நம்மால் தப்ப முடியாது. இன்றைக்கு அகதிகளின் நிலையையே எடுத்து கொள்ளுங்கள். உலகம் முழுவதும் 65.5 மில்லியன் மக்கள் அகதிகளாக நாடற்று பல்வேறு இன்னல்களை சந்தித்து வருகிறார்கள். அவர்களில் ஒருவரும் தங்களது தாய் நாட்டை விட்டு வெளியேறும் விருப்பம் கொண்டவர்கள் அல்ல. இன்றைக்கு அவர்களில் எவருமே திரும்பி செல்லவும் தயாராக இல்லை. அவர்கள் வெவ்வேறு மொழி இன கலாச்சார அடையாளங்களை கொண்டவர்கள் என்றாலும், இன்றைக்கு அவர்கள் அகதிகள். போர்களாலும், வறுமையினாலும், சுற்றுசூழல் மாறுபாட்டாலும், சொந்த நிலங்களை துறந்து வெளியேறியவர்கள். அவர்கள் அனைத்தையும் இழந்தவர்கள்.

இப்போது நீங்கள் ஜெர்மனியில் வசித்து வருகிறீர்கள். சீனாவிற்கு திரும்பி செல்லும் எண்ணம் உங்களுக்கு இருக்கிறதா?

அரசியல்ரீதியிலான கருத்து வேறுபாடுகள் கொண்டவன் என்பதால், நான் எனது சொந்த தேசம் என்று சொல்லக்கூடிய சீனாவில் மிகப்பெரிய அளவில் அச்சுறுத்தலுக்கு உள்ளாகி வருகிறேன். முந்தைய காலங்களில் என்னை சிறையில் அடைத்திருக்கிறார்கள். அது சிறைக்கூட அல்ல. என்னை கடத்தி விட்டார்கள் என்றுதான் சொல்ல வேண்டும். என்னால் எனது குடும்பத்துடனோ அல்லது எனது வழக்கறிஞர் உடனோ தொடர்பு வைத்துகொள்ள முடியாது. காவல்துறையினரின் கட்டுபாடற்ற தாக்குதலுக்கு உள்ளாகி இருக்கின்றேன். பெரும் போராட்டத்திற்கு பிறகே எனது உயிர் காவல்துறையினரிடமிருந்து மீட்கப்பட்டிருக்கிறது. ஷாங்காய் நகரத்தில் இருந்த எனது ஸ்டூடியோ தரை மட்டமாக்கப்பட்டிருக்கிறது. 15 மில்லியன் யென் என் மீது வரியாக சுமத்தப்பட்டது. வெளியுலகை தொடர்பு கொள்ள இயலாத வகையில் காவல்துறையினர் என்னை கண்காணித்தபடியே இருந்தனர். நான் எனது கருத்தை சுதந்திரமாக வெளிப்படுத்தியதற்காகவே வெளியேற்றப்பட்டேன்.

நான் ஒரு கலைஞன் என்றாலும், சீனாவில் சுய வெளிப்பாட்டுத்தன்மை என்பது வரையறைக்கு உட்பட்டதே. என்னுடைய பெயர் சீனா முழுவதும் இணையதளங்களில் பிளாக் செய்யப்பட்டிருக்கிறது. நான் வேறு பெயர்களில் என்னை வெளிப்படுத்திக் கொள்ள முயன்றாலும்கூட, எளிதாக அதனை கண்டுப்பிடித்து எனது பதிவுகளை நீக்கி விடுகிறார்கள். பெரும்பாலான அயல்நாட்டு சமூக வலைதளங்கள் சீனாவில் தடை செய்யப்பட்டிருக்கின்றன. பேஸ்புக், டிவிட்டர் போன்றவைகள் அங்கு பயன்பாட்டில் இல்லை. கிட்டதட்ட எனது இருப்பையே கேள்விக்குள்ளாக்கும் நடவடிக்கை அது. அதனால்தான் நான் அங்கிருந்து வெளியேற்றப்பட்டேன்.

எழுபதுகளின் இறுதி ஆண்டுகளில் நீங்கள் பீய்ஜிங் பிலிம் அகாடமியில் பயின்றீர்கள். ஆனால், நீங்கள் நியூ யார்க் நகரத்திற்கு வந்த பிறகும், 2003 வரை படங்கள் இயக்கவில்லை. சரியாக எப்போது நீங்கள் திரைப்படங்களின் பக்கம் மீண்டும் திரும்பினீர்கள்?

ஒரு கலைஞனாக எனது போராட்டங்கள் அதிகமானவை. என்னுடைய கருத்துக்களை வெளிப்படுத்த நான் சரியாக மொழியையயும், ஊடகத்தையும் கண்டுகொள்ள வேண்டும். நான் திரைப்பட அகாடமியில் பயின்றேன் என்றாலும், அங்கு திரைப்பட கல்வியை நான் நிறைவு செய்யவில்லை. அமெரிக்காவுக்கு செல்லும் முன்பாக இரண்டு வருடங்கள் நான் திரைப்பட பள்ளியில் இருந்தேன். அப்போது திரைத்துறை கம்யூனிஸ ஆட்சியாளர்களின் கைகளில் இருந்தது.

அத்தகைய சூழலில் திரைப்படங்கள் இயக்குவது எளிதான காரியமல்ல. அரசுக்கு ஆதரவான பிரச்சார திரைப்படங்களை மட்டுமே நீங்கள் இயக்க முடியும். அதனால் என்னால் அங்கு இயங்க முடியவில்லை. நான் அமெரிக்காவுக்கு பயணப்பட்டேன். அங்கும் ஒரு அகதியாக திரைப்படங்களை இயக்குவது அத்தனை சுலபமானதாக இல்லை. எனக்கு அந்த மொழியும் தெரியாததால் மிகவும் சிரமப்பட வேண்டியிருந்தது. அதனால் நியூ யார்க் நகரத்திற்கு திரும்பிய நான் அங்கு புகைப்படங்களை எடுக்க ஆரம்பித்தேன்.

உங்களது முந்தைய ஆவணப்படம் ஒன்றில் "சுதந்திரத்தை ஒருமுறை நீங்கள் அனுபவிக்க நேர்ந்தால், உங்களது ஆன்மாவை அது கிளர்த்தி விடும். பின் ஒருபோதும் அதனை எவராலும் உங்களிடமிருந்து எடுக்க முடியாது" என்று சொல்லியிருக்கிறீர்கள். வாழ்க்கையை மாற்றும் சுதந்திரம் என்பது பற்றிய உங்களது புரிதல் என்ன? உங்களது கலையில் அது எவ்விதத்தில் வெளிப்படுகிறது?

சுதந்திரம், போராட்டத்தில் இருந்தே கிடைக்கிறது. போராட்டம் இல்லாமல் சுதந்திரம் என்று ஒன்று இல்லை. சுதந்திரம் என்றொரு நிலை இல்லை. அது அடுக்குமுறைகளுக்கு எதிராக கிளர்ச்சி செய்வதன் வழியாகவே அர்த்தம்கொள்கிறது. இத்தகைய சுதந்திரம் நமது வாழ்க்கையையே மாற்றிவிடுகிறது. வேறு வார்த்தைகளில் சொல்வதென்றால், வாழ்க்கையென்பது ஒரு வெற்று சட்டகம். நாம் நமது சுதந்திரத்தை கொண்டு அதனை நிரப்ப வேண்டும். அது மிக கடுமையான போராட்டத்தை கோருகின்ற செயல். சுதந்திரத்திற்காக போராடுவது என்பது, அரசியலுக்கு எதிராகவும், கருத்தியல் வாதங்களுக்கு எதிராகவும், தனி மனிதனை ஒடுக்குகின்ற சமூக அமைப்புகளுக்கு எதிராகவும் போராடுவதாகும்.

ஹியூமன் ஃபுளோ படத்திற்கான உந்துதல் எப்போது உண்டானது?

கிரீஸ் நாட்டிற்கு நான் ஒருமுறை சென்றுக் கொண்டிருந்தேன். அந்த நாட்டின் தீவு ஒன்றிற்கு பெரும் அளவிலான அகதிகள் வந்துக் கொண்டிருப்பதை நான் அறிந்திருந்தேன். நான் உடனடியாக எனது ஐ போனில் அவர்களை படம்பிடிக்க துவங்கினேன். அதுதான் எனக்கு படம் பிடித்தல் என்பது எளிமான செயல் என்பதை எனக்கு உணர்த்தியது. நான் எனது குழுவினரையும் அங்கு வரவழைத்து படம் பிடித்தேன். அப்போதுதான் இந்த சிறிய குழுவை வைத்துக்கொண்டு பணியாற்ற முடியாது என்பதை புரிந்துகொண்டேன். ஏனெனில் நாங்கள் பல பகுதிகளுக்கு செல்ல வேண்டி இருந்தது. மக்களின் எண்ணிக்கை அதிகளவில் இருந்தது. அதனால் நாங்கள் பத்து குழுவாக பிரிந்து பல்வேறு பகுதிகளுக்கு பயணித்து படம் பிடித்தோம். அப்படித்தான் இந்த பணி துவங்கியது.

அதிகளவில் உழைப்பை கோருகின்ற பணியாக அது இருந்ததா?

ஒருக்கிணைக்கும் பணியினை நான் சிறப்பாக செய்து விடுவேன். பேரிடர் தருணங்களில் செயல்பாட்டாளனாக இருந்திருக்கிறேன் என்பதால் இது எனக்கு சுலபமான பணியே.

ஹியுமன் ஃபுளோ ஆவணப்பட உருவாக்கத்தில் நீங்கள் எதிர்கொண்ட சிக்கல்கள் என்னென்ன?

ஹியுமன் ஃபுளோ உருவாக்க சிக்கல்கள் என்றால் அதன் உள்ளடக்கம் மற்றும் வடிவத்தையே பிரதானமாக சொல்ல வேண்டும். அகதிகள் எனக்கு பிரச்சனையாக இல்லை. மனித குழுக்களின் போராட்ட வரலாறு மனிதர்கள் உலகத்தில் தோன்றிய காலத்திலிருந்தே இருந்துக்கொண்டிருக்கிறது. அதாவது கோடுகளின் மூலமாகவும் நிலம் பிரிக்கப்பட்டு நாடுகளாக அவை உருவாவதற்கு முன்பிருந்தே, மனிதர்களின் போராட்டங்கள் தொடர்ந்துக்கொண்டுதான் இருக்கிறது. ஆப்பிரிக்காவுக்கு வெளியில், எகிப்துக்கு வெளியில், பைப்பில் காலத்திற்கு முன்பும், இரண்டு உலக போர்களின் காலத்திலும் மனிதர்களின் இடம்பெயர்வும் ஒருபோதும் நின்றபாடில்லை. புதிதாக, எல்லை சுவர்களும் முள்வேலிகளும் கட்டியெழுப்பப்பட்டன. பெர்லின் சுவர் தகர்க்கப்பட்டபோது, உலகத்தில் அதுப்போலவே ஏழு பெரிய தடை சுவர்கள் இருந்தன. தற்போது அந்த எண்ணிக்கை எழுபதாக உயர்ந்திருக்கிறது. டிரம்ப் விரைவில் மெக்சிகோவின் எல்லையில் மிக நீண்ட சுவர் ஒன்றை எழுப்பப் போகிறார். இத்தகைய நடவடிக்கைகள் மிக நெடிய வரலாறு கொண்டது. இடம்பெயர்வு போர்களினாலும், வறுமையினாலும் வரலாறு நெடுக நடந்தபடியேதான் இருக்கிறது.

ஆக, மனிதர்களின் இடப்பெயர்வை தெளிவுற ஆவணப்படுத்த சிறப்பான ஒரு வடிவம் எனக்கு தேவையாய் இருந்தது. வரலாற்றுரீதியில் இதனை புரிந்துகொள்ள அகதி வாழ்க்கை குறித்தும், இடப்பெயர்வு குறித்தும் எழுதப்பட்ட பெரும்பாலான இலக்கிய பிரதிகளையும், கவிதை புத்தகங்களையும் நாங்கள் பயில வேண்டி இருந்தது. நாங்கள் பைபிளில் எழுதப்பட்டவைகளை படித்தோம். குரானையும் வாசித்தோம். புத்த துறவிகள் மனித இடப்பெயர்வுகளை எவ்விதமான கண்ணோட்டத்தில் வெளிப்படுத்தியிருக்கிறார்கள் என்பதையெல்லாம் தீவிரமாக படித்தோம். அதே தருணத்தில் யதார்த்தத்தில் எங்களின் முன் வீடுகளையும், நிலங்களையும் இழந்து பரிதவித்து நிற்கும் குழந்தைகளையும், முதியவர்களை எதிர்கொள்ள வேண்டும். இது மிகமிக துன்பகரமானது. அழுகையும், ஓலமும், அனாதரவற்ற நிலையையும் நம்மால் எளிதில் கடந்துவிட முடியாது. நிலமற்ற குரல்களில் உறைந்திருக்கின்ற பெரும் துயரத்தை நீங்கள் செவியுற

வேண்டும். இதனை எதிர்கொள்வதுதான் உண்மையான சிக்கலாக இருந்தது. இதனையெல்லாம் சரியாக ஆவணப்படுத்த செறிவான வடிவம் ஒன்றை கண்டுபிடிக்க வேண்டும்.

ஆவணப்படம் ஐரோப்பியாவிற்கு வருகின்ற அகதி குழுக்களை காண்பித்தபடியே துவங்குகிறது. ஆனால், அவர்கள் படம் நெடுகிலும் அலைவுற்றபடியே இருக்கிறார்கள். அவர்கள் எங்கும் தங்கவும் இல்லை, பின் திரும்பி செல்லவும் இல்லை.

துவக்கத்திலேயே எங்களுக்கு புரிந்தது என்னவென்றால், நாங்கள் எங்களை சுற்றி நிகழ்ந்துக் கொண்டிருக்கும் சம்பவங்களை பதிவு செய்துக் கொண்டிருக்கிறோம் - நிரந்தர முடிவற்ற சம்பவங்களை. இந்த படத்தில் பருந்து பார்வையில் பெரும்பாலான எங்களது கோணங்களை நாங்கள் அமைத்திருக்கிறோம். அதே சமயத்தில் மனிதர்களை மிக நெருக்கமான படங்களிலும் பதிவு செய்திருந்தோம். இப்படி முடிவற்ற ஒரு பொருளை (மனிதர்களின் நிலங்களை நோக்கிய பயணத்தை) நாங்கள் பார்வையாளர்களுக்கு உணர்வுப்பூர்வமாக கடத்துவதற்காக இந்த இரண்டு விதமான காட்சியமைப்புகளையும் நாங்கள் கோர்க்க வேண்டிருந்தது. ஒரே சமயத்தில் காட்சிரீதியில் உண்மைகளை பதிவு செய்வதோடு அதனை உணர்வுப்பூர்வமாக பார்வையாளர்களுக்கும் வழங்க முடிந்தது.

அந்த படத்தின் வடிவம் ஒரு ஆற்றின் பாய்ச்சலை பதிவு செய்வதைப்போல துவங்குகிறது. அதற்கு துவக்கமும் கிடையாது. முடிவும் கிடையாது. அது கட்டுபாடற்ற தன்மையில் இருக்கலாம். அமைதியாக இருக்கலாம். சீராக சலசலத்தபடியே நம்மை சுற்றி நகர்ந்துக் கொண்டிருக்கலாம். ஆனால் இவையெல்லாம் தற்கண பதிவுகளே. மிக நீண்ட வரலாற்றின் மிகச் சிறிய பகுதி மட்டுமே. மனிதர்களின் இடம்பெயரும் நிலை ஒருபோதும் மறைய வாய்ப்பேயில்லை. ஏனெனில், அது மனித இயல்புடன் தொடர்புடையது.

ஆவணப்படத்தில் அவ்வப்போது நீங்கள் திரையில் தோன்றும்விதமாக பதிவு செய்யப்பட்டிருக்கிறது. இத்தகைய புதிய முறையை பின்பற்றியதால், உங்களை நவயுக கலைஞன் என வரையறுக்கலாமா?

ஒரு கலைஞனுடைய செயல்பாடு ஒருபோதும் மாறாது. கலைஞர்கள் மனிதர்களுடன் நேரிடையாக நெருங்கி தங்களது படைப்புகளை உருவாக்குகிறார்கள். அப்பாவித்தனமாக கண்களையும், ஆழமிக்க இருதயத்தையும் நாம் உணர்ந்துகொள்ள வேண்டும். எதை பற்றியும் தீர்மானிக்கும் முன்பாக, கூருணர்வுடன் அவர்களை நெருக்கமாக உணர வேண்டும். சராசரி மனிதர்கள் அச்சத்தின் காரணமாகவோ அல்லது அபாயத்தின் காரணமாகவோ செல்ல அஞ்சுகின்ற இடங்களுக்கு

கலைஞர்கள் துணிச்சலுடன் திறந்த மனதுடன் எவ்வித முன்முடிவுகளுமின்றி செல்ல வேண்டும். கலைஞன் எப்போதும் முரண்பாடுகளும், அச்சுறுத்தலும் நிலைவுகின்ற இடத்தில் தன்னைபொருத்திக் கொள்வான். இத்தகைய செயல்பாட்டைதான் நான் அங்கீகரிக்கின்றேன். மற்றவை என்னளவில் காலத்தை அலங்கரித்து பதிவு செய்வது போன்றது. எந்த சமூகத்தில் தேவைகள் நிலவுகிறதோ, எந்த சமூகம் அதிகளவில் துடிப்புமிக்கதாக இருக்கிறதோ, கலை அவர்களுக்கு ஆதரவாக களத்தில் இறங்க வேண்டும்.

உங்களது ஆவணப்படத்தின் காட்சியமைப்புகள் மிகவும் மிருதுவான தொனியில் படம்பிடிக்கப் பட்டிருக்கிறது. காட்சியமைப்பின் அழகியலுக்கு அதிக முக்கியத்துவம் கொடுக்கப்பட்டிருக்கிறது. அகதி முகாம்கள் கிட்டதட்ட ஓவியங்களை போல இருக்கின்றன. இதற்கான காரணம் என்ன?

திரைப்படம் எப்போதும் அதன் இயக்குனரின் உள்ளார்ந்த உலகத்தை வெளிகாட்டுபவையாகவே இருக்கும். எனது உலகம் சார்ந்த கண்ணோட்டம் மிகமிக மூர்க்கமானது. மிக துயரார்ந்த இடங்களில் கூட உறைந்திருக்கின்ற அழகியல் கூறுகளை பதிவு செய்வது எனக்கு விருப்பமானதாக இருக்கிறது. நாம் எல்லோரும் கனவு காண்பவர்கள் என்பதும், கற்பனை திறன் மிகுந்தவர்கள் என்பதும் இதற்கான காரணங்கள். நாம் எதை பார்க்கின்றோமோ அது நம்மை திருப்திப்படுத்துவதில்லை. அதனால் நாம் யதார்த்தத்திற்கும், நமது கற்பனைகளும் இடையில் உறவொன்றை உருவாக்க விழைகிறோம். ஏற்கனவே என்னை சுற்றி நிகழ்ந்துக் கொண்டிருக்கின்ற துன்பகரமான நிகழ்வுகளுக்கு மேலும் சங்கடத்தில் ஆழ்த்துகின்ற தோற்றத்தில் கொடுக்க நான் விரும்பவில்லை. இருண்மை நிலவும் இடங்களில்கூட அழகுணர்வு சாத்தியமென்பதை நான் உறுதியாக நம்புகின்றேன். எனது படைப்புகளில் அதனை பதிவு செய்ய பிராயசைப் படுகின்றேன்.

★★★

ரஷ்யாவில் கதைகளுக்கு பஞ்சமில்லை – ஆந்த்ரேய் ஸயகிண்ட்சேவ்

சமகால ரஷ்ய திரைப்படத் துறையின் மிக முக்கியமான இயக்குனராக கருதப்படுபவர் ஆந்த்ரேய் ஸயகிண்ட்சேவ். குடும்ப உறவுகளுக்குள் நிலவுகின்ற முரண்பாடுகளையும், சிதைவுகளை இவரது திரைப்படங்கள் தொடர்ச்சியாக முன்னிலைப்படுத்தி வருகின்றன. குறிப்பாக, ஆண் பெண் உறவில் நிலவும் சிக்கல்களை ஆராய்கின்றன. ஆழ்ந்த மௌனத்தை கொண்டிருக்கும் இவரது படங்க்ள் மிக நீண்ட காட்சிகளை கொண்டவை. இவரது படத்தின் கதாப்பாத்திரங்கள் குடும்ப அமைப்புக்குள் சிக்குண்டவர்களாக இருப்பினும், அந்த அமைப்பிற்குள் இருந்தபடியே அதில் இருந்து விலகியவர்களாகவும் தனியர்களாகவும் இருக்கிறார்கள். உறவுகளுக்கு உருவாகின்ற புரிந்துகொள்ள முடியாத முரண்களை இவரது படங்கள் அதிக உண்மைத் தன்மையுடன் வெளிப்படுத்துகின்றன.

2003ல் வெளியான இவரது முதல் படமான 'தி ரிட்டர்ன்' வெனிஸ் திரைப்பட விழாவில் தங்க சிங்கம் விருதினை பெற்றது. பனிரெண்டு வருடங்களுக்கு பிறகு மகன்களை காண தேடி வருகின்ற தந்தைக்கும், அவர்களது மகன்களுக்கும் இடையில் நிலவுகின்ற அந்நியத்தன்மையை இப்படம் மையமாக கொண்டிருந்தது. இவரது அடுத்தடுத்த திரைப்படங்களும் திரைப்பட விழாக்களில் அதிகம் கொண்டாடப்பட்டன. தி பேனிஷ்மெண்ட், எலினா, லீவியாத்தன் மற்றும் சமீபத்திய திரைப்படமான லவ்லஸ் ஆகியவை கான்ஸ் விழாவில் உயரிய விருதுகளை பெற்றிருக்கின்றன. திரைப்படங்களை இயக்க துவங்குவதற்கு முன்னதாக நடிகராகவும் சில வருடங்கள் ஸயகிண்ட்சேவ் இருந்திருக்கிறார். ரஷ்ய திரையுலகின் நம்பிக்கைக்குரிய படைப்பாளியாக போற்றப்படுகின்ற ஸயகிண்ட்சேவ்விடம் மேற்கொள்ளப்பட்ட நேர்காணலின் தமிழ் வடிவமிது.

'லவ்லஸ்' திரைப்படத்தின் கதையை படமாக்க வேண்டுமென்று எதனால் முடிவு செய்தீர்கள்?

லவ்லஸ் மாஸ்கோ நகரத்தில் வாழ்கின்ற எளிய மத்திய வர்க்க குடும்பம் ஒன்றின் வலி மிகுந்த விவாகரத்தை பற்றிய திரைப்படம். விவாகரத்தை வெகு சுலபமாகவும், சாதாரணமாக செய்துவிட முடிகிறது என்பதாலேயே இந்த கதையை சொல்ல விரும்பினேன். அடித்தட்டு மக்களில் பெரும்பாலானோர் தங்களது பிள்ளைகளை முறையற்ற விதங்களில் நடத்தி அவர்களை துன்புறுத்த மாட்டார்கள். ஆனால், நம்மால் பன்பட்ட மனிதர்களாக கருதப்படுகின்ற, வாழ்க்கையை நன்கு அறிந்துக் கொண்டவர்கள் என்று நம்பப்படுகின்ற மேல்நிலை வர்க்க தம்பதியினர் தங்களது பிள்ளைகளை பெரும் சுமையாக கருதுகின்றனர் என்பதை நம்மால் தொடர்ச்சியாக உணர்ந்து கொள்ள முடிகிறது. அதனை இந்த படத்தில் பேசலாம் என்று நினைத்தேன். அதோடு, இந்த திரைப்படத்தின் கதை ரஷ்ய வரலாற்றில் முக்கியத்துவம் வாய்ந்த குறிப்பிட்ட ஒரு காலகட்டத்தில் நடைபெறுகிறது. படம் அக்டோபர் 2012ல் துவங்குகிறது. ரஷ்ய மக்கள் அப்போது அரசியல் தளத்தில் நேர்ந்துக்கொண்டிருக்கும் மாற்றங்களை அதிக நம்பிக்கையுடன் கவனித்தபடி இருக்கிறார்கள். தங்களது குரல்களை அரசு பொருட்படுத்தும் என்பதில் நிச்சயம் கொண்டிருக்கிறார்கள். ஆனால், இறுதியில் அவர்களுக்கு வீழ்ச்சியே ஏற்படுகின்றது. 2015 அவர்களது அனைத்துவிதமான நம்பிக்கையையும் தகர்த்த ஆண்டு. ஆக்கப்பூர்வமான மாற்றங்கள் ஏற்படாது என்பதை மக்கள் புரிந்து கொள்கிறார்கள். எங்கும் வன்முறையும், சக மனிதர்களின் மீதான நேசிப்பற்ற தன்மையும் நிலவி இருப்பதை உணருகிறார்கள். சமூகம் மிக இறுக்கமாக கட்டமைப்படுவதை மௌன சாட்சியங்களாக பார்க்கிறார்கள். சொந்த சமூகத்திற்குள்ளாகவே தாங்கள் எதிரிகளால் சூழப்பட்டிருப்பதைப்போல தங்களை உணர துவங்குகிறார்கள்.

நடிகர்களுடன் எவ்விதமாக நீங்கள் பணியாற்றுகிறீர்கள்?

ஒரு நடிகர் உங்களிடம் வந்து, உங்களது திரைக்கதை அமைக்கும் காலக்கட்டத்தில் பங்கேற்பார் என்றால், நீங்கள் கற்பனையில் நினைத்திருக்கும் கதாப்பாத்திரத்தை அழித்துவிட்டு, அந்த நடிகர் அவ்விடத்தில் தன்னை நிலைநிறுத்திக் கொள்வார். நடிகரின் பங்களிப்பு இவ்விதமாக அமைந்திருப்பதே சரியானது என்று உறுதியாக நம்புகிறேன். ஒரு நடிகர் என்பவர் மிக மிக நேர்மையாக இருக்க வேண்டும். அவரது தகுதிகள், நடிப்பு திறன் என எதுவும் முக்கியமானது இல்லை. அவரிடம் நிலைத்திருக்கும் உண்மைத்தன்மையே அனைத்தையும் அர்த்தப்பூர்வமாக மாற்றுகிறது. இது புரிந்துக் கொள்வதற்கு மிகவும் எளிதானதே: நாம் எதனை பார்வையிடுகின்றோமோ அதனை நாம் முழுமையாக நம்ப வேண்டும்.

நடிகர் தேர்வின்போது சிலர் என்னிடம் வந்து, "எனது முந்தைய திரைப்படத்தை பார்த்திருக்கிறீர்களா?" என்று கேட்பார்கள். எனக்கு இத்தகைய நடிகர்களை துளியும் பிடிக்காது. அவர்களது முந்தைய திரைப்படங்கள் எந்த விதத்திலும் எனக்கு முக்கியமானது அல்ல. எனது திரைக்கதையில் எழுதப்பட்டுள்ள கதாப்பாத்திரத்தை நேர்த்தியாக உருவாக்கிக் கொடுக்கின்ற நடிகர்களே எனக்கு தேவையானவர்கள். எது ஒரு நடிகருக்கு மிகவும் அவசியமானது என்றால், இயக்குனரின் மீதான உறுதியான நம்பிக்கையும், இலகுத்தன்மையும், எதிர்ப்பார்ப்பை நிறைவேற்றுகின்ற ஆற்றலும்தான். என் திரையுலக வாழ்க்கையில் ஒரே ஒரு முறைதான் திரைக்கதை எழுதும்போதே, அதில் பங்கேற்க விருக்கின்ற நடிகர் யார் என்பதை அறிந்து வைத்திருந்தேன். 'லீவியாத்தன்' படத்தில் மேயர் கதாப்பத்திரத்தில் நடித்த ரோமன் மட்யனவ் தான் அந்த நடிகர். இருப்பினும், படப்பிடிப்பு துவங்கும் முன்பு வேறு சில நடிகர்களையும் நாங்கள் பரிசீலனை செய்துப் பார்த்தோம்.

உங்களது அனைத்து படைப்புகளை இணைக்கும் மையம் எது?

எனக்கு தெரிந்ததெல்லாம், நான் எனது திரைப்படங்களுக்கு மிகவும் நேர்மையாக இருந்து வருகின்றேன். எனது திரைப்படங்கள் யதார்த்தத்திற்கு மிக நேர்மையாக இருக்கின்றன. கதைகள் தாமாகவே தமது கதை சொல்லல் முறையை கண்டுக் கொள்கின்றன. ரிட்டர்ன் திரைப்படத்தில் நாங்கள் காலம் மற்றும் வெளி குறித்த பிரக்ஞையை அழித்துவிட முடிவு செய்தோம். கதையை ஒரு குறிப்பிட்ட தளத்தில் தேக்கி வைக்காமல், அனைத்தையும் கடந்த நிலையில் அதனை அணுக வேண்டுமென்று விரும்பினேன். ரிட்டர்ன் கதை எந்த காலத்தில் அல்லது எந்த நிலத்தில் நிகழ்கிறது என்பது அவசியமில்லாதது. அந்த கதையே என்றென்றைக்கும் நிலைத்திருக்கக் கூடிய நித்தியத்தன்மையை கொண்டது.

எனது எலினா திரைப்படத்திலிருந்து ரிட்டர்ன் முற்றிலும் மாறுப்பட்டது. எலினா சம காலத்தில் நிகழும் கதை. பார்வையாளர்களை எளிதாக புரிந்துக் கொள்ளும் விதமாக எலினா பார்வையாளர்களை நோக்கியேபடியே இருக்கிறது. என்னுடைய லீவியாத்தன் திரைப்படமும் சம காலத்தில் நிகழும் கதையமைப்பை கொண்டதே. இவையெல்லாம் நம்மால் முன்னதாகவே திட்டமிடப்படுவதில்லை. எனக்கு ஒரு எண்ணம் ஏற்படுகின்றது. அதனை நான் பின் தொடர்ந்து செல்கையில், அதுவே தான் எவ்விதமாக விளக்கப்பட வேண்டுமென்பதை எனக்கு உணர்த்தி விடுகிறது. ஒருவகையில் எனது கடைசி மூன்று திரைப்படங்களுமே உருவகங்கள்தான். குறைந்தபட்சம் என்னளவிலாவது. அவை

உலகளாவிய உண்மைகளை புரிந்துகொள்ள மேற்கொள்ளப்படுகின்ற முயற்சிகளே. சமூகவயப்பட்டவைகளோ அல்லது கடவுளை நிராகரிக்கும் போக்குகளோ, அரசியலோ அல்ல.

ரஷ்யாவில் இன்றைய காலக்கட்டத்தில் திரைப்பட இயக்குனராக வேலை செய்வதை எப்படி உணருகிறீர்கள்?

நீங்கள் அரசியல் நிலவரங்களை கேட்கவில்லை என்று நம்புகிறேன். கலை சார்ந்து இயங்குவதில் குறிப்பிட்டு சொல்லும்விதமாக சமீப காலங்களில் எந்தவித முக்கியத்துவம் வாய்ந்த மாற்றங்களும் ஏற்படவில்லை. ரஷ்யா மிகப் பெரிய பரப்பளவு கொண்ட நாடு. இங்கு மக்கள் தொகையும் மிக அதிகம். அதனால், எங்களுக்கு கதைகளுக்கு ஒருபோதும் பஞ்சம் ஏற்பட போவதில்லை. நாம் எவ்வாறு உணருகிறோமோ அவ்விதமாகவே கதைகளையும் சொல்கிறோம். லவ்லஸ் பற்றி சொல்ல வேண்டுமென்றால், இந்த படத்திற்கு அரசு சார்ந்த நிதி உதவி எதுவும் எங்களுக்கு கிடைக்கவில்லை. லீவியாத்தன் திரைப்படத்தில் அதிகளவில் நாங்கள் சிரமப்பட வேண்டியிருந்தது. அதனால், அந்த முறை அரசு நிதி உதவிக்காக விண்ணப்பிக்க வேண்டாமென்று துவக்கத்திலேயே முடிவு செய்துவிட்டோம். நான் எனக்கு விருப்பமானதை, நான் செய்ய விரும்பியதை உடனடியாக துவங்கிவிட்டேன். எதையும் பின் திரும்பிப் பார்க்க விரும்பவில்லை. எனக்குள் எவ்விதமான தணிக்கையையும் முன்னதாக செய்து கொள்ளவும் இல்லை. நான் எனக்கு விருப்பமானதை முழு அர்ப்பணிப்போடு செய்ய துவங்கிவிட்டேன்.

லவ்லஸ் திரைப்படத்தின் தயாரிப்பாளர் அலெக்ஸாண்டர் ரொட்யன்ஸ்கி கேட்கப்பட்ட கேள்வி:

ரஷ்ய சமூக வாழ்க்கை முறை பற்றி விமர்சனப்பூர்வமாக அணுகிய லீவியாத்தன் ரஷ்யாவின் ஆஸ்கார் பரிந்துரையாக முன்பு அனுப்பப்பட்டது. இப்போது லவ்லஸ் திரைப்படத்திற்கும் அது நேர்ந்திருக்கிறது. இதனை எப்படி பார்க்கிறீர்கள்?

அலெக்ஸாண்டர் ரொட்யன்ஸ்கி: ரஷ்ய நாட்டின் ஆஸ்கார் பரிந்துரை குழுவில் இடம்பெற்றிருப்பவர்கள் முழுக்க முழுக்க திரைப்படங்கள் சார்ந்த புரிதல் கொண்டவர்கள். அரசியல் நிலைபாடுகளை கடந்தும் ஆந்த்ரேய் ஸயகிண்ட்சேவ் திரைப்படங்களை அவர்கள் விருதுகளுக்கு பரிந்துரைக்கு காரணம், சமகால ரஷ்ய திரைப்பட உலகின் மிக முக்கியமான இயக்குனர் அவர் என்பதால்தான். லீவியாத்தனின்போது இந்த பணி சற்றே சிரமமானதாக இருந்தது. அதனால் நான் முன்னதாகவே பல சமகால

திரைப்பட இயக்குனர்களின் ஆதரவுகளை பெறுவதன் மூலமாக பரிந்துரை குழுவினரை எளிதாக எங்களுக்கு உதவும்படி செய்ய முடிந்தது. லவ்லஸ் திரைப்படத்துக்கு முன்னதாக பலவிதங்களிலும் நெருக்கடிகள் உண்டானது. படத்தை எதிர்த்த சிலர் பரிந்துரை குழுவினரின் வாக்குகளை சிதறடிக்க பல முயற்சிகளை மேற்கொண்டார்கள். ஆனால், கான்ஸ் திரைப்பட விழாவில் கிடைத்த பரிசும், பல்வேறு திரைப்பட விழாக்களில் கிடைத்த வரவேற்புகளும் லவ்லஸ் திரைப்படத்தை ஆஸ்கார் வரையிலும் முன்னகர்த்தி சென்றது.

மனிதர்களை உலகத்திலிருந்து அழித்துவிட்டு இயற்கை தனது இடத்தை மீட்டுக்கொள்ளும்!
- ஜிம் ஜார்முர்ஷ்

அமெரிக்க சுயாதீன திரைப்பட இயக்கத்தின் முன்னோடிகளில் மிக முக்கியமானவர் ஜிம் ஜார்முர்ஷ். அதிக ஆர்ப்பாட்டமில்லாத, எளிமையான இலக்குகளை கொண்ட மனிதர்களே இவரது திரைப்படங்களின் மைய கதாப்பாத்திரங்களாக விளங்குகிறார்கள். உலகத்தின் மிக முக்கியமான நகரங்களுக்கு பயணப்படுவதில் விருப்பங்கொண்ட ஜிம் ஜார்முர்ஷ், தனது நைட் ஆன் எர்த் (Night On Earth) எனும் திரைப்படத்தில் இரவொன்றில் ஐந்து வெவ்வெறு நகரங்களில் வாழும் டாக்ஸி ஓட்டுனர்களின் அனுபவங்களை திரைப்படமாக உருவாக்கி இருப்பார். தினசரி வாழ்க்கையின் நிதானப் போக்கினை அவதானிப்பதும், அதனை தொந்தரவு செய்யாமல் விலகி நிற்பதும் இவரது திரைப்படங்களில் தொடர்ச்சியாக பிரதிபலித்து வருவதை உணர்ந்துக்கொள்ள முடிகிறது.

ஜிம் ஜார்முர்ஷின் திரைப்படமான பேட்டர்சன் (Pateson) கவிஞன் ஒருவனின் தினசரி வாழ்க்கையை பிரதானப்படுத்தி உருவாக்கப்பட்டது. ஜிம் ஜார்முர்ஷின் திரைப்படமொன்றை பார்ப்பது நுரைத்து வழியும் காபியை பருகியபடியே எவ்வித பரபரப்புமின்றி அன்றைய தினத்தில் கரைந்துப்போவதற்கு நிகரானது என்றே கருதுகிறேன். ஆவணப் படங்களையும் இயக்கியிருக்கும் இவர், தன்னை ஒரு இசையமைப்பாளராகவும் அடையாளப்படுத்திக் கொள்கிறார். கேன்ஸ் திரைப்பட விழாவில் தொடர் பங்கேற்பாளராக விளங்கும் ஜிம் ஜார்முர்ஷிடம் ரொர்ரி 'ஓ' கோர்னர் மேற்கொண்ட நேர்காணலின் தமிழ் வடிவமிது.

பேட்டர்சன் திரைப்படத்தை உங்களது வாழ்க்கைக்கு மிகவும் நெருக்கமான திரைப்படமென சில விமர்சகர்கள் குறிப்பிட்டுள்ளார்கள். அது குறித்து என்ன நினைக்கிறீர்கள்?

எனக்கு தெரியவில்லை. எனது முந்தைய திரைப்படமான ஒன்லி லவ்வர்ஸ் லெஃப்ட் அலைவ்வையும் (Only Lovers Left Alive)

அவ்வாறாகதான் குறிப்பிட்டார்கள். எனக்கு தெரியவில்லை. எனது புரோக்கன் பிளவர்ஸ் (Broken Flowers) திரைப்படத்தின்போதும், மிகப்பெரிய கண்டுப்பிடிப்புகளை நிகழ்த்திவிட்டதைப்போல "இது தான் இவரது சுயசரிதை தன்மையிலான திரைப்படம்" என சொன்னார்கள். எனது திரைப்படங்கள் அனைத்தும் எனது வாழ்க்கைக்கு நெருக்கமானவையா இல்லையா என்பதெல்லாம் எனக்கு தெரியாது. இதற்கெல்லாம் எவ்வாறு எதிர்வினை செய்வது என புரியவில்லை. உள்ளுணர்வின் அடிப்படையில்தான் எனது அனைத்து திரைப்படங்களையும் உருவாக்கி வருகின்றேன். அதனால் எனக்கு இத்தகைய ஒப்புமைகளில் பெரிதாக ஆர்வமில்லை.

ஆனால், பேட்டர்சன் திரைப்படத்தில் பல விதங்களிலும் ஒத்திசைவுத்தன்மை இருப்பதை உணர முடிந்தது. உங்களை பொருத்தவரையில் ஒத்திசைவுத்தன்மை குறித்து என்ன நினைக்கிறீர்கள்?

ஆங். இசையையும், இசைவுத்தன்மையையும் குறித்து பேசுவது மிகவும் சிக்கலானது. ஏனெனில், சில காதுகள்தான் அவற்றை முழுமையாக ரசிக்கும் தன்மையை கொண்டிருக்கும். மற்றவைகள் அவற்றை ரசிக்காது. எனினும், இசை குறித்து விளக்க வேண்டுமென்றால், அதனை புத்த மதத்தின் நகல் போன்றது என்று சொல்வேன். நான் தீவிரமான புத்த பற்றாளன் இல்லை என்றாலும், புத்த மதம் குறித்து ஏராளமாக படித்து வருகிறேன். இசைவுத்தன்மையை இப்படியும் சொல்லலாம். ஒரே குவிமையத்தை நோக்கி நகரும் மற்றவைகள். ஆனால் இதில் எல்லாம் எனக்கு பெரிதாக ஆர்வமில்லை.

பேட்டர்சன் திரைப்படத்தின் வடிவமே தினசரி நடவடிக்கைகளை வரிசையாக ஒவ்வொரு நாளாக அடுக்குவது, அதனில் சில சில மெலிதான மாற்றங்களை உருவாக்குவது, பின்னர் ஒரே விஷயத்தை மீண்டும் மீண்டும் பிரயோகிப்பது என கவிதையைப்போல கட்டமைக்கப்பட்டுள்ளது. இப்படித்தான் இத்திரைப்படத்தை உருவாக்க வேண்டுமென்று முன்னதாகவே திட்டமிட்டிருந்தீர்களா?

ஆமாம். ஒருவகையில் அப்படித்தான் உருவாக்க வேண்டும் என திட்டமிட்டிருந்தேன் எனவும் சொல்லலாம். எனக்கு கவிதையிலும், இசையிலும், கலையிலும் அதன் கட்டமைப்பில் சில சில மாற்றங்களை உருவாக்குவதும், அதேப்போல ஒரே செயலை மீண்டும் மீண்டும் பிரயோகித்து பார்ப்பதும் மிகவும் பிடிக்கும். பேச்சினுடைய (Bach) இசையாக இருந்தாலும் அல்லது ஆண்டி வோராலின் (Andy Warhol) ஓவியமாக இருந்தாலும் எனக்கு அவற்றில் சிலசில மாற்றங்களும், சில ஒப்புமைகளும் இருந்தால், அதனை நான் மிகவும் விரும்பி

ஏற்றுக்கொள்வேன். இந்த படத்தில் நான் அதனை வாழ்க்கைக்கான உருவகமாக பயன்படுத்த வேண்டுமென்று நினைத்தேன். அதாவது, ஒவ்வொரு நாளும் முந்தைய தினத்திலிருந்து ஏதேனுமொரு வகையில் மாறுப்பட்டிருக்கிறது. அல்லது பின் வரும் தினத்திலிருந்து வேறுப்பட்டிருக்கிறது. நான் இத்தகையை மாற்றங்களை விரும்புகின்றேன்.

தினசரி வாழ்க்கையின் கவித்துவமான தருணங்கள் இவைதான் என்று கருதுகிறீர்களா?

ஆமாம். வில்லியம் கார்லோஸ் வில்லியம், "கற்பனையில் அல்ல, செயல்களே முக்கியமானவை" என குறிப்பிட்டுள்ளார். நான் அவ்வாறு அந்த வரிகளை திரைப்படத்தில் பயன்படுத்த சொல்லவில்லை. ராப் பாடலை எழுதியவர், அதில் கார்லோஸின் அந்த கவிதையை சேர்த்துக்கொண்டார். அதன் பொருள் என்னவென்றால், இந்த ஏகாத்திபத்திய உலகில் கிடைக்கபெறும் சிறிய சிறிய வாழ்க்கை அனுபவங்களை வைத்தே நமது பயணத்தை சிறப்புற அமைத்துக்கொள்ள வேண்டும் என்பதே.

எந்த வயதில் கவிதைகளை வாசிக்கத் துவங்கினீர்கள்? இப்போதும் கவிதைகளின் தாக்கம் உங்களது படைப்புகளில் பிரதிபலிக்கின்றதா?

எனது இளமை பருவத்தில், நான் பிரெஞ்சு குறியீட்டு கவிதைகளால் ஈர்க்கப்பட்டிருந்தேன். அதாவது, ஆங்கிலத்தில் மொழிப்பெயர்க்கப்பட்ட பிரெஞ்சு கவிதைகளை. பின்னர் நான் பாதுலேரியையும் (Baudelaire), ரிம்பேடையும் (Rimbaud) அறிந்துக்கொண்டேன். அதன்பிறகு, எனது ஆர்வம் ஆங்கில கவிதைகளின் பக்கம் திரும்பியது. நியூ யார்க்கில் குடியேறியதும், அங்கிருந்த நியூ யார்க் கவிஞர்கள் பல்கலைகழகத்தில் பயிலும் வாய்ப்பு எனக்கு கிடைத்தது. புகழ்பெற்ற பல கவி மேதைகள் பயின்ற இடமது. எனது பேட்டர்சன் திரைப்படத்தில் கவிதை வரிகளை எழுதியுள்ள ரான் பேட்ஜட்டும் (Ron Padgett), டேவிட் ஷேபிரோவும் (David Shapiro) இணைந்து "நியூ யார்க் நகர கவிஞர்களின் கவிதை திரட்டு" என்றொரு புத்தகத்தை 1970களின் துவக்கத்தில் வெளியிட்டுள்ளார்கள். நான் அதனை சற்றே தாமதமாகத்தான் அறிந்துக்கொண்டேன் என்றாலும், அந்த புத்தகத்தை எனது பைபிள் என்றே குறிப்பிட்டு சொல்வேன். என்னை அதிக தாக்கத்திற்குள்ளாக்கிய புத்தகம் அது.

அந்நாட்களில் நியூ யார்க் திரைப்பட குழுக்களில் எப்படியும் எனக்கும் ஒரு இடமுண்டு என்பதை உணர்ந்திருந்தேன். பிராங்க் 'ஓ' ஹாரா (Frank 'O' Hara) குறிப்பிட்டுள்ளதைப்போல நியூ யார்க் இத்தகைய பணிகளை மேற்கொள்ள மிகச் சிறப்பான அமைவிடம். நவீன கலை

அருங்காட்சியகத்தின் மிக முக்கியமான பொறுப்புகளில் இருந்த பிராங்க் 'ஓ' ஹாரா, பேட்டர்சன் திரைப்படத்தில் வருவதைப்போலவே, தனது உணவு இடைவேளைகளில் அமர்ந்து கவிதைகள் எழுதிக்கொண்டிருப்பார். அவர் எழுதிய அறிக்கை ஒன்றில், "உங்களது கவிதைகளை உலகத்துக்காக எழுதாதீர்கள். உங்களுக்கு அருகில் உள்ள மற்றொரு மனிதருக்காக எழுதுங்கள். சிறிய கடித்தத்தையோ அல்லது சிறு குறிப்பொன்றை எழுதுவது போலவோ கவிதையை எழுதுங்கள்" என குறிப்பிட்டுள்ளார். பேட்டர்சன் திரைப்படத்தில் விவரிக்கப்பட்டுள்ள வில்லியம் கார்லோஸ் வில்லியம்ஸின் புகழ்பெற்ற கவிதையான, "உங்களிடம் பகிர்ந்துக்கொள்ளத்தான்..." அவ்வாறாக, ஒரே ஒரு மனிதரிடம் தமது வார்த்தைகளை பகிர்ந்துக்கொள்ளும் வகையில் எழுதப்பட்டதுதான்.

உங்களது திரைப்படங்களில் கவிதைகளை எந்த வகையில் பயன்படுத்துகின்றீர்கள்?

நான் கவிதைகளை பெருமளவில் எனது திரைப்படங்களில் பயன்படுத்தியிருக்கிறேன். எனது டவுன் பை லா (Down by law) திரைப்படத்தில், கதாப்பாத்திரங்கள் ராபர்ட் ப்ராஸ்ட்டை (Robert Frost) பற்றி உரையாடுவார்கள். அதேப்போல, எனது லிமிட்ஸ் பாஃர் கண்ட்ரோல் (Limits for Control) திரைப்படம் ரிம்பாண்டின் கவிதை ஒன்றின் வழியேதான் துவங்கும். அதனால், எனக்கு தெரியவில்லை. நான் கவிஞர்களை மிகவும் நேசிக்கின்றேன். எனது வாழ்நாளில் பணத்திற்காக கவிதை எழுதுகின்ற ஒருவரையும் நான் பார்த்ததில்லை. வில்லியம் கார்லோஸ் வில்லியம்ஸ் முழு நேர மருத்துவர். பிராங்க் 'ஓ' ஹாரா அருங்காட்சியகத்தின் பொறுப்பாளர். சார்லஸ் புக்கோவ்ஸ்கி (Charles Pukowski) அஞ்சல் நிலையத்தில் வேலை செய்துக்கொண்டிருந்தார். அவர்கள் பணத்திற்காக கவிதைகளை எழுதவில்லை. அவர்கள் கவிதைகளை நேசித்து எழுதினார்கள். அவர்களுக்கு அதன் வடிவம் பிடித்திருந்தது.

பேட்டர்சன் திரைப்படத்தை பொருத்தவரையில், எது உங்களை இத்தகைய கதையை எழுத உந்தியது?

20 வருடங்களுக்கு முன்பு சிறிய அளவில், பேட்டர்சன் பற்றிய குறிப்பொன்றை எழுதி வைத்திருந்தேன். அதனால், எதிலிருந்து இப்படத்திற்கான எழுத்து வேலை துவங்கியது என்பது எனக்கு நினைவில்லை. அதோடு, பேட்டர்சன் நகரத்தின் வரலாற்றை நான் மிகவும் விரும்பி படிக்க ஆரம்பித்தேன். நியூ யார்க்கிற்கு மிக அருகில் இருக்கும் அந்த நகரத்தை இப்போது ஏறக்குறைய எல்லோரும் மறந்தே விட்டார்கள். நியூ யார்க்கில் யாருக்கும் பேட்டர்சன் நகரம் குறித்த ஆர்வமில்லை. ஒருவரும் அந்த நகரத்தை பற்றி பேசுவது இல்லை.

அந்த நகரத்தின் தற்போதைய பிரபலம், ராப் பாடகரான ஃபெட்டி வெப் (Fetty Wap). அவரது "பிடிப்பட்ட இளவரசி" பாடலுக்கு பிறகு, தனக்கென மிகப்பெரிய ரசிகர்களை அவர் உருவாக்கிவிட்டார். நான் ராப் இசையின் தீவிரமான காதலன்தான் என்றாலும் எனக்கு அவரது இசையில் துளியும் ஆர்வமில்லை. அவரது பாணி பலவீனமானதாகவும், வணிகத்தன்மை கொண்டதாகவும் இருக்கிறது.

ஹிப்ஹாப்பின்மீதான உங்களது விருப்பத்தைபகிர்ந்துக்கொள்ளுங்கள்.

ப்ளூஸ் இசை மற்றும் சோல் இசையின் நீட்சியாக உருவாக்கப்பட்ட மிக வசீகரமான இசை வடிவமே ஹிப் ஹாப். அது கேலிப்ஸோ இசை வடிவத்தை சேர்ந்தது. ஹிப் ஹாப் இசையை உருவாக்கிய முன்னோடிகளில் ஒருவரான கூல் ஹெர்க் (Kool Herc) ஜமைக்காவில் பிறந்தவர். அவரது தந்தையிடம் நவீன ஒலி கருவிகள் பெருமளவில் இருந்தன. அதனால் அது கேலிப்ஸோ இசை வடிவத்தை சேர்ந்ததுதான் என உறுதியாக நம்புகின்றேன். அதன் பாடல் வரிகள் நம்பவியலாத வகையில் சிக்கலானதாகவும், அற்புதமாகவும் அமைந்திருக்கும். பல வருடங்களுக்கு முன்பு ரோலிங் ஸ்டோனில் விமர்சகராக பணியாற்றிக் கொண்டிருந்த நண்பர் ஒருவருடன் மிகத் தீவிரமான விவாதம் ஒன்றில் பங்கு கொண்டேன். அவர் ப்ளூஸ் இசையின் காதலர். அவர் என்னிடம், "ஜிம், நீ என்ன மாதிரியான மனிதர்? ஆக்ரானில் பிறந்த வெள்ளை நிறத்தவரான நீ ஏன் போதை பொருட்களை விற்கும் மனிதர்களின் இசையை கொண்டாடி மகிழ்கின்றாய்?" என கேட்டார். ப்ளூஸ் இசையை விரும்புவதனாலேயே மற்றைய இசையை மட்டுபடுத்த வேண்டும் என்கின்ற அவசியமெதுவுமில்லை. எனக்கு இவ்விதமான விவாதங்களில் எல்லாம் நம்பிக்கையே இல்லை. ஹிப் ஹாப் மிக மிக உன்னதமானது. ஹிப் ஹாப்பை நான் ஒரு கலாச்சாரமாக பார்க்கிறேன். அது எனக்கு மிகப்பெரிய சந்தோஷத்தை அளிக்கிறது. அதே சமயத்தில், அதிலிருக்கும் ஒருசில குறைகளை நான் வெறுக்கவே செய்கிறேன். அதில் புழங்கப்படுகின்ற அதீதமான பணம் மற்றும் பெண்களை அது அணுகும் விதத்திலும் எனக்கு உடன்பாடில்லை.

உங்களது தற்போதைய விருப்பமான இசை எது?

இப்போது பெரியதாக எதுவும் என்னை ஈர்க்கவில்லை. மேற்கு கடற்கரை தீவு கூட்டங்களில் உருவாகும் இசையின் மீது ஓரளவுக்கு எனக்கு விருப்பமுண்டு. இப்போது இயங்கிக்கொண்டிருக்கும் இசை கலைஞர்களில் வணிகத்தை முன்னிலை படுத்தாத ஈயர்ல் ஸ்வீட்ஷெட்டின் (Earl Sweetshirt) இசை எனக்கு விருப்பமானதாக இருக்கிறது. ஆனால், கெண்ட்ரிக் லாமர் (Kendrick Lamar) தான் இசை கலையின் மிகப்பெரிய மேதை.

நீங்கள் ஒருமுறை நேர்காணல் ஒன்றில், சீனாவின் பேரரசரை விடவும், தெருவில் தனது நாயுடன் நடைச் செல்லும் மனிதரின் கதையைத்தான் படமாக்க விரும்புகின்றேன் என குறிப்பிட்டீர்கள்?

ஆஹா! எனக்கு நினைவில்லை. அப்படியானால், அடுத்து நான் தனது நாயுடன் நடைச் செல்லும் சீன பேரரசரை பற்றி கதை ஒன்றை எழுதவே விரும்புகின்றேன்.

ஆனால், பேட்டர்சன் திரைப்படத்தில் ஆடம் டிரைவர் தனது புல் டாக்குடன் நடைச் செல்வதைப்போல உருவாக்கியிருக்கிறீர்களே?

ஆமாம். திரைக்கதையில் அதுவொரு நாட்டு நாய் வகையாகத்தான் இருந்தது. ஆடம் டிரைவர் உருவத்தில் மிகப் பெரிதாக இருந்தார். நாட்டு நாய் 20 பவுண்ட் எடை கொண்டது. அதனால், திரைப்படத்தில் அவரை அந்த நாய் இழுத்துச் செல்லும் என்பது நம்பகத்தன்மையற்றது. அதனால்தான் 40 பவுண்ட் எடை கொண்ட புல் டாக்கை திரைப்படத்தில் பயன்படுத்தினோம். அவள் மிக அழகாக தனது பங்களிப்பை கொடுத்திருக்கிறாள்.

அந்த நாய் இறந்தவிட்டதாக கேள்வியுற்ற செய்தி உண்மைதானா?

ஆமாம். நாங்கள் படத்தை நிறைவு செய்திருந்த இரண்டாவது மாத்தில் அவள் இறந்துவிட்டாள்.

படத்தில், பேட்டர்சன் ஒருவேளை முன்னால் ராணுவ அதிகாரியாக பணியாற்றி இருப்பதற்கான குறிப்புகள் இருந்தன. நீங்கள் ஏன் அதனை இன்னும் கூடுதல் கவனத்துடன் விவரிக்கவில்லை?

அப்படி ஒரு பிண்ணனி எனக்கு தேவையானதாக இருக்கவில்லை. "பொம்மைகளை சுடாதீர்கள், பொம்மலாட்ட கலைஞர்களை சுடுங்கள்" என்று மால்கம் எக்ஸ் ஒருமுறை குறிப்பிட்டதைப் போன்றதே எனது நிலைபாடும். நான் போர்களுக்கு எதிரானவன். ஆக்கிரமிப்பு மற்றும் போர் பற்றிய அமெரிக்க நிலைபாடும் எனக்கு உவப்பானது அல்ல. உலகெங்கிலும் போரின் பெயரில் நிகழ்ந்துக்கொண்டிருக்கும் படுகொலைகளை நான் எதிர்க்கிறேன். அவை முட்டாள்தனமானவை. ஆனால், நான் சிப்பாயாகவோ அல்லது ராணுவ அமைப்பின் ஏதேனுமொரு பாதுக்காப்பு பணியில் ஈடுப்பட்டு உள்ளவர்களை வெறுக்க மாட்டேன்.

ஆடம் டிரைவர் கடற்படையில் பணியாற்றி இருக்கிறார். இந்த தகவல் எனக்கு மிகவும் சுவாரஸ்யமானதாக இருந்தது. நான் இதனை படத்தில் ஏதேனும் ஒரு இடத்தில் குறிப்பிடலாம் என நினைத்தேன். அவர் தனது வேலைகளில் மிகவும் உண்மையுடனும், கன்னியத்துடன் நடந்துக்கொண்டார். கடற்படையில் அவர் பணியாற்றி இருக்கிறார்

என்பதை வைத்து அவரது குண நலன்களை அலசுவது எனக்கு தேவையற்றதாக இருந்தது. கடற்படை பணி என்பது அவரது வாழ்க்கையின் ஒரு பகுதி. ராணுவ சேவையில் ஈடுபட்டுள்ள மனிதர்களுக்கு எதிரான கருத்தை கொண்டிருப்பது சரியானது இல்லை என்றே கருதுகிறேன். அதிகார மையத்தில் இருப்பவர்களே அவர்களை கொலைக்களனில் இறக்கிவிட்டு வேடிக்கை பார்க்கிறார்கள். அதற்காகத்தான் மால்கம் எக்ஸின், "பொம்மைகளை சுடாதீர்கள், பொம்மலாட்ட கலைஞர்களை சுடுங்கள்" என்ற கூற்றை உதாரணமாக சொன்னேன்.

இந்த வருடம் உங்களது இரண்டு திரைப்படங்கள் கேன்ஸில் திரையிடப்படுகின்றன. கிம்மி டேன்ஜர் உருவான விதம் பற்றி குறிப்பிடுங்கள்?

இகி பாப்புடன் (Iggy Pop) நீண்ட காலமாகவே நெருக்கமான உறவு கொண்டிருக்கிறேன். 8 வருடங்களுக்கு முன்பு அவர் என்னிடம், "ஜிம் உங்களுக்கு தெரியுமா? என்னை பற்றிய திரைப்படம் ஒன்றை எடுக்கப் போகிறார்கள். அதோடு நமது ஸ்டூஜாஸ் (Stooges) குழு பற்றியும் யாரோ திரைப்படம் எடுக்கப் போகிறார்களாம். ஆனால், ஒருவேளை அந்த படத்தை நீங்கள் எடுப்பதாக இருந்திருந்தால், நான் மிகுந்த மகிழ்ச்சி அடைந்திருப்பேன்" என்றார். உடனே, நான் அவரிடம், "நீங்கள் நமது ஸ்டூஜாஸ் குழு பற்றிய திரைப்படம் எடுக்கச் சொல்கிறீர்களா? அப்படியானால், நான் நாளைக்கே அதன் பணிகளை துவங்கிவிடுவேன்" என்று பதில் அளித்தேன். அவர் மிகவும் உற்சாகமாக, "நீங்கள் அதனை இயக்குவதைத்தான் நான் விரும்புகின்றேன்" என்றார். நான் ஸ்டூஜாஸை பெரிதும் நேசிக்கிறேன். அதனால், நான் அதன் பணிகள் துவங்குகிறேன் என்று உடனடியாக ஒப்புக்கொண்டேன்.

அறுபதுகளின் துவக்கத்திற்குள் நுழைந்திருக்கிறீர்கள். வயதாகிக் கொண்டே வருவதை எப்படி உணர்கிறீர்கள்?

ஆங்ங்ங்... எனக்கு தெரியவில்லை. உங்களது கேள்விக்கு எவ்வாறு பதில் கூறுவது என்றே எனக்கு தெரியவில்லை. இது மிகவும் நகைப்புக்குரியது. இரண்டு தினங்களுக்கு முன்பு நான் நியூ யார்க் விமான நிலையத்திற்கு காரில் சென்றுக் கொண்டிருந்தேன். ஆனால், மிகுந்த வாகன நெருக்கடியால் எங்களால் தேசிய நெடுஞ்சாலையில் தொடர்ந்து பயணிக்க முடியவில்லை. எனது ஓட்டுனர் நெடுஞ்சாலையில் இருந்து விடுபட்டு ப்ரூக்ளின் மற்றும் குயின்ஸ் வழியாக பயணிக்கலாம் என்று முடிவு செய்தார். அது சனிக்கிழமையின் மதியப்பொழுது. அதோடு அன்றைய தினமும் மிக அழகாக இருந்தது. நாங்கள் அந்த வழியாகத்தான் பயணிக்கப் போகிறோம் என்று முடிவானதும் எனக்கு

புரிந்துவிட்டது, நான் மிகவும் தாமதமாகத்தான் விமான நிலையத்தை அடையப் போகிறேன் என்று. நான் இதனால் பரபரப்படையவில்லை. ஏன் என்று எனக்கு தெரியவில்லை. நான் மிக நிதானமாகவே அப்போதும் இருந்தேன்.

நான் அவ்வழியில் பயணித்தபடியே சாலையோரங்களில் மக்கள் செய்துக்கொண்டிருந்த சிறிய சிறிய பணிகளை பார்க்க தொடங்கினேன். தனது கதவினை பழுதுப் பார்க்கும் மனிதர், பந்து ஒன்றை விரட்டி செல்லும் சிறுவர்கள், சிரித்தபடியே ஓடிக்கொண்டிருக்கும் சிறுவர்களை விரட்டிச் செல்லும் பெரியவர்கள், கடைகளுக்கு செல்லும் மனிதர்கள், தெருவோரமாக நின்று சண்டையிட்டு கொண்டிருக்கும் இளைய தம்பதி என பார்த்தபடியே நான் பயணித்துக் கொண்டிருந்தேன். இதுப்போன்ற சின்ன சின்ன சந்தோஷங்களால்தான் உலகம் இன்னமும் சீராக இயங்கிக்கொண்டிருக்கிறது என அவ்வப்போது நான் நினைப்பதுண்டு. ஒருவேளை, பல வருடங்களுக்கு முன்பு எனக்கு இவ்வாறு எண்ணம் எழாமல் இருந்திருக்கலாம்.

எனக்கு தெரியவில்லை. நான் உலகத்தை மேலும் மேலும் புரிந்துக்கொள்ளவும், ஏற்றுக்கொள்ளவும் துவங்கி இருக்கின்றேன். அதோடு, நான் பல செயல்களை வெறுக்கவும் செய்கிறேன். மனிதர்கள் தங்களது சக மனிதர்களை நடத்துகின்ற விதத்தை நான் வெறுக்கிறேன். மனிதர்கள் இந்த உலகத்தில் வாழ்ந்துக்கொண்டிருக்கும் காலம் மிகவும் சொற்பமானதே என்பதால்கூட இவ்வாறு மற்றைய மனிதரின் மீது ஆதிக்கத்தை செலுத்தும் பண்பு ஓங்கியிருக்கலாம் என நினைக்கிறேன். இது ரொம்பவும் வெளிப்படையானது.

உலகத்தில் மக்களின் அடர்த்தி நாளுக்கு நாள் பெருகியபடியே இருக்கிறது. கூடிய விரைவில் இயற்கை பெரும்பாலான மனிதர்களை உலகத்திலிருந்து அழித்தொழித்துவிட்டு, தனது இடத்தை மீண்டும் அது மீட்டுக்கொள்ளும் என கருதுகின்றேன். அது மிகவும் கடினமானதாகவும், துன்பகரமாகவும் நிகழ்ந்து முடியப் போகிறது. வாழ்க்கையின் மிக எளிமையான கூறுகளின் மீது நாம் அதிக அக்கறையும், அதற்கு நன்றி உணர்ச்சியுடனும் இருக்க வேண்டும். நாம் இங்கு இவ்வாறு அமர்ந்து ஒரு திரைப்படத்தை பற்றி விவாதித்துக் கொண்டிருப்பது மிகவும் அபத்தமான விஷயம். நான் இதைப் பற்றி இங்கு நினைவுப்படுத்த காரணம், நாம் திரைப்படம் எடுப்பது, உண்மையில் நம் எல்லோரும் மிகவும் அவசியமானது. நாம் படப்பிடிப்பை முடித்ததும், சோர்வுற்று விடுகின்றோம். பின்பு, மீண்டும் மிகப்பெரிய போராட்டத்திற்கு பின், எல்லோருமாக இணைந்து அந்த திரைப்படத்தை உருவாக்கி முடித்து விடுகின்றோம். இதுதான் நமக்கு மிக முக்கியமான பணி. நான் அவ்வப்போது எனது குழுவினரை நிறுத்தி, "சரி. இப்போது நாம் சற்றே

சிந்திக்கலாம்" என்று சொல்வேன். நாம் திரைப்படத்தை தானே எடுத்துக்கொண்டிருக்கிறோம். அப்படியென்ன பெரிய மாற்றத்தை நமது திரைப்படம் உருவாக்கிவிடப் போகிறது என்று உரக்க சொல்வேன். இதுப்போன்ற யோசனைகள்தான் என்னை பெருமளவில் மாற்றியிருக்கிறது என்று நினைக்கிறேன்.

★★★

இனி எவரை பற்றியும் நான் அபத்தமாக பேசப் போவதில்லை - க்வென்டின் டரான்டினோ

திரைக்கதை வடிவத்தில் பல புதிய பரிசோதனைகளை நிகழ்த்திய அமெரிக்க இயக்குனரான க்வென்டின் டரான்டினோ, உலகளவில் பல இளைய தலைமுறை இயக்குனர்களுக்கு ஆதர்சமாக திகழ்கிறார். சுவரஸ்யமான நீண்ட உரையாடல்கள், மூளை தெறிப்பு காட்சிகள், திரைக்கதையில் அவர் கையாளும் எதிர்பாராத திடீர் திருப்பங்கள் என முற்றிலும் பிரத்யேக கதைப்பின்னலை தனக்கான பாணியாக இவர் உருவாக்கியிருக்கிறார். வரலாற்று சம்பவங்களை புனைவு கலந்து தனது கதைக்கான பின்புலமாக சில திரைப்படங்களில் அமைந்துக்கொண்ட க்வென்டின் டரான்டினோ வெஸ்டர்ன் வகை திரைப்படங்களையும் இயக்கியிருக்கிறார். 1994-ல் வெளியான இவரது பல்ப் ஃபிக்ஷனை இன்றளவும் திரைப்பட ரசிகர்கள் கொண்டாடி வருகிறார்கள். நேர்கோட்டில் கதை சொல்லும் வடிவத்தையே குலைத்து உருவாக்கப்பட்ட அத்திரைப்படம், வெளியான காலத்தில் திரையுலகில் மிகப்பெரிய சலனத்தை உண்டாக்கியது. மிக அரிதாக திரைக்கதை எழுதும் வெகு சொற்ப இயக்குனர்களில் மிக முக்கியமானவர் க்வென்டின் டரான்டினோ. பல்ப் பிக்ஷனுக்காகவும், ட்ஜான்கோ அன்செயிண்ட்டுக்காவும் இரு ஆஸ்கார் விருந்தினை சிறந்த திரைக்கதை எழுத்துக்காக பெற்றிருக்கிறார். நமது காலத்தின் மிக முக்கியமான இயக்குனராக கருதப்படும் க்வென்டின் டரான்டினோவிடம் நியூ யார்க் பத்திரிகை நிகழ்த்திய நேர்காணலின் தமிழ் வடிவமிது.

உங்களுடைய திரைப்படங்களில் அதிக வசூல் சாதனை புரிந்த திரைப்படங்கள் ட்ஜாங்கோ அன்செஸ்ன்யிண்ட் மற்றும் இங்க்ளூரியஸ் பிளாஸ்டர்ஸ். இந்த திரைப்படங்களின் பிரமாண்டமான வெற்றிகள் உங்களது திரையுலக வாழ்க்கைக்கு ஏதேனும் நன்மை புரிந்திருக்கிறதா?

என்னை பொருத்தளவில், இதுநாள் வரையிலும் நான் என்ன கதையை சொல்லவிரும்புகின்றேனோ அதனையே படமாக்கிக்கொண்டிருக்கிறேன். ஆனால், கிரைண்ட்ஹவுஸ் திரைப்படத்தின் மூலமாக நான் மிகப்பெரிய

பாடம் ஒன்றை கற்றுக்கொண்டேன். அதோடு, அந்த தவறை மீண்டுமொரு முறை எனது திரைப் பயணத்தில் நிகழாதபடி பார்த்துக்கொள்ள வேண்டும் என்றும் கவனமாக இருக்கிறேன். ராபர்ட் ரோட்க்ரிக்ஸூம், நானும் எங்களுக்கே உரித்தான பிரத்யேக வகையில் பயணித்துக் கொண்டிருக்கிறோம். முற்றிலும் மாறுபட்ட அந்த பயணத்தில் எங்களோடு பார்வையாளர்களையும் நாங்கள் இழுத்துச் செல்கின்றோம். நாங்கள் எதனையெல்லாம் காண்பிக்கின்றோமோ அதனையெல்லாம் பார்வையாளர்களும் ஏற்றுக்கொள்ள வேண்டும் என்றும் விரும்புகின்றோம். ஆனால், கிரைண்ட்ஹவுஸ் திரைப்படத்தில் எனது எதிர்பார்ப்புக்கு நேர்மாறாக, நிகழ்ந்துவிட்டது. அத்திரைப்படத்தை உருவாக்கியது சரியானதுதான் என்றாலும், பார்வையாளர்களின் ரசனையையும், அவர்கள் இத்தகைய கதையின் மீது பெரிதாக விருப்பம்கொள்ள மாட்டார்கள் என்பதையும் முன்பே அறிந்திருந்தால், அத்திரைப்படம் வேறு விதமாக உருவாக்கப்பட்டிருக்கும். கூடுதலான கவனிப்பும், அங்கீகாரமும் கிடைத்திருக்கும்.

நீங்கள் உங்களது திரைப்பட உருவாக்கம் பற்றி பேசும்போது, இசைக்குழுவின் தலைமை நடத்துனரைப் போல நடந்துக்கொள்வதாக குறிப்பிட்டுள்ளீர்கள். பார்வையாளர்கள் ஒரு குறிப்பிட்ட நேரத்திற்கு பிறகு, முழுவதுமாக தங்களை அத்திரைப்படத்திற்கு ஒப்புக்கொடுத்து, அதனோடு ஒன்றிவிடுவார்கள். இப்போது இத்தகைய வழிமுறையை கையாள்வது கடினமானதாக இருக்கின்றதா?

வெளிப்படையாக சொல்லவேண்டுமென்றால், அவ்வாறு திரைப்படத்திற்கு முழுமையாக தம்மை ஒப்புக்கொடுத்து பார்க்கும் ரசிகர்களால் பிரச்சனையில்லை. எதற்கும் எதிர்வினை புரியாத பார்வையாளர்களால் தான் சிக்கலே உண்டாகிறது. பார்வையாளர்கள் தம்மை திரைப்படங்களுக்கு ஒப்புக்கொடுத்து பார்ப்பதென்பது அதிகரித்தபடியே தான் இருக்கிறது. ஆனால், இதெல்லாம் குறிப்பிட்ட காலம் வரைதான். ஐம்பதுகளின் பார்வையாளர் அங்கீகரித்துக் கொண்டாடிய திரைப்படங்களை அறுபதுகளின் பார்வையாளர்கள் கேலி செய்வார்கள். அதுவே, எழுபதுகளின் பார்வையாளர்கள் அறுபதுகளின் திரைப்படங்களை கேலி செய்வார்கள். இதெல்லாம் தங்களை அதிநவீனவாதிகளாக காண்பித்துக்கொள்ள செய்கின்ற செயல்களே. நான் பல்ப் பிக்ஷன் எடுத்தபோது எல்லோரும், "இப்படியெல்லாம் திரைப்படம் எடுக்க முடியுமா?" என்று ஆச்சர்யமாக கேட்டார்கள். இனி இதுப்போன்ற வழக்குகள் எதுவும் நிலவப்போவதில்லை என்று நம்புகின்றேன். நானும் இதற்குமேல் எவரைப் பற்றியும் அபத்தமாக பேசப்போவதில்லை. என்னுடைய ட்ஜாங்கோ அன்செயின்ட் மற்றும் இங்க்ளூரியஸ் பிளாஸ்டர்ஸ்

திரைப்படங்களை பார்த்தவர்கள், அதனை முழுவதுமாக ஏற்றுக்கொள்ளவே செய்தார்கள். தாங்கள் ஏமாற்றப்படவில்லை என்பதை அவர்கள் திடமாக நம்பினார்கள். எனது திரைப்படங்களை முழுமையாக ஏற்றுக்கொண்டு அதனை அங்கீகரிக்கச் செய்தனர்.

வெஸ்டர்ன் வகை திரைப்படங்களை பற்றி என்ன நினைக்கிறீர்கள்? இப்போதும் அவ்வகை திரைப்படங்கள் உருவாக்கப்படுகின்றனவா?

அவ்வப்போது ஒன்றிரண்டு திரைப்படங்கள் வந்துக் கொண்டிருக்கின்றன. ஆனால், மற்ற எந்த வகை திரைப்படங்களை விடவும் வெஸ்டர்ன் திரைப்படங்கள்தான் குறிப்பிட்ட ஒரு காலகட்டத்தின் சிக்கல்களையும், சமூக மதிப்பீடுகளையும் தீவிரமாக அலசியுள்ளன.

அப்படியானால் உங்களுடைய தி ஹேட்புல் எய்ட் சமீப காலத்திய பிரச்சனைகளை மையமாக கொண்டிருக்கிறதா?

தி ஹேட்புல் எய்ட் திரைப்படத்தை எந்த வகையிலும் நான் சமீப காலத்தோடு பொருத்திப் பார்க்கவில்லை. நான் என் இயல்பின்படி ஒரு கதை சொல்ல முயற்சித்திருக்கிறேன். சமீப காலத்தை அதனில் பொருத்தினால், திரைப்படத்தின் அடர்த்தி அதிகரித்துவிடும்.

ஹேட்புல் எய்ட், தி குட் தி பேட் தி அக்லி திரைப்படத்தினை போலவே உள்நாட்டு போரை பிண்ணனியாக கொண்டுள்ளதா?

தி குட் தி பேட் தி அக்லி உள்நாட்டு போரில் நிலவிய இனவெறிய பொருட்படுத்தவில்லை. என்னுடைய திரைப்படம் உள்நாட்டு போருக்கு பிறகான ஆண்டுகளில் பல்வேறு பகுதிகளாக சிதறிய இனக்குழுக்களை பற்றியதே.

நீங்கள் ஒபாமாவுக்கு ஆதரவு தெரிவித்திருக்கிறீர்கள். அவரது ஆட்சியை எப்படி பார்க்கிறீர்கள்?

என்னை பொருத்தளவில் ஒபாமா மிகச் சிறப்பாக ஆட்சி நடத்திக் கொண்டிருக்கிறார். அவர்தான் எனது விருப்பத்திற்குரிய தலைவர். இதனை மிகுந்த பெருமையுடன் ஒப்புக்கொள்கிறேன். கடந்த வருடத்தில் அவரது நடவடிக்கைகள் மிகவும் முக்கியத்துவம் வாய்ந்ததாக இருந்தது. அவரது மிக நிதானமான, எவரும் விட்டுக்கொடுக்காத தலை வணங்காத பண்புகளை மிகவும் ரசிக்கிறேன். எல்லோரும் கையாளாகாத தலைவர்கள் பற்றியே பேசிக்கொண்டிருக்கிறார்கள். ஆனால், ஒபாமாவை போல ஆட்சிக்காலம் முழுவதையும் சீராகவும் சிறப்பாகவும் பொறுப்புணர்ச்சியோடும் நிறைவு செய்திருக்கும் ஒருவரையும் நான் இதுவரை பார்த்திருக்கவில்லை.

மீண்டும் திரைப்படங்களை பற்றி உரையாடுவோம். ஸ்டீபன் ஸ்பீல்பர்க்கும், ஜியார்ஜ் லூகாஸூம் திரைப்படத்தின் எதிர்காலம் குறித்து தொடர்ச்சியாக நம்பிக்கையற்ற வகையிலேயே பேசி வருகிறார்கள். அதைப்பற்றி என்ன நினைக்கிறீர்கள்?

திரைப்பட உருவாக்கம் குறித்த நம்பிக்கையற்ற வாதத்தில் எனக்கு உடன்பாடில்லை. ஏனெனில், அவை நான் சிறுவனாக இருந்த போதிலிருந்தே இருந்து வருகின்றன. நம்மால் டிரான்ஸ்பார்மர்ஸ் படத்தைப் பற்றி இப்போதும் பேச முடியும். ஆனால், பிளானட் ஆஃப் ஏப்ஸ் திரைப்படத்தையோ ஜேம்ஸ் பாண்ட் திரைப்படங்களையோ பற்றி இப்போது நம்மால் பேச முடியாது. அத்தகைய திரைப்படங்களுக்காக இப்போது எவரும் காத்திருக்கவும் இல்லை. அவையெல்லாம் எப்போதோ காலாவதியாகிவிட்டன. ஏன், ஸ்பீல்பர்கும் லூகாஸூம் இத்தகைய திரைப்படங்களை குறித்து கவலைக் கொள்கிறார்கள் என புரியவில்லை.

சிறிய பட்ஜெட் திரைப்படங்களுக்கு கிடைக்கும் வரவேற்புதான் அவர்களின் கவலைக்கு காரணம். இல்லையா?

இவ்வாறான கருத்துக்கள் திரைப்பட வரலாறு நெடுகிலும் அவ்வப்போது எழுந்தபடியேதான் இருக்கின்றன. இதோ பாருங்கள், நாம் ஒரு வருடத்தில் எண்ணற்ற திரைப்படங்களை பார்த்துக்கொண்டிருக்கிறோம். அதனால், முதல் பத்து இடத்திற்கு நமது திரைப்படம் வந்தே தீர வேண்டும் என்கின்ற கட்டாயம் எதுவுமில்லை. முதல் இருபது இடம் வரை வந்தாலே போதுமானது. வருடத்திற்கு ஒரு மாஸ்டர் பீஸ் திரைப்படம் கிடைத்தாலே மிகப்பெரிய விஷயம். அதற்கு மேல் எதிர்பார்ப்பது தேவையற்றது.

ட்ஜான்கோ அன்செயிண்ட் மற்றும் இங்குளூரியஸ் பிளாஸ்டர்ஸ் திரைப்படங்களில் பெரிய நட்சத்திர நடிகர்களின் பங்களிப்பு இருந்தது. ஆனால், ஹேட்புல் எய்ட் திரைப்படத்தில் அவ்வாறு யாரும் இல்லையே? பெரிய நடிகர்களை நடிக்க வைப்பதால் உங்களுக்கு ஏதேனும் அழுத்தம் கொடுக்கப்பட்டதா?

இல்லை. திரைப்படங்களில் நட்சத்திர நடிகர்கள் பங்கு கொண்டால், அதோடு, அவர்களுக்கு தாங்கள் ஏற்று நடிக்கும் கதாப்பாத்திரத்தின் மீது பிடிப்பு இருந்தால் நிச்சயமாக ஒரு இயக்குனராக நமக்கு நெருக்கடியும் அழுத்தமும் அதிகமாக இருக்கும். எனக்கு அத்தகைய அழுத்தங்களை கையாள்வதில் சிக்கல் எதுவும் இல்லை. ஆனால், எனக்கு அந்த நடிகரை பிடித்திருக்க வேண்டும். என்னுடைய ரசிகர்களுக்கோ அல்லது அந்த நடிகரின் ரசிகர்களுக்கோ நாங்கள் இணைந்து வேலை செய்ய வேண்டும் என்கின்ற விருப்பத்தின் அடிப்படையில் மட்டும் என்னால்

அத்தகைய நெருக்கடிகளை ஏற்றுக்கொள்ள முடியாது. அதோடு, எனது பாணியிலான நடிப்பு வகை என்று ஒன்றுண்டு. எவ்வாறு தங்களது வசனங்களை உச்சரிக்கிறார்கள், எவ்வாறு உடல் மொழியினை வெளிப்படுத்துகிறார்கள் என்பதெல்லாம் எனக்கு மிக மிக முக்கியத்துவம் வாய்ந்தவை. ஹேட்புல் எய்ட் திரைப்படத்தில் பிராட் பிட்டோ அல்லது லியானார்டோ டி காப்ரியோவோ பொருந்த மாட்டார்கள். எந்தவொரு தனித்த மனிதர்களின் அடையாளமும் துருத்திக்கொண்டு தெரியாதபடி அமைக்க வேண்டும் என்பதே அப்படத்தின் தேவையாய் இருந்தது.

ஹாலிவுட் திரைப்படத்தின் வரையறைக்குள் பொருந்தாத பெண் கதாப்பாத்திரங்களை எழுத வேண்டிய பொறுப்பு உங்களுக்கு இருப்பதாக உணர்ந்திருக்கிறீர்களா?

அந்த மாதிரியான பொறுப்புகள் எதுவும் எனக்கு இல்லை. நான் கடந்த இருபது வருடங்களாக திரைப்படங்களை இயக்கும் பணியில் ஈடுபட்டு இருக்கிறேன். முதல் பத்து வருடங்களில் நான் எடுத்த தடாலடியான முடிவுகள் எதனையும் இப்போதும் எடுக்கும் மனநிலையில் நான் இல்லை. நான் எழுதிய திரைக்கதைகளும், நான் உருவாக்கிய கதாப்பாத்திரங்களையும் நான் மிகவும் நேசிக்கிறேன் என்றாலும், அதுக்குறித்த பெருமிதங்கள் எதுவும் எனக்கில்லை. அப்போது நான் விரும்பிய நடிகர்களை எனது திரைப்படத்தில் பங்குக்கொள்ள செய்வது விருப்பமானதாக இருந்தது. எனது கதாப்பாத்திரங்களில் அவர்களை பொருத்திப் பார்ப்பதை நான் விரும்பினேன். ஆனால், இப்போது நான் நடிகர்களைவிட எனது கதாப்பாத்திரங்களுக்குதான் அதிக முக்கியத்துவம் கொடுத்து வருகிறேன். நான் உருவாக்கிய கதாப்பாத்திரங்கள் பலவும் எனது காலத்திற்கு பிறகும் மிகப் பெரிய அளவில் நிலைத்திருக்கும் என்பதில் எனக்கு நம்பிக்கை இருக்கிறது. அதனால், இனி கதாப்பாத்திரத்திற்கு முக்கியத்துவம் அளித்தே நான் நடிகர்களை தேர்வு செய்வேன்.

மொபைல் போனில் திரைப்படங்களை பார்ப்பது குறித்து என்ன நினைக்கிறீர்கள்?

நான் மடிகணினியில் கூட திரைப்படங்களை பார்க்க விரும்ப மாட்டேன். இந்த விதத்தில் நான் ஒரு பழமைவாதிதான். நான் செய்திதாள்களை வாசிக்கிறேன். பத்திரிகைகளை வாசிக்கிறேன். தொலைக்காட்சியில் செய்திகளை பார்க்கிறேன்.

நீங்கள் இன்னமும் உங்களது திரைக்கதைகளை காகிதத்தில்தான் எழுதுகிறீர்களா?

நான் உங்களிடம் ஒரு கேள்வி கேட்கிறேன். நீங்கள் கவிதை எழுத விரும்புகிறீர்கள் என்றால் கணினியிலா அதனை எழுதுவீர்கள்?

அது உண்மைதான். நிச்சயமாக எழுத மாட்டேன்.

கவிதை எழுதுவதற்கு தொழிற்நுட்பம் தேவையில்லை.

உங்களது போட்டியாளராக யாரை நீங்கள் கருதுகிறீர்கள்? பால் தாமஸ் ஆண்டர்சன் போன்றோரை கருதலாமா?

இல்லை. நான் யாரையும் போட்டியாளராக கருதுவது இல்லை. இது ஒருவகையிலான காழ்ப்புணர்ச்சியில் கொண்டுப்போய் முடித்துவிடும். நான் என்னையேதான் எனக்கு போட்டியாளனாக நினைத்துக்கொள்கிறேன். டேவிட் ஓ ரசூல் இந்த வருடத்தின் மிகப் பெரிய வெற்றித் திரைப்படமாக இருக்கலாம். ஆனால், அதன் வெற்றி எனக்கு எந்த விதத்திலும் பொருட்படுத்ததக்கது அல்ல.

இளைய தலைமுறை இயக்குனர்கள் பலரும் சிறிய பட்ஜெட் திரைப்படம் ஒன்றினை இயக்கி முடித்ததும் உடனடியாக ஜுராசிக் வொர்ல்ட், ஸ்டார் வார்ஸ் போன்ற திரைப்படங்களை இயக்குகிறார்கள். உங்களுக்கும் ரிசர்வாயர்ஸ் டாக் முடித்ததும் மென் இன் பிளாக் திரைப்படத்தை இயக்கும் வாய்ப்பு கிடைத்தது. அந்த திரைப்படத்தை இயக்க ஒப்புக்கொண்டிருந்தால், உங்களது வாழ்க்கை எப்படி அமைந்திருக்கும் என நினைக்கிறீர்கள்?

இன்னும் சிறப்பானதாக அமைந்திருக்கக்கூடும். ஆனால், என்னை பொருத்தளவில் வெற்றி தோல்விகளைவிட உங்களை திரைத்துறையில் எப்படி அடையாளப்படுத்திக் கொள்கிறீர்கள் என்பதுதான் மிக மிக முக்கியமானது என கருதுகிறேன். என்னை நான் சம்பளத்திற்கு பணியாற்றுகின்ற இயக்குனராக ஒருபோதும் முன்னிறுத்தியதில்லை. நான் எனது வீட்டில் அமர்ந்துக்கொண்டு ஸ்டுடியோக்கள் அனுப்பி வைக்கும் திரைக்கதைகளை படிப்பதும், அதில் ஏதேனுமொன்றை தேர்வு செய்வதையும் விரும்புவதில்லை. நான் எனது திரைக்கதைகளை நானே எழுத வேண்டும் என்றே விரும்புகிறேன்.

உங்களது திரைக்கதைக்காக இரண்டு முறை நீங்கள் ஆஸ்கார் விருதினை பெற்றிருக்கிறீர்கள். இயக்கத்திற்காக ஆஸ்கார் வாங்கவில்லை என்கின்ற வருத்தம் உங்களிடம் இருக்கிறதா?

இல்லை. ஆனால் இங்க்ளூரியஸ் பிளாஸ்டர்ஸ் திரைப்படத்திற்கு சிறந்த இயக்குனர் விருது கிடைத்திருந்தால் மகிழ்ச்சி அடைந்திருப்பேன். ஆனால், எனக்கு இன்னமும் அவகாசம் இருக்கிறது. எழுத்திற்காக ஆஸ்கார் விருதினை பெற்றதை மிகப்பெரிய கௌரவமாக கருதுகிறேன். சுயமாக எழுதி சிறந்த திரைக்கதை விருதினை பெற்ற ஐந்து இயக்குனர்களில் நானும் ஒருவனாக இருப்பதில் எனக்கு மிகுந்த மகிழ்ச்சி. மற்ற நால்வர் யாரென்றால் வூட்டி ஆலன், சார்லஸ்

பிராக்கெட், பில்லி வைல்டர் மற்றும் பேடி செய்ஃபெஸ்கி. இணையதளத்தில் ஒருவர் எழுதியிருந்த பதிவிலிருந்துதான் நான் இதனை தெரிந்துக்கொண்டேன். இவர்கள் நால்வரும் ஹாலிவுட்டின் மிகப்பெரிய ஜாம்பவான்கள். இப்போது வூட்டி ஆலன் எங்கள் எல்லோரையும் தோற்கடித்து எழுத்திற்கான மூன்றாவது ஆஸ்காரை பெற்றுவிட்டார். அதனால், நானும் மூன்றாவது விருதினை வாங்கினால் அவரது சாதனையோடு சமன் செய்ய முடியும். இதைவிடவும் வேறென்ன பெருமை எனக்கு இருக்க முடியும்?

நீங்கள் பத்து திரைப்படங்களை இயக்கியதும், திரைத்துறையிலிருந்து ஓய்வு பெறப்போவதாக அறிவித்திருந்தீர்கள். அப்படியானால் இன்னும் இரண்டு திரைப்படங்கள்தான் மீதம் உள்ளன இல்லையா?

நான் இயக்கும் கடைசி திரைப்படமே எனது திரைப் பயணத்தின் மிகச்சிறந்த படமாக அமைந்தால் நிச்சயம் பேராச்சர்யம்தான். அவ்வகையில் தான் எனது திரையுலக வாழ்வை முடித்துக்கொள்ள விரும்புகிறேன். ஹேட்புல் எய்ட் திரைப்படத்திற்கு பிறகு, எனக்கு மிகக் குறுகிய காலமே எஞ்சியிருக்கிறது. நான் இயக்க விரும்பும் பல கதைகள் என்னிடம் இருக்கின்றன என்றாலும், ஹேட்புல் எய்ட்டுக்கு பிறகு, என்னை முழுவதுமாக ஆட்கொள்கின்ற, என்னிடம் உரையாடுகின்ற கதை ஒன்றினை தேர்வு செய்து எழுத வேண்டும். அதற்கு நான் சற்றே திறந்த மனதுடன் அதனை வரவேற்க வேண்டும்.

உங்களது தாக்கம் இப்போது பல இயக்குனர்களிடம் இருக்கிறது. உங்களது யுத்திகளை திரைப்படங்களிலும், தொலைக்காட்சிகளிலும் சிலர் பயன்படுத்தும்போது அதனை எவ்வாறு எடுத்துக்கொள்வீர்கள்?

அது உண்மையிலே வரவேற்கத்தக்க செயல். நான் எனது பணியினை மிகச் சிறப்பாக செய்துக் கொண்டிருக்கிறேன் என்பதையே இது உணர்த்துகிறது. என் காலத்திய பல இயக்குனர்களுக்கு நான் முன்னுதாரணமாக இருப்பது பெருமைக்குரிய விஷயமே. ஹிட்ச்காக் தனது பாணியை பின்பற்றி படம் இயக்கப்படுவதை பார்த்திருக்கிறார். ஸ்பீல்பர்க் தனது பாணி நகலெடுக்கப்படுவதை உணர்ந்திருக்கிறார். நீங்கள் மிகப்பெரிய தாக்கத்தை உண்டாக்கியிருக்கிறீர்கள் என்பதுதான் இதற்கு அர்த்தம். நான் எனது திரை வாழ்க்கையை துவங்கியபோது எனது திரைப்படங்களை பார்க்கும் ரசிகர்கள், தாங்களும் திரைப்படங்களை இயக்க வேண்டும் என்ற ஆர்வத்தை தூண்ட வேண்டும் என்றே நினைத்திருந்தேன். அது இப்போது நிகழ்ந்துக்கொண்டிருக்கிறது இது எனக்கு மிகப்பெரிய மன நிறைவை உண்டாக்குகிறது.

★★★

எந்தவொரு கருத்தையும் ஒருவர் மீது நம்மால் திணிக்க முடியாது - டேரன் ஆரோனொஃப்ஸ்கி

திரைப்பட உருவாக்கத்தில் பல புதிய பரிசோதனைகளை தனது திரைப்படங்களின் மூலமாக தொடர்ச்சியாக அறிமுகப்படுத்திவருபவர் அமெரிக்க இயக்குனரான டேரன் ஆரோனொஃப்ஸ்கி (Darren Aronofsky). இவர் மிக விரைவாக நகரும் காட்சித் தொகுப்புகளுக்கு பெயர் பெற்றவர். குறைந்த பொருள் செலவில் படமாக்கப்பட்ட இவரது முதல் இரண்டு திரைப்படங்களான Pi மற்றும் Requiem for a Dream அதிக தொந்தரவுக்குள்ளாக்கும் திரைப்படங்களின் வரிசையில் இடம் பிடித்ததோடு, படம் பிடித்தலிலும், படத்தொகுப்பிலும் முற்றிலும் புதிய உத்திகளை கையாண்டிருந்தது.

நாம் விருப்பம்கொள்கின்ற பாதையில் பயணிக்க துவங்குகையில், அதில் எதிர்படும் சில சில சிக்கல்களை மனித மனம் எவ்வாறு சிடுக்குப்போட்டு, பாதையை குலைத்து சிதைவுக்குள்ளாகிறது என்பதை தனது திரைப்படங்களுக்கு கருவாக கொண்டுள்ள ஆரோனொஃப்ஸ்கி The Fountain திரைப்படத்தில் நிகழ்காலத்தில் தன் கண்ணிலிருந்து விலக முற்படும் காதலை தக்கவைத்துக்கொள்ள முன்னும்பின்னுமாக காலம் தாவுகின்ற மனிதன் ஒருவனின் கதையை இயக்கியிருப்பார். Black Swan, Wrestler, விவிலிய கதையான Noah என வரிசையாக இவர் இயக்கியிருக்கும் அனைத்து திரைப்படங்களையும் கொண்டாடி மகிழும் அவருக்கே உரித்தான பிரத்யேக திரைப்பட ரசிக குழு ஒன்று எப்போதும் இருந்து வருகிறது.

அவரது Noah திரைப்படத்தில் மேக திரட்டிலிருந்து கீழ் விழும் மழைத் துளி ஒன்றிற்கு அவர் வைத்திருந்த பாயிண்ட் ஆஃப் வியூ ஷாட் சிலிர்க்க செய்தது. அதோடு, உலகத்தின் உருவாக்கத்தையும் இப்படத்தில் நான்கு நிமிடங்களில் ஆரோனொஃப்ஸ்கி காட்சிப்படுத்தியிருப்பார். "துவக்கத்தில் அங்கு எதுவுமில்லாமல் இருந்தது" என்று குரலுடன் துவங்கும் அக்காட்சி ஒருவித மயக்கத்தன்மைக்குள் நம்மை அழைத்துச் சென்றுவிடும். ஆரோனொஃப்ஸ்கியிடம் மேற்கொள்ளப்பட்ட நேர்காணல் ஒன்றின் தமிழ் வடிவமிது.

ராம் முரளி

நீங்கள் உங்களது திரைப்படங்களின் மூலம் பார்வையாளர்கள் சித்திரவதை செய்யப்படுவதை விரும்புகிறீர்களா?

சித்திரவதை என்பதை மக்கள் பலவாறாக புரிந்து வைத்திருக்கிறார்கள். உண்மையில், சிலர் தாங்கள் சித்திரவதைக்கு உள்ளாக்கப்படுவதை விருப்பத்துடன் ஏற்றுக்கொள்ளவே செய்கிறார்கள். அதனால், இதில் தவறொன்றும் இல்லை என்றே கருதுகிறேன். என்னால் இயன்ற வரையில் இதனை வெற்றிகரமாக செயல்படுத்த விழைகிறேன். இப்போதும் என் தங்கையிடமிருந்து என் மீதான அவளது முழுமையான கவனிப்பை கோர அவளுக்கு நான் அதிகளவில் தொந்தரவுகளை கொடுத்துக்கொண்டிருக்கிறேன். இக்காலக்கட்டத்தில், மக்களின் மனங்களில் தங்கிவிடுமளவுக்கான அழிவற்ற நிரந்தரமான கருத்துக்களையும், சில காட்சித்தொகுப்புகளையும் உருவாக்குவது மிகமிக கடினமானது.. ஆனால், இத்தகைய பயணம் மிகமிக உள கிளர்ச்சி அளிக்கக்கூடியது.

உங்கள் திரைப்படங்களை திட்டமிட்டுதான் அதிக தீவிரத்தன்மையுடன் இயக்குகிறீர்களா?

நேர்மையாக சொல்ல வேண்டுமென்றால், அவ்வாறு இல்லை (சிரிக்கிறார்). எனது திரைப்படங்களை எல்லோரும் விரும்ப வேண்டுமென்பதோடு, அதைப் பற்றி கூடுதலாக சிந்திக்க வேண்டுமென்றும் நான் விரும்புகிறேன். ஆனால், விளைவுகள் முற்றிலும் நேர்மாறாக அமைந்துவிடுகின்றன. எனக்கு எவ்வாறு அதனை செயல்படுத்துவதென்று தெரியவில்லை. ரெக்குவம் ஃபார் எ ட்ரீம் (Requiem for a Dream) படத்தை மக்கள் பார்த்துவிட்டு, நான் அவர்களை பலாத்காரம் செய்துவிட்டதாக கூறினார்கள். அதோடு, அப்படத்தை தூக்கி எறியவும் செய்தார்கள். டொரண்டோவில் அப்படம் திரையிட்டப்போது, திரையரங்குக்கு வெளியே ஆம்புலன்ஸ் ஒன்றை நிறுத்தியிருந்தார்கள். ஏனெனில், அப்படத்தை பார்த்துக்கொண்டிருந்த ஒருவருக்கு இருதய வலி ஏற்பட்டுவிட்டது. இப்போதெல்லாம் நான் அதீத தீவிரத்தன்மையுடன் திரைப்படங்களை அணுகுவதில்லை. சற்றே என் பாணியை மாற்றிக்கொண்டேன். பை (Pi) திரைப்படத்திற்கும் இத்தகைய விளைவுகள் உண்டானது. அப்படத்தைப் பற்றி நியூ யார்க் டைம்ஸில் "தெளிவற்ற, சிறுசிறு புள்ளிகளைக்கொண்ட தொந்தரவுக்குள்ளாக்கும் காட்சிகளைக் கொண்ட திரைப்படம்" என்று எழுதினார்கள். அதோடு அப்படத்தின் இசையை காதுகளை துன்புறுத்தும்படி அமைக்கப்பட்டிருப்பதாக விமர்சித்திருந்தாரகள். நம்மால் நமது திரைப்படங்களை கொண்டு அனைத்து தரப்பு மக்களையும் திருப்தியுற செய்ய முடியாது.

ஆனால், நீங்கள் கடைசியாக இயக்கிய சில திரைப்படங்களுக்கு மக்களிடமிருந்து ஆதரவு கிடைத்தது இல்லையா?

என்னுடைய ரெஸ்ட்லர் (Wrestler) திரைப்படம் பார்வையாளர்களுக்கு முற்றிலும் புதியதான ஒரு அனுபவத்தை கொடுத்திருக்கும். நான் அப்படத்தை துவங்கியபோது பலரும் ''ஏன் மிக்கி ரோக்கிரியை வைத்துக்கொண்டு மல்யுத்த போட்டி தொடர்பான திரைப்படம் ஒன்றை இயக்க வேண்டும்? உங்களது திரைப்பட வாழ்க்கையை சிதைத்துக்கொள்ள முடிவு செய்துவிட்டீர்களா?'' என்றெல்லாம் கேட்டார்கள். ஆனால், திரைப்படம் வெளியானதற்கு பிற்பாடு இத்திரைப்படம் நல்லதொரு வரவேற்பையே பெற்றது. அதேப்போல பிளாக் ஸ்வான் (Black Swan) திரைப்படத்திற்கும் மக்கள் ஆதரவு கிடைத்தது. மக்கள் ரசனை மாறி வருகிறது என்றே நினைக்கிறேன். நாங்கள் ரெக்குவம் பாஃர் எ ட்ரீம் இயக்கியபோது, அப்படம் திரையரங்குகளில் 3 மில்லியம் டாலர் பணத்தை வசூலித்துக் கொடுத்தது. ஆனால், இன்றைக்கு ஒரு திரைப்படத்தை விநியோகிக்க பலவழிமுறைகள் தோன்றிவிட்டன. திடீரென்று சில திரைப்படங்கள் ஆஸ்கார் முத்திரையுடன் வெளியிடப்படுகின்றன. அதனால், திரைப்படங்களின் மீதான மக்களின் ஆர்வத்திலும் எதிர்ப்பார்ப்பிலும் சிலசில மாற்றங்கள் ஏற்பட்டிருக்கின்றன. மிக விரைவில், என்னையும் முந்தைய தலைமுறையை சேர்ந்தவன் என்று மக்கள் நினைத்துவிடும் சாத்தியங்கள் இருப்பதாக கருதுகிறேன். அதனாலேயே, மிக மிக தாமதமாக எனது அடுத்தடுத்த திரைப்படத்திற்கான கருக்களை தேர்வு செய்கின்றேன்.

உங்களால் ஒரு நகைச்சுவை திரைப்படத்தை எழுதி இயக்குவதைப் பற்றி சிந்திக்க முடிகிறதா?

என் இளம் வயதில் நான் இயக்கிய மாணவ திரைப்படங்களில் பெரும்பாலானவை நகைச்சுவையை மையமாகக்கொண்டவைகளே. ஆனால், நான் ஏன் தொடர்ச்சியாக இத்தகைய இருண்மையான திரைப்படங்களையே இயக்கிக்கொண்டிருக்கிறேன் என்று என்னாலேயே உறுதியாக கூற முடியவில்லை.

உங்களது உள்ளுணர்வுதான் இத்தகைய விளைவிற்கு காரணமா?

இருக்கலாம். நான் எப்போதும் என் திரைப்படங்களின் மைய கதையின் மீது ஒருவித பிடிப்புடன் மனதினுள்ளாக செயலாற்றிக்கொண்டிருப்பேன். அத்தகைய தீர்மானமான எண்ணம்தான் சமயங்களில், மிக கடினமான பணியாக இருப்பினும் அதனை விருப்பத்துடன் கையில் எடுத்துக்கொள்ள தூண்டுகிறது. உண்மையில் என்னுடைய ஒவ்வொரு திரைப்படமும் மராத்தன் ஓட்டத்தைப்போலதான்

உள்ளது. என் அணியில் பங்குகொள்கின்ற பலரும் இறுதி வரையில் என்னுடன் ஓட முடியாமல் சோர்ந்துவிடுவார்கள். இருப்பினும், என் திரைப்படங்கள் தங்களுடைய இறுதி வடிவத்தை எட்டி விடுவதற்கான காரணம், நான் தொடர்ந்து அவர்களிடம் சென்று, அவர்களை தொந்தரவுப்படுத்தி அவர்களது பணியினை முழுமையாக முடித்துவிட தூண்டிக்கொண்டே இருப்பதுதான்.

இவ்விதமான பிரச்சனை தி பவுண்டைன் (The Fountain) திரைப்படத்தின்போது உங்களுக்கு நிகழ்ந்தது இல்லையா? அத்திரைப்படத்தின் முன் ஆயத்த பணிகளில் இருந்தபோது பிராட் பிட் அதிலிருந்து விலகிவிட்டார்?

ஆமாம். இத்திரைப்படத்திற்காக பதினெட்டு மில்லியன் டாலர்களை செலவழித்துவிட்ட பின்பு, பிராட் பிட் இதிலிருந்து விலகிக்கொள்வதாக அறிவித்தார். நான் அடுத்த ஆறேழே மாதங்களுக்கு என்ன செய்வதென்று தெரியாமல் தடுமாறிக்கொண்டிருந்தேன். ஓரிரவு நான் முழுவதுமாக தூங்கவும் இல்லை. படுக்கையில் எழுந்து அமர்ந்துக்கொண்டு தி பவுண்டைன் திரைப்படத்திற்காக நான் ஆய்வு செய்திருந்த புத்தகங்கள் அனைத்தையும் புரட்டி புரட்டி பார்த்துக்கொண்டிருந்தேன். அப்போதுதான், இக்கதை எனது இரத்தத்தில் ஊறியிருக்கிறது. எது நடந்தாலும், இப்படத்தை முடிக்காமல், என்னால் இதிலிருந்து விடுபட இயலாது என்பதை புரிந்துக்கொண்டேன். அதற்கு பதினெட்டு மில்லியன் பணம் எதிராக இருந்தாலும்கூட, இத்திரைப்படத்தை மீண்டும் கையில் எடுப்பது என்று முடிவு செய்துவிட்டேன்.

நீங்கள் மீண்டும் அதனை எவ்வாறு சாத்தியப்படுத்தினீர்கள் என்று எனக்கு புரியவில்லை?

அது உண்மையில் எனக்கு மிகுந்த மன உளைச்சலை அளித்த காலக்கட்டம். அடுத்த ஏழு மாதங்கள் நான் கடுமையான மன வேதனையை அனுபவித்து வந்தேன். அதோடு, என்னை நம்பி அத்திரைப்படத்தின் தயாரிப்பு வேலைகளில் ஈடுப்பட்டிருந்த நானூறு, ஐநூறு மக்களின் நிலைதான் என்னை மேலும் மேலும் துன்புறுத்திக்கொண்டே இருந்தது. அவர்கள் எல்லோருக்குமே இதனால் வெவ்வேறு இன்னல்கள் உருவெடுத்திருந்தன. அத்திரைப்படத்தின் பணிகள் முழுவதுமாக துவக்கத்திலேயே சிதைந்துவிட, எல்லோரும் வேறுவேறு வேலைகளை பார்த்துக்கொண்டு அங்கிருந்து நகர்ந்து சென்றுவிட்டார்கள்.

பிராட் பிட் ஏன் திரைப்படத்திலிருந்து வெளியேறினார்?

அதைப்பற்றி இப்போது பேசுவது மிகவும் கடினமான ஒன்று.

ஏனெனில், நாங்கள் இரண்டரை வருடங்கள் ஒன்றாக இணைந்து பணியாற்றினோம். எங்களுக்கிடையில் மிக நெருக்கமாக உறவு நிலை இருந்துவந்தது. இத்திரைப்படத்தில் இருந்து விலகிய பின் அவரே கூட, நெருக்கமான பெண் தோழி ஒருத்தியை பிரிந்துவிட்டதைப்போல உணர்வதாக தெரிவித்திருந்தார். அதனால், ஒரேயொரு குறிப்பிட்ட விஷயம்தான் எங்களது பிரிவுக்கான காரணமென்று பொதுவாக சொல்லிவிட முடியாது. ஒருவேளை நான் ஆறு மாத காலம் ஆஸ்திரேலியாவில் படத்துக்கான வேலைகளில் ஈடுபட்டிருந்ததால் இருக்கலாம். அவரும் அப்போது லாஸ் ஏஞ்சல்ஸில் இருந்தார். அதனால், எங்களுக்கிடையிலான சிந்தனைப்போக்கில் மிகப்பெரிய அளவில் விரிசல் விழுந்திருந்தது.

நீங்கள் படப்பிடிப்பு தளத்தில் உள்ளுணர்வின் விசையினால் உந்தப்பட்டுதான் இயங்குகிறீர்களா?

நீங்கள் படப்பிடிப்பு தளத்தில் இருக்கின்றபோது, எப்போதும் உள்ளுணர்வு விழிப்புடனேயே செயல்பட்டுக்கொண்டிருக்கும். அது அப்படித்தான் இருந்தாக வேண்டும். சில இயக்குனர்களை சுற்றி எப்போது இருந்து வரும் கிசுகிசுப்புகளில் ஒன்று, அவருக்கு ஒரு காட்சி எப்படி படம்பிடிக்க வேண்டுமென்று முன்னதாக தெரிந்திருக்கும். இத்தகையத்தன்மை சில இயக்குனர்களுக்கு வேண்டுமானால் நிகழக்கூடியதாக இருக்கலாம், ஆனால், எனக்கு படப்பிடிப்பு தளத்தில் செயல்படுகின்ற என் உள்ளுணர்வே அனைத்தையும் தீர்மானிக்கிறது.

உங்களின் திரைப்பட உருவாக்க பாணி எவ்வாறு செயல்படுகிறது?

நான் என்னால் இயன்ற அளவிலான சிறந்த மனிதர்களையும், சிறந்த பொருட்களையும் எனது படப்பிடிப்பு தளத்திற்கு கொண்டு வந்து சேர்த்துவிடுவேன். அதோடு, நடிகர்களுக்கு மிகச்சிறப்பாக தங்களது பங்களிப்பினை ஆற்றிடும் சூழலையும் உருவாக்கிக்கொடுப்பேன். சமயங்களில் சிலசில தவறுகள் நேரிடலாம் என்றாலும், நான் எனது உள்ளுணர்வின் இயக்கத்தை பின் தொடர்வதன் மூலமாக யாவற்றையும் சரி செய்துவிடுவேன். நீங்கள் எந்த ஒரு விஷயத்தையும், செயலையும் மற்றவர்களின் மீது திணித்து ஒன்றை உருவாக்க முயற்சித்தால், விளைவு உங்களது எதிர்ப்பார்ப்புக்கு முற்றிலும் நேர்மாறாகவே அமைந்துவிடும். அதோடு, உங்களது படைப்புத்திறன் போலித்தனமாக செயல்பட துவங்கிவிடும்.

உங்களுடன் ஒத்திசைத்து செயல்படக்கூட அணியினை உங்களால் வெகு சுலபமாக உருவாக்கிவிட முடிகின்றது இல்லையா?

உண்மையில் அது அத்தனை சுலபமானது அல்ல. நான் பலமுறை

எனது செயல்பாடுகளில் ஒருவித தளர்வுத்தன்மை இருக்க வேண்டுமென்று விழைவதுண்டு. ஆனால், என்னால் அப்படி செயலாற்ற முடியவில்லை. நான் எனது நடிகர்களுடன் மிகுந்த நேர்மையுடனேயே பணியாற்றுகின்றேன். துவக்கத்திலேயே, அவர்களிடம், ''நீங்கள் இதைத்தான் செய்யப் போகிறீர்கள். இது உங்களுக்கு மிகுந்த வலி தரக்கூடியதாக இருக்கும். ஆனாலும், இதனை முழுமையான ஈடுபாட்டோடும் அர்ப்பணிப்போடும் நீங்கள் செய்து முடிக்க வேண்டும்'' என்று சொல்லிவிடுவேன். அதற்கு பிறகு அவர்கள், ‘‘நிச்சயமாக நாங்கள் இதனை செய்யப் போவதில்லை'' என்று மறுத்துவிடுவார்கள். இத்தனை வருடங்களில் நான் பல முன்னணி நடிகர்களுடனான உறவினை இதனால் இழந்திருக்கிறேன். மக்களின் வாழ்க்கை அதிக சிக்கல் நிரம்பியதாக இருக்கிறது. நான் இதுவரையில் பணியாற்றியுள்ள நடிகர்களை எடுத்துக்கொள்ளுங்கள். அவர்களில் எத்தனை பேர் மிக உயரந்த நிலையை அடைந்துள்ளார்கள்? நான் அவர்களுக்கு வாய்ப்புக் கொடுத்தால், நிச்சயமாக தங்களது முழு திறனை வெளிப்படுத்த அவர்களுக்கு ஒரு சந்தர்ப்பம் கிடைக்கும். ஆனால், நான் அதை செய்வதில்லை. அப்படி செய்வது என் வழக்கமும் அல்ல.

★★★

ஊமையாக்கப்பட்ட காதலின் கதை! - கிம் ஜி வூன்

ஆழ்ந்த உறக்கத்திலிருந்து விடுபட்ட சீடன் அலறியடித்துக்கொண்டு தன் படுக்கை விரிப்பில் எழுந்து அமர்கிறான். அவனுக்கு அருகில் படுத்திருந்த குருவும் தூக்கம் கலைந்து அவனிடம், "தீய கனவு எதுவும் கண்டாயா?" என்று கேட்கிறார். சீடன் "இல்லை" என்று தலையாட்டுகிறான். "துயர சம்பவம் எதையும் கனவில் கண்டாயா?" குரு மீண்டும் சீடனிடம் கேட்கிறார். "நான் ஒரு இனிமையான கனவை என் உறக்கத்தில் கண்டேன்" என்கிறான் சீடன். குழப்பமுற்ற குரு, "இனிமையான கனவை கண்டுவிட்டு, ஏன் இப்படி அலறி அழுகிறாய்?" மீண்டும் சீடனிடம் குரு வினவுகிறார். அதற்கு சீடன், "அந்த கனவை போல என் வாழ்வு ஒருபோதும் இனிமையானதாக இருக்கப்போவதில்லை. அதை நினைத்துதான் அழுகிறேன்" என்கிறான்.

கிம் ஜி வூன் 2005ல் இயக்கிய தென் கொரிய திரைப்படமான A Bittersweet Life வன்முறையை வாழ்வாக கொண்ட நாயகனின் மனதில் எதிர்பாராமல் கனவை போல தெளிவற்றதாய் நுரைக்கும் காதல் உண்டாக்கும் அலைக்கழிப்பையும் அதன் நீட்சியாக அவன் அனுபவிக்கும் கொடுந்துயரத்தை ரத்தம் தெறிக்க தெறிக்க சொல்கிறது. குற்றம் புரிவதையே தொழிலென வாழும் வன்முறையாளர்களின் உலகை அதன் முழு வீரியத்துடன் காட்சிப்படுத்தியிருந்தாலும், சக மனிதர்களுக்கிடையிலான உறவில் நேர்மையையும், தூய்மையான அன்பை செலுத்த வேண்டியதன் அவசியத்தையும் அழுத்தமாக கோடிட்டுக் காட்டுகிறது இத்திரைப்படம். வன்முறையை கேளிக்கையாக கொண்டாடாமல், அதன் பின்னுள்ள மனிதர்களின் உளவியலை இயல்பாக பதிவு செய்திருப்பதன் மூலம் குற்ற உலகு மனித மனதை எவ்வாறு துளி கருணையுமின்றி இறுக செய்துவிடுகிறது என்று சாட்சிப்படுத்தி அவர்களின் மீது பரிதாபத்தையே உண்டாக்குகிறது.

2005 கேன்ஸ் திடைப்பட விழாவில் திரையிடப்பட்ட A Bittersweet Life அவ்வாண்டின் அதிக வசூல் சாதனை செய்த திரைப்படம் எனும் சிறப்பையும் பெற்றிருக்கிறது. தனது தனித்தன்மையிலான

திரைப்படங்களின் மூலம் தனக்கென பெரும் ரசிகர்களை பெற்றிருக்கும் கிம் ஜி யூனிடம் பாய்லோ பெர்டோலின் மேற்கொண்ட நேர்காணலின் தமிழ் வடிவமிது.

A Bittersweet Life திரைப்படம் உங்களது முந்தைய கால திரைப்படங்களைப் போல நகைச்சுவை அல்லது அச்சமூட்டக்கூடிய கதைக் கருக்களை மையங்கொண்டிருக்காமல் முற்றிலும் மாறுபட்ட கதையம்சத்தை உள்ளடக்கியிருந்தது. இத்தகைய மாற்றத்திற்கான காரணமென்ன?

A Bittersweet Life திரைப்பட்டத்திற்கு, வலிந்து இதுப்போன்ற மாற்றத்தை உண்டாக்க வேண்டுமென்று நான் முன்பே தீர்மானித்திருக்கவில்லை. வன்முறையை கருவாக கொண்ட கதையொன்றை எழுதுவதன் மூலம், வன்முறையை வாழ்வாக கொண்ட மனிதன் ஒருவனின் சூழலை ஆராய விரும்பினேன். அவன் தினசரி சந்திக்கும் சிக்கல்களை அதன் முழு இயல்போடு விவரிக்க வேண்டுமென்று மட்டும் முடிவு செய்திருந்தேன். இத்தகைய தீர்மானங்களை திரைக்கதை எழுதும்போது பின்தொடர்ந்ததால், நான் முன் ஒருபோதும் கையாண்டிராத புது வகைமைக்குள் A Bittersweet Life தானாக நகர்ந்து சென்றுவிட்டது. நாம் நமது திரைப்படத்திற்கு விருப்பமான கரு ஒன்றை தெரிவு செய்ததும், அதனை அதிகபட்ச நேர்மையோடும், பொறுப்போடும் பின் தொடர்ந்து சென்றால், அந்த திரைப்படம் தானாகவே தனக்கு ஏற்ற வடிவத்தில் உருக்கொண்டுவிடும்.

என் திரைப்படங்களின் பொதுத்தன்மையை பற்றி பேசினால், தனி மனிதர்கள் தங்களது இயல்புக்கு முற்றிலும் முரணான பாதையில் சந்தர்ப்பவசத்தால் பயணிக்க துவங்கிவிடுகிறார்கள் என்பதை என் அனைத்து திரைப்படங்களிலும் மீண்டும்மீண்டும் அழுத்தமாக பதிவு செய்து வருகிறேன். A Bittersweet Life திரைப்படத்திலும் இதே கருத்தை வலியுறுத்தி இருக்கிறேன். இத்தகைய முரண்பட்ட சூழலை நாம் எல்லோருமே நம் வாழ்வில் எதிர்கொள்ள நேர்கிறது என்பதை என் சுய அனுபவத்திலிருந்து பயின்றேன். மனிதர்களுக்கிடையே நிலவும் பொருளற்ற வெறுமையும் இத்தகைய முரணை எளிதாக உருவாக்கிவிடுகிறது. என் முதல் திரைப்படமான The Quiet Family தலைப்புக்கு முற்றிலும் நேர்மாறான திசையில் பயணிக்கிறது. The Foul King திரைப்படத்தில் அதீத கூச்ச சுபாவம் கொண்ட மனிதன் இறுதியில் மிகப்பெரிய சண்டை வீரனாக உருமாறிவிடுவான். Two Sisters திரைப்படத்தின் கதாப்பாத்திரங்கள் தாங்கள் மறக்க விரும்பும் அமானுஷ்ய நினைவுகளிலிருந்து மீள முடியாமல், தொடர்ந்து அதனோடு போரிட்டுக் கொண்டிருப்பார்கள்.

A Bittersweet Life திரைப்படத்தின் நாயகன் துவக்க காட்களில் கம்பீரமாக அறிமுகமாகியிருப்பான். ஆனால், இறுதியில் அவனது வாழ்க்கை தலைக்கீழாக பயணித்துக்கொண்டிருக்கும். தனது பரிதாபமான நிலைக்கு புற உலகில் காரணம் தேடும் நாயகன், இறுதியில் தன் நிலைக்கு காரணமானவர்களை பழிவாங்கும் முடிவுக்கு வந்து சேர்ந்திருப்பான். இறுதியில், அனைத்தையும் இழந்து மரணத்தை தழுவும் தருணத்தில்தான், தனது வீழ்ச்சிக்கு புற உலகம் காரணமல்ல, தனது அக உலகே காரணமென்று உணருவான். சக மனிதர்களுக்கிடையிலான உரையாடலில் நிலவும் வெறுமையும் A Bittersweet Life நாயகனின் வீழ்ச்சிக்கு முக்கிய மையப் பொருளாக அமைந்திருக்கிறது.

A Bittersweet Life திரைப்படத்தை பொறுத்தவரை, ஒன்றிற்கும் மேற்பட்ட முறை பிரெஞ்சு ஆட்டியரான ழான் - பியரி மெல்வில்லின் படைப்புகளிலிருந்து நீங்கள் அதிக பாதிப்புக்குள்ளானதாக குறிப்பிட்டுள்ளீர்களே?

மெல்விலிடமிருந்து நான் இரண்டு விஷயங்களை எடுத்து என் திரைப்படத்தில் கையாண்டேன். முதலாவது, பொருள்களை அர்த்தப்படுத்துவதன் அளவீடு மற்றும் உணர்வுகளை வெளிப்படுத்துவதன் அளவீடு. அர்த்ததப்படுத்துதல் என்பதில், வாழ்வின் மாயையை மனிதர்களுக்கிடையே நிரம்பியிருக்கும் இழிந்த பற்றற்ற நிலைப்பாட்டை ஆராய்வதன் மூலமாக வெளிப்படுத்தி இருப்பேன். உணர்வு வெளிப்பாட்டுத்தன்மையில் மெல்வில் கடைபிடித்த மறைமுக நடத்தை விதிகளை நேரிடையாக பிரயோகித்தேன். மெல்வில் தனது திரைப்படங்களில் ஒளியமைப்பில் வேறுப்பாட்டை உருவாக்குவதன் வழியாகவும், நடிகர்களின் உடல் மொழியின் வழியாக காட்சிகளை நகர்த்துவதன் மூலமாகவும், சூழலின் யதார்த்தன்மையை காட்சியில் பிரதி எடுப்பதன் வாயிலாகவும், உரையாடல்களே அவசியமில்லாத சூழலை நிலவ செய்திருப்பார். நான் என் A Bittersweet Life திரைப்படத்தில் இவ் வழிமுறைகளை மீண்டும் உபயோகித்தேன்.

A Bittersweet Life திரைப்படத்தின் காட்சி சட்டங்கள் யாவுமே மிகவும் நுணுக்கமாக வடிவமைக்கப்பட்டிருப்பதாக தோன்றுகிறது. நீங்கள் ஸ்டோரி போர்டை பயன்படுத்தினீர்களா?

ஆமாம். நான் ஸ்டோரி போர்டை என் அனைத்து திரைப்படங்களிலும் பயன்படுத்தி இருக்கிறேன். அதோடு, தயாரிப்பு வடிவமைப்பாளருடனும் மிக நெருக்கமாக இணைந்து வேலை செய்வேன். எனினும், இறுதியில் காட்சிகளின் சட்டகங்கள், கதை சொல்லும் முறை யாவுமே என் விருப்பத்தின்படியேதான் உருவாக்கப்படும். A Bittersweet Life

திரைப்பட்டத்தில் ஒவ்வொரு சட்டகமும் நான் விரும்பியபடிதான் வடிவமைக்கப்பட்டது. அதோடு, ஒவ்வொரு சட்டகத்தையும் நேர்த்தியாக உருவாக்க, நான் தனிச்சையாகவே அதிகம் உழைத்தேன். உதாரணமாக, சட்டகத்தில் இடம்பெறும் கதாப்பாத்திரத்திற்கும், அதன் பின்புலத்திற்கும் எவ்வளவு இடைவெளி இருக்க வேண்டும், அக்காட்சியின்போது என்ன வகையிலான இசை பின்னணியில் ஒலிக்கும் போன்ற விஷயங்களில் அதிக கவனம் செலுத்தினேன்.

மெல்வில்லின் பாதிப்பு இப்படத்தில் அழுத்தமாக பதிந்திருந்தாலும், வேறு சில இயக்குனர்களின் சாயல்களும் படத்தில் படந்திருப்பதாக கருதப்படுகிறதே?

தனிப்பட்ட முறையில் நான் கோயன் சகோதரர்கள் மற்றும் க்வென்டின் டரான்டினோ ஆகியோரின் திரைப்படங்களை மிகவும் விரும்பி பார்ப்பேன். அவர்களது படங்களில்கூட எண்ணற்ற இயக்குனர்களின் சாயைகள் குவிந்திருப்பதை நீங்கள் உணர்ந்துக்கொள்ள முடியும். A Bittersweet Life திரைப்பட உருவாக்கம் முழுதாக மெல்வில்லின் பாதிப்பில்தான் வடிவமைக்கப்பட்டிருந்தது என்றாலும், அதன் சண்டை காட்சிகள் மற்றும் இறுதி காட்சிகள் நிலவும் துப்பாக்கி சண்டை போன்றவை கில் பில் மற்றும் ஸ்கேர்ஃபேஸ் போன்ற திரைப்படங்களிலிருந்து எடுக்கப்பட்ட குறிப்புகளின் வழியே உருவாக்கப்பட்டது.

A Bittersweet Life படத்தின் கதை வளர்ந்து செல்லும் பாதையில் ஒரு பெரிய முரண்பாடு நிலவுகிறது. நாயகன் ஒரு பெண்ணின் மீது கொள்ளும் காதலின் விளைவாகவே கொடுந்துயரை அனுபவிக்க நேர்கிறது. ஆனால், அக்காதல் அவனால் வெளிப்படுத்தப்படவில்லை. மாறாக, அவனது மனதினுள்ளாகவே தேங்கி இருக்கிறது.

தினசரி நாம் எதிர்கொள்ளும் அபத்த வாழ்வின் முழுமையான கண்ணாடி பிம்பமே இப்படத்தின் நாயக கதாப்பாத்திரம். சமயங்களில், நாம் காதலினால் தோல்வியுற்று வாழ்நாள் முழுவதும் மனம் வருந்தியபடியே இருப்போம். உண்மையில், அக்காதல் தோல்வியுற்றதற்கு மிக எளிய, சில்லறைத்தனமான செயல் ஒன்றே காரணமாக இருக்கும். மிகச்சிறிய விஷயங்கள் மிகப்பெரிய தோல்விகளை தோற்றுவிக்கும் நிகழ்வுகள் வாழ்க்கையில் மிக அநாயசமாக நிகழ்ந்தேறும். ஆனால், நாம் எப்போதும் நாம் இழைத்த சிறிய தவறுகளை கணக்கில் கொள்ளாது, அக்காதலை நினைத்து துயருரும் போதெல்லாம் சம்பந்தமில்லாத காரணங்களை ஆராய்ந்தபடியே நாட்களை நகர்த்திக் கொண்டிருப்போம். இத்தகைய பொருளை மையமாக வைத்தே நாயக பாத்திரத்தை உருவாக்கினேன். தான் செய்த மிகச்சிறிய தவறுக்காக,

அவன் கனவிலும் எதிர்பாராத சம்பவங்களை எதிர்கொள்ள நேரும்.

அதோடு, நான் இப்படத்தில் வெளிப்படுத்த முடியாமல் போன காதலை சொல்லவும் விரும்பினேன். முழுதாக ஊமையாக்கப்பட்ட காதலின் கதையாகவும் A Bittersweet Life திரைப்படத்தை விளங்கிக்கொள்ள முடியும்.

பழிவாங்குதலை பேசு பொருளாக கொண்ட Vengence Trilogyயிலிருந்து A Bittersweet Life எவ்வாறு வேறுபடுகிறது?

பார்க் சான் வூக் உருவாக்கிய Sympathy for lady vengeance திரைப்படத்தின் நாயகி தனது பழிவாங்கும் லட்சியத்தில் வெற்றி கொள்கின்றபோது மிகவும் தூய்மையான உணர்வெழுச்சியை எட்டியிருப்பாள். என் திரைப்படத்திலும் நாயகன் தனது எதிரிகளை பழிவாங்குவதற்கான வழிவகைகளை அறிந்திருப்பான். எனினும், இறுதியில், அவர்களோடு சேர்ந்து அவனும் உயிர் அறுந்து இறந்து விடுகிறான். இதனால், பழிவாங்குதல் என்பதே அர்த்தமற்றதாகிவிடுகிறது. உண்மையில், நாயகனின் அனைத்து சிக்கல்களுக்குமான விதை அவனிடமிருந்தேதான் முளைவிட்டிருக்கும். இப்படத்தில் பழிவாங்கும் நோக்கமென்பது, சுய எழுச்சியையும் தன்னை பற்றியே அறிந்துக்கொள்ளவுமே பயன்படுத்தப்பட்டிருக்கிறது.

படத்தின் துவக்கத்திலும், முடிவிலும் பிரயோகிக்கப்பட்டிருந்த புத்த உவமைகளை பற்றி சொல்ல முடியுமா?

A Bittersweet Life திரைப்படம் துவங்கும்போது, இக்கதை களத்தை ஒரு விவரிப்பாளரின் குரல் வழியே அறிமுகப்படுத்துவது சிறந்தது என்று முடிவு செய்திருந்தேன். மரத்தையும், அதன் மீது மோதி வருடும் காற்றையும் இணைக்கும் அந்த உவமை இப்படத்தின் மைய பேசு பொருளுக்கு அதிக நெருக்கமானதாக இருந்ததால், அதனை பயன்படுத்திக்கொண்டேன். படத்தின் இறுதியில் பயன்படுத்தியிருக்கும் உவமை படப்பிடிப்பு காலத்தில்தான் தோன்றியது. அந்த உவமைதான் இப்படத்திற்கு மிகச்சரியான முடிவை தர முடியும் என்று தோன்றியதால் அதனை பயன்படுத்தினேன்.

படத்தில் இறுதிக் காட்சியில், நாயகன் கண்ணாடியின் முன்னால் நின்று குத்து சண்டை பயிற்சி மேற்கொள்வதைப் போல காட்சி அமைத்திருக்கிறீர்கள். இதன் பொருள் என்ன?

நாயக கதாப்பாத்திரத்தின் மொத்த சாராம்சமும் அக்காட்சியில்தான் முழுமையாக வெளிப்பட்டிருக்கிறது. நாயகனின் அக உலகை வெளிப்படுத்தும் மிகவும் வலிமையான காட்சி அது. அதாவது, நாயகனின் தன்னை பற்றிய நிலைப்பாடு என்பது மற்றவர்கள் அவன்

மீது கொண்டுள்ள நிலைப்பாட்டை சார்ந்தே சுழல்கிறது. அவன் மற்றவர்கள் தன்னை எவ்வாறு காண்கிறார்களோ அதுவே உண்மை என்று முழுமையாக நம்புகிறான். அதனால், அவன் தன்னை எதன் காரணமாகவும் ஒருபோதும் கேள்விக்குட்படுத்திக்கொண்டதே இல்லை.

அதோடு, அக்காட்சியில் நாயகன் தனக்குத்தானே மேற்கொண்ட ஒரு சண்டையின் இறுதியில் வீழ்ந்துவிட்டான் என்பதையும் சேர்த்து சொல்ல விரும்பினேன். நீங்கள் அக்காட்சியை கவனமாக பார்த்தால், கண்ணாடியில் தெரியும் அவனது பிம்பம் மெல்ல கரைந்து போவதை உணர முடியும்.